AF659495

जात
समजून घेताना

जात
समजून घेताना

गौतम बुद्ध ते आंबेडकर आणि त्यापलीकडे

गेल ऑम्व्हेट

अनुवाद : प्रमोद मुजुमदार

मधुश्री पब्लिकेशन

मधुश्री पब्लिकेशन

प्रकाशक : शरद अष्टेकर

कार्यालय

७०३, भगवंत कृपा बिल्डिंग, पहिला मजला,

दै. सकाळ प्रेस समोर, बुधवार पेठ पुणे : ४११००२

फोन : ८०८७२८८८७२

info@madhushreepublication.com

www.madhushreepublication.com

UNDERSTANDING CASTE

© भारत पाटणकर

जात समजून घेताना

गौतम बुद्ध ते आंबेडकर आणि त्या पलीकडे

मराठी अनुवाद © मधुश्री पब्लिकेशन, २०२३

प्रथम आवृत्ती : जुलै २०२३ साली प्रकाशित

लेखक : गेल ऑम्व्हेट

अनुवाद : प्रमोद मुजुमदार

मुखपृष्ठ प्रतिमा : चिराग वाकसकर (सीसीए-बाय, फ्लिकर)

मुखपृष्ठ सजावट व आतील मांडणी : प्रतिक महादेव कालेकर

मुद्रक : मुद्रक : श्री जे प्रिंटर्स प्रा. लि., पुणे

ISBN : 978-81-964461-1-6

किंमत : २५०/-

या पुस्तकातील कोणताही मजकूर, कोणत्याही स्वरूपात वा माध्यमात पुन:प्रकाशित अथवा पाक्षित करण्यासाठी लेखक आणि प्रकाशक दोघांचीही लेखी पूर्वपरवानगी घेणे बंधनकारक आहे.

अनुक्रम

प्रस्तावना

बहुतेक लोक आणि अगदी विचारवंतसुद्धा हिंदुत्ववाद ही एक स्वाभाविक संकल्पना म्हणून स्वीकारतात. हिंदू म्हणजे भारतातील लोक. हिंदुत्ववाद म्हणजे त्यांचा धर्म. अनेक विचारवंतांपासून तत्त्वज्ञांपर्यंत आणि अगदी आजच्या राजकीय नेत्यांपर्यंत ऋग्वेदापासून आरंभ झालेला हा एक धर्म असून ती एक अद्वितीय अध्यात्मिक प्रक्रिया आहे, या विचाराने रोजच्या जीवनाशी जोडलेली हिंदुत्ववाद ही संकल्पना स्वीकारली जाते; तसेच या वैविध्यपूर्ण उपखंडाच्या भौगोलिक पायावर आधारित अशी ही संकल्पना व्यवहारात स्वाभाविक म्हणून स्वीकारली जाते. वास्तविक इतिहासात वेळोवेळी झालेल्या आक्रमणांमुळे, या उपखंडावर स्थापित झालेल्या अन्य राजवटींमुळे आणि अशाच प्रकारच्या अस्थिरताकारक घटनांमुळे या संकल्पनेला इतिहासात अनेक धक्के बसले आहेत. तरीही या संकल्पनेचे स्थैर्य आणि सातत्य बऱ्याच प्रमाणात टिकून राहिले आहे. या संकल्पनेने अनेक प्रकारच्या अन्यायकारक सामाजिक विषमता निर्माण केल्या आहेत. त्याचबरोबर या सामाजिक विषमतांविरुद्ध निषेधाचे प्रवाहसुद्धा निर्माण झाले आहेत. या संकल्पनेचे विशेष गुण म्हणजे या संकल्पनेची लवचिकता आणि अनेकविधता. तसेच या संकल्पनेत दुराग्रहाचा अभाव आढळतो, असे सांगितले जाते. असे सांगतात की हिंदुत्ववाद या संकल्पनेत कर्मठतेला स्थान नाही(मात्र कर्मकांडांना या संकल्पनेत स्थान असू शकते.) हिंदू धर्माच्या परंपरा वेद आणि उपनिषदापर्यंत पाहता येतात. तसेच जैन धर्म, बौद्ध धर्म आणि शीख धर्म

असे उपधर्म किंवा धर्म भगिनी हिंदुधर्म परंपरेतून जन्माला आल्या. या सर्व परंपरा म्हणजे भारत आणि हिंदुत्ववादाचे जागतिक प्रवाहातील अमूल्य असे योगदान आहे; अशी हिंदुत्ववादाची प्रतिमा उभी केली जाते.

अशारितीने भारतीय उपखंडातील सर्व सांस्कृतिक विविधता एकत्रित करून, त्यांना *वैदिक* हिंदुत्वाच्या गाभ्याच्या दुय्यम स्थानी नेणारी ही प्रतिमा व्यापक पातळीवर स्थापित केली गेली. ही वस्तुस्थिती सिद्ध करणारे विपुल साहित्य आणि लिखाण उपलब्ध आहे. अशा प्रकारच्या लिखणाचे एकच उदहरण द्यायचे तर 'धर्म' या विषयावर लिखाण केलेल्या महाराष्ट्रातील दोन जेष्ठ विचारवंतांचे देता यईल. त्यांनी *'दि एक्सपिरीयन्स ऑफ हिंदूइझम'* (हिंदुत्ववादाचा अनुभव) या पुस्तकात अशी मांडणी केली आहे की, महाराष्ट्रातील दलित, मार्क्सवादी, आणि *भक्ती परंपरा* म्हणजे अंतिमतः *वेदांत* विचारांचीच मांडणी करतात. या विषयावर ते असे लिहितात की :

> आजच्या भारतातील बौद्ध, जैन, मुस्लिम, ख्रिश्चन एवढेच कशाला पण अगदी मार्क्सवादीसुद्धा मूळ गाभ्यामध्ये हिंदू-भारतीय आहेत.... हिंदू--भारतीय असणे म्हणजे काय? त्यामध्ये कोणत्या घटकांचा समावेश होतो? यामध्ये मुख्यतः एका दुसऱ्या जगाची कल्पना स्वीकारली जाते. या दोन जगांचा समन्वय साधला जातो. मात्र या दोन जगांपैकी दुसऱ्या जगाला महत्त्व दिले जाते. त्याचा प्रथम विचार केला जातो. ब्रह्म आणि माया हे दोन्हीही घटक वास्तव आहेत. परंतु ब्रह्म हे अंतिम वास्तवता आहे........ हे अंतिम किंवा पर्यायी द्वैत वेदांताच्या अद्वैत सिद्धांताच्या आधारे सोडविले जाते. (भावे १९८८,३१८-१९)

या भूमिकेला अनेक जण तीव्र विरोध करतील. परंतु आपण हेसुद्धा दाखवून देऊ की हिंदुत्ववादापेक्षा आणखीही महत्त्वाचे घटक भारतीय परंपरा म्हणून दाखविता येतात. वरील मांडणीत सर्वात धक्कादायक गोष्ट अशी आहे की लवचिकता आणि बहुविधता या प्रतिमेच्या आडून एक ठाम वर्चस्ववादी दृष्टिकोन लादला जातो. वरील मांडणीत असे सांगितले गेले आहे, की ''दोन जगांच्या कल्पनेपैकी दुसरे जग या कल्पनेला प्राधान्य दिले जाते'' --- अशा पद्धतीच्या आग्रहामधूनच विश्व हिंदू परिषदेची राजकीय भूमिका निर्माण झाली आहे.

यात असेही सांगितले जाते, की हिंदू परंपरा म्हणजे काय याची व्याख्या (यासंदर्भात शीख पंथ, बौद्ध तत्वज्ञान, जैनमतवाद, आर्य समाज आणि *सनातन धर्म* अशा अनेक प्रवाहांचा उल्लेख केला जातो) अनेक प्रकारे केली जाऊ शकते. परंतु पारंपारिक हिंदुत्ववादाचा गाभा म्हणजे केवळ ''सनातन धर्म'' या नावाने ओळखला जाणारा तर्कदृष्ट आणि विसंगती पूर्ण विचार आहे, यात शंका नाही.

एक अधिकृत विचारधारा म्हणून आणि मोठेपणा मिरवण्यासाठी औपचारिकपणे *हिंदू बहुतत्ववाद* आणि *सहिष्णुता* याचा उल्लेख केला जातो. वास्तविक सध्याची भौतिक वंचितता किंवा भौतिक गरजा आणि आर्थिक उलथापालथींमधून आजचे हिंदुत्ववादाचे आधुनिक राजकारण निर्माण झाले आहे, हे लक्षात घ्यायला हवे. त्या

राजकारणात कडव्या *हिंदुत्ववादा*चा समावेश आहे. 'हिंदुत्ववाद हाच राष्ट्रवाद' ही संकल्पना त्यातूनच तयार झाली आहे. भारतीय लोकांचा मुख्य धर्म हिंदू आहे : हिंदू हा राष्ट्रीय धर्म आहे, भारतीय उपखंडातील लोकांची ती परंपरा आहे आणि ही परंपरा उध्वस्त करण्यासाठी या उपखंडावर अनेक हल्ले झाले. प्रथम मुस्लिम आक्रमकांनी येथील संस्कृती उध्वस्त केली. येथील नागरिकांना अवमानित केले. त्यानंतरच्या काळात ब्रिटिश वसाहतवादी आर्थिक सत्तेने येथील लोकांना अपमानित केले. तर आजच्या सरकारने आपण ''सेक्युलर'' किंवा ''धर्मनिरपेक्ष'' शासन आहोत अशी भूमिका घेत, मुस्लिम व ख्रिश्चन नागरिकांचे लांगुलचालन केले. आजच्या सरकारने आपल्याच नागरिकांची अप्रतिष्ठा केली. हिंदुत्वाचा सर्वात मोठा गुण कोणता असेल तर अन्य धर्मश्रद्धांविषयी सहिष्णुता बाळगणे. हिंदुत्वाच्या नेमक्या याच सद्गुणाचा गैरफायदा हिंदुत्वाच्या शत्रूंनी घेतला आहे आता हिंदूंनी अतिशय ठाम, आक्रमक आणि आत्मविश्वासाने उभे राहिले पाहिजे. स्वतःला सिद्ध केले पाहिजे.

आज भारतातील डावे, पुरोगामी आणि लोकशाहीवादी तसेच इतरही नव्या चळवळीतील लोक हिंदुत्ववाद किंवा हिंदू राष्ट्रवादाच्या वाढत्या प्रभावाविरुद्ध मोठ्या प्रमाणात एकत्र येत आहेत. यांच्यापैकी बहुतेकांनी धर्मांधतेविरुद्ध भूमिका घेतलेली आहे. परंतु या सर्वांनी हिंदुत्ववादाविरुद्ध भूमिका घेतली नाही. धर्मांधतेला विरोध करणारा हा सेक्युलर विचार प्रवाह असे म्हणतो की भारतातील नागरिकांनी आपल्या धार्मिक अस्मितांच्या पलीकडे एका राष्ट्राचे नागरिक म्हणून,सामान्य माणसे म्हणून एकत्र येणे आवश्यक आहे. या भूमिकेचे उत्तम उदाहरण म्हणजे धर्मांधता विरोधी चळवळीतील अतिशय लोकप्रिय ठरलेले *मंदिर-मसजिद* हे गाणे पहा :

मंदिर-मस्जिद-गिरजाघर ने
बांट लिया इंसान को
धरती बांटी,सागर बांटा
मत बांटो इंसान को ।
हिंदू कहता मंदिर मेरा,
मंदिर मेरा धाम है,
मुस्लिम कहता मक्का मेरा,
अल्लाह का इमान है
दोनों लडते,लड लड मरते,
लडते लडते खतम हुए......

या गाण्यात राजकीय पुढारी धर्मांधतेच्या आधारे कसे जनतेचे शोषण करतात याचे वर्णन केले आहे. परंतु गमतीचा भाग असा या गाण्यात पुढे भारतातील सर्व माणसांची समान अस्मिता व्यक्त करताना भारत हिंदूंचे घर आहे आणि मुस्लिमांची निष्ठा इतरत्र (मुस्लिम कहता मक्का मेरा अल्लाह का इमान है) आहे, असे व्यक्त झाले आहे.

याच भूमिकेची प्रभावी मांडणी आपल्याला कबीराच्या काव्यातही दिसते कबीर म्हणतो,

हिंदू कहत राम हमारा,
मुसलमान रहमाना
आपस मे दौऊ लड लड मरत है
मरम कोई नही जाना.

धर्मांधतेला विरोध करण्यासाठी आणखी एक पद्धत वापरली जाते. दिल्लीमधील काही धर्मांधताविरोधी विचारवंत गेले काही वर्ष हिंदू परंपरांचे नव्याने विश्लेषण करत आहेत. याचे मोठे उदाहरण म्हणून मधू किश्वर यांनी *मानुषी* मासिकात लिहिलेले अनेक लेख दाखवता येतील. या लेखांचे सर्वसाधारण सूत्र ''आमच्या धर्माच्या रक्षणार्थ '' असे म्हणता येईल. नेहरूवादी आणि आधुनिक, डावी सेक्युलर भूमिका धर्मांधतेला तोंड देण्यासाठी अपुरी आहे हे मधू किश्वर यांचे म्हणणे एकवेळ मान्य करता येईल. परंतु मधु किश्वर हिंदुत्ववादी अस्मितेला तोंड देण्यासाठी भक्ती परंपरा म्हणजेच 'खरे हिंदुत्व' आणि आजच्या हिंदुत्ववाद्यांनी निर्माण केलेली 'योद्धा राम' ही प्रतिमा म्हणजे एक प्रकारची विकृती आहे, अशी भूमिका मांडतात. त्याचप्रमाणे भारतातील जातीयता म्हणजे वासाहतिक सत्तेचा वारसा आहे, अशी भूमिका मधू किश्वर मांडतात. मधू किश्वर यांची भूमिका अनेक डाव्या सेक्युलर, स्त्रीमुक्तीवादी कार्यकर्त्यांना मान्य नाही. मात्र किश्वर यांची भूमिका अनेक मध्यमवर्गीय आणि उच्चवर्णीय वर्गातील लोकांना मान्य असल्याचे दिसते. त्याचप्रमाणे अनेक उच्चवर्णीय डाव्या विचारसरणीचे लोकही मधु किश्वर यांच्या भूमिकेकडे आकर्षित होत आहेत. याचे एक उदाहरण म्हणजे सांप्रदायिकता विरोधी अभियान (एसव्हीएम) या संघटनेच्या एका भित्तिपत्रकातील ही घोषणा पहा

मुखवटा रामाचा आणि करणी रावणाची !

याचा अर्थ सांप्रदायिकता विरोधी अभियान रामाच्या सौम्य प्रतिमेचा पुरस्कार करते,नाही का? तसेच रावण म्हणजे राक्षसी प्रवृत्तीचा प्रतिनिधी असा अर्थ या

घोषणेतून व्यक्त होतो.

हिंदुत्ववादाला विरोध करण्याच्या या दोन पद्धती आहेत. एक म्हणजे सेक्युलरवादी भूमिका आणि दुसरी सुधारणावादी हिंदू भूमिका -- या दोन्ही भूमिका नेहरूवादी आणि गांधीवादी परंपरेतून निर्माण झाल्या आहेत. या दोन्ही भूमिकांच्या समर्थकांना आक्रमक हिंदुत्ववादी राजकारणाला विरोध करण्याची प्रामाणिक इच्छा आहे, यात शंका नाही. प्रश्न आहे तो या दोन्हीही भूमिका एका पातळीवर हिंदुत्व म्हणजेच भारतीयत्व आणि भारतीय परंपरा म्हणजे हिंदू परंपरा या धारणेला मान्यता देतात.

म्हणूनच आक्रमक हिंदुत्वाला तोंड देण्यासाठी सेक्युलरिझम किंवा धर्मनिरपेक्षता का सुधारणावादी हिंदुत्व या चर्चांच्या पलीकडे जाण्याची आवश्यकता आहे. म्हणजेच हिंदुत्ववादाच्या पलीकडे जाण्याची आवश्यकता आहे.

धर्मनिरपेक्षतावाद आणि हिंदू सुधारणावाद या दोघांच्या पलीकडे भारतात अनेक असे विचार प्रवाह आहेत, जे भाजप/ विहिप यांच्या हिंदुत्ववादी भूमिकेला आव्हान देत आहेत. इतकेच नाही तर हिंदुत्ववाद हाच भारतातील सर्वात प्राचीन प्रवाह आहे या संकल्पनेलाही ते आव्हान देतात. गुणा हे तामिळ दलित कृतीशील विचारवंत या संदर्भात असे मत नोंदतात :

> हिंदुत्वाची संकल्पना उत्तर भारतात मुस्लिम सत्ता बळकट होण्याच्या काळात निर्माण झाली. ही संकल्पना ब्रिटिश वसाहतवादी सत्ता येईपर्यंत तमिळ भाषिकांना कधीही माहीत नव्हती.इंग्रजी शिक्षण मिळालेल्या ब्राह्मणांना परदेशी शिक्षणाची संधी मिळाली. या ब्राह्मणांनी काही युरोपियन मंडळींनी जन्माला घातलेल्या हिंदुस्तान या राजकीय अस्मितेचा स्वीकार केला. त्यांनी उधारीवर आणलेल्या या संकल्पनेच्या आधारे समाजातील भिन्न पंथ ब्राह्मणी जातीयवादी भूमिकेला हिंदुत्ववाद असे म्हणायला सुरुवात केली. या संकल्पनेच्या आधारे हिंदुत्ववाद हा एक प्रकारे नकली असा हिंदुत्ववाद आणि त्यांची काल्पनिक अशी 'हिंदू राष्ट्र' ही संकल्पना आणि धार्मिक राजकीय विचार प्रवाह आकाराला आला. अशा रीतीने हिंदू हे केवळ गेल्या दोन शतकात जन्माला आले आणि अजूनही ही कल्पना रंग, रूप आणि गंध नसलेली निव्वळ कृत्रिम संकल्पना राहिली आहे(गुणा १९८४,१२४-२५)

गुणा भारतीय अस्मिता किंवा विविध भारतीय अस्मितांचे पर्यायी विश्लेषण/ दृष्टिकोन मांडणाऱ्या एका व्यापक पर्यायी परंपरेचे किंवा परंपरांच्या प्रवाहाचे प्रतिनिधित्व करतात. हे विचार प्रवाह किंवा या परंपरा मुख्यतः सामाजिकदृष्ट्या खालच्या जाती, दलित आणि ब्राह्मणोत्तर तसेच शेतकरी (आणि स्त्रिया) यांच्या परंपरांच्या आधारे निर्माण झाल्या आहेत. या परंपरा भारतीय उपखंडाच्या दक्षिण, पश्चिम आणि परिघावरील प्रदेशात निर्माण झाल्या. आजच्या समकालीन कालखंडात या विचार प्रवाहामधूनच फुले, आंबेडकर, पेरियार यांच्यासारखे नेते निर्माण झाले; याच विचारप्रवाहांमधून बिरसा मुंडा आणि वीर नारायण सिंग सारखे प्रेरणादायक बंडखोर निर्माण झाले; या विचार प्रवाहाने बुद्ध आणि चार्वाक, महावीर, कबीर, गुरुनानक

आणि बसवा यांच्यासारख्या परंपरांशी नाते सांगितले; या परंपरेने शिवाजीसारखे नायक आपले मानले. परंतु त्या नायकांचे पारंपारिक हिंदुत्ववादी मूल्यमापन स्वीकारले नाही; या विचार प्रवाहाने मोहनजोदडो संस्कृती आणि त्या संस्कृतीतील वैभवाशी आपले नाते सांगितले; या विचार प्रवाहाने शासन-पूर्व आदिवासी समाजातील आपले नाते सांगितले; परंतु लुटारूआर्यवंशीय जमातींच्या परंपरा नाकारल्या. हिंदुत्ववादाला विरोध करणाऱ्या सेक्युलरवादी प्रवाहंपेक्षा या विचार प्रवाहाने वेगळी आणि स्वतंत्र भूमिका घेतली. केवळ हिंदुत्ववादाला विरोध न करता या विचार प्रवाहाने एक स्वतंत्र पर्यायी भूमिका मांडली. हिंदू सुधारणावादी भूमिका न घेता या भूमिकेनुसार एक स्वतंत्र बिगर हिंदू अस्मिता प्रस्थापित केली. या विचार प्रवाहाने *हिंदुत्ववाद म्हणजे शोषक वर्ग, जात आणि पुरुषसत्तावादी प्रवाह अशी संकल्पना प्रस्थापित केली.*

अलीकडच्या काळात पूर्वीचे अस्पृश्य आणि त्यांच्यात दक्षिण भारत आणि आसपासच्या प्रदेशातील ब्राम्हणेतर समाजातील सामील होत गेलेल्या जातींमधून एक व्यापक दलित चळवळ निर्माण झाली. या चळवळीतील बुद्धिवादी विचारवंत पिढीकडे वर्चस्ववादी हिंदुत्ववादाला वैचारिक आव्हान देण्याची ताकद आहे. हिंदुत्ववादाला पर्याय निर्माण करणे हाच दलित राजकारणाचा गाभा आहे.

खरंतर दलित राजकारणाने आणि दलित वैचारिक दृष्टिकोनाने दलित ही संज्ञा ओलांडून पुढे जाण्याची आवश्यकता आहे. गेल्या काही दशकांमध्ये दलित ही संज्ञा जातिव्यवस्थेतील सर्वच दडपल्या गेलेल्या आणि शोषण होणाऱ्या सर्व विभागांनी स्वीकारली आहे. अशा प्रकारच्या दडपलेल्या अन्य जाती म्हणजे पूर्वाश्रमीचे शूद्र म्हणजे अन्य मागासवर्गीय आणि सर्वसाधारणपणे इतर ब्राह्मणेत्तर हेसुद्धा श्रेणीबद्ध जातीय रचनेत शोषण आणि दडपणूक सहन करणारे समाज आहेत. आंबेडकरांनी अशा ब्राह्मणेतर समाजांना जाती असे म्हटले आहे. जातीय शोषणाविरोधी झालेल्या संघर्षात या जातींनीसुद्धा सहभाग दिला आहे. दलित जीवनदृष्टीचा (Dalit Vision) सखोल पाया घालणाऱ्या विचारवंतांमध्ये नेमकेपणाने दलित समाजातील नसलेल्या अनेक विचारवंतांचाही समावेश होता. उदाहरणार्थ, फुले, पेरियार, कबीर, तुकाराम ! या समता आणि सामाजिक न्याय विचार प्रवाहाचा उद्गाता मानला गेलेला गौतम बुद्धसुद्धा दलित समाजामधील नव्हता.

दलितांचे राजकारण म्हणजे दलित पँथर, फूट पडलेला रिपब्लिकन पक्ष, बहुजन समाज पक्ष किंवा खालच्या जातींचा पाया असलेली नक्षलवादी संघटनांची चळवळ -- यासारख्या कडव्या संघटनांनी उभे केलेले आव्हान इतक्या मर्यादित अर्थाने विचार करणे अपुरे ठरणारे आहे. १९७० आणि ८० च्या दशकात दलित राजकारणाने ब्राह्मणी वर्चस्वाला एक व्यापक आव्हान उभे केले होते. दडपलेल्या आणि मागास समाजांच्या (पारंपरिक वर्ण व्यवस्थेमधील शूद्र मानले गेलेले समाज) तसेच शेतकरी, स्त्रिया आणि

आदिवासींच्या लढ्यांना दलित राजकारणाने अनेक नवे मूलभूत आयाम दिले. व्यापक विचार करता दलित राजकारण म्हणजे एका अर्थाने ब्राह्मणी परंपरांना आव्हान देणाऱ्या अनेक नव्या सामाजिक चळवळी असे म्हणता येईल. याबाबतीत सर्वात महत्त्वाचे वर्ष म्हणजे, दलित पँथरची स्थापना झालेले १९७२ हे होय. या वर्षापासून दलित चळवळीचा नवा टप्पा सुरू झाला. तसेच याच वर्षी अनेक इतर नव्या सामाजिक चळवळींची ही सुरुवात झाली. या यावर्षीच अहमदाबादमध्ये 'सेल्फ एम्प्लॉइड विमेन्स असोसिएशन (सेवा)' या संस्थेची स्वयंरोजगार करणाऱ्या स्त्रियांची संस्था स्थापना झाली होती. त्याचप्रमाणे पर्यावरण रक्षणाच्या चळवळींची सुरुवात टेहरी-गढवाल या हिमालयाच्या पायथ्याच्या प्रदेशात झाली. तर दुसऱ्या बाजूला पंजाब आणि तमिळनाडूमध्ये शेतकऱ्यांच्या संघटनांनी आंदोलन सुरू केले होते. मध्यभारतातील झारखंडमध्ये आदिवासींच्या चळवळीची सुरुवातही याच वर्षी झाली होती. या सर्व चळवळी थेटपणे दलित चळवळींचा भाग होत्या, असे नाही. परंतु या चळवळीने हिंदू राष्ट्रवादी ताकदींनी लादलेल्या धोरणांना आणि वर्चस्ववादी भारतीय संस्कृतीला मोठे आव्हान दिले होते. या चळवळीने प्रस्थापित सामाजिक आर्थिक विकासाच्या कल्पनेला आव्हान देणारी एक व्यापक सांस्कृतिक टीकात्मक भूमिका मांडली होती. त्याचप्रमाणे अतिरेकी केंद्रीकरण लादणाऱ्या राजकारणाला आव्हान दिले होते. १९८० च्या दशकाच्या अखेरीस सर्व नव्या राजकीय विषयांचे एकत्रीकरण झाल्याचे आणि या विविध राजकीय प्रवाहांमध्ये राजकीय संवाद सुरू झाल्याचे दिसते. मात्र या प्रक्रियेला १९८९ ते १९९१ या काळात हिंदू राष्ट्रवादी प्रवाहाच्या आक्रमक चढाईमुळे काहीशी खीळ बसली होती. परंतु ही पीछेहाट तात्पुरती आहे आणि आपण पुन्हा त्या दिशेने जाऊ शकतो अशी खात्री आहे.

***

अनुवादाविषयी

'अंडरस्टँडिंग कास्ट' या गेल ऑम्व्हेट लिखित मूळ इंग्रजी पुस्तकाचा 'जात समजून घेताना' हा मराठी अनुवाद सादर करताना नक्कीच आनंद आणि समाधान वाटत आहे. 'शोध बेगमपुराचा' आणि 'ह्यो तुरुंग फोडायचा हाय ग!' या गेल ऑम्व्हेट यांच्या दोन पुरतकांचे आनुवाद केल्यावर आता त्यांचे हे तिसरे पुस्तक मराठीत आणण्याची संधी मला मिळाली.

'अंडरस्टँडिंग कास्ट' हे मूळ पुस्तक प्रथम २०११ साली प्रसिद्ध झाले होते. भारतात हिंदुत्ववादी भाजपचे सरकार येण्यापूर्वी प्रसिद्ध झालेले हे पुस्तक आहे. मात्र त्या काळात भारतात भांडवलदारांच्या पाठिंब्यावर हिंदुत्ववादी फॅसिस्ट सरकार सत्तेवर येणार अशी स्प्ष्ट चिन्हे दिसत होती. भारतातील दलित, ओबीसी पक्ष-संघटना विविध पद्धतीने आपली राजकीय हक्कांची लढाई पुढे नेण्याचा प्रयत्न करत होते. अशा कालखंडात गेल ऑम्व्हेट यांनी हे पुस्तक लिहिले.

भारतात स्वातंत्र्योत्तर काळातील दलित चळवळीचा एक मोठा टप्पा म्हणजे दलित पँथरची चळवळ. या चळवळीने स्वातंत्र्योत्तर काळात जातिअंताच्या प्रश्नाला नव्या परिप्रेक्ष्यात उभे केले. तर १९८९ साली लागू झालेल्या मंडल आयोगामुळे भारतातील ओबीसी जातिंच्या जातीय शोषणाचे वास्तव पुढे आणले. स्वातंत्र्योत्तर कालखंडातील या दोन्ही टप्प्यांना जातीअंताच्या लढाईत कळीचे महत्त्व आहे. स्वातंत्र्यानंतरच्या याच

काळात आपल्या राजकीय हक्कांसाठी लढणारी स्वायत्त आदिवासी चळवळ आकाराला आली. दलित पँथरच्या उठावाने भारतातील दलित जातींना आणि मंडल आयोगाच्या अंमलबजावणीमुळे देशातील ओबीसी जातींना राजकीय सत्ता क्षेत्रात आपले हक्क प्रस्थापित करण्यासाठी नवा अवकाश मिळाला. दलित आणि ओबीसी समाजांना नवी राजकीय जाणिव दिली. अर्थात स्वातंत्र्यपूर्व काळापासून डॉ. बाबासाहेबांनी पुकारलेला एल्गार हाच या जातीअंताच्या चळवळींचा पाया होता.

भारतातील जाती व्यवस्था आणि जातीअंतच्या लढ्याच्या गेल्या पाचशे वर्षांच्या इतिहासाच्या महत्त्वाच्या अभ्यासक, संशोधक आणि या लढ्यातील सजग कार्यकर्त्या म्हणून गेल ऑम्व्हेट यांचे स्थान अद्वितीय म्हणता यईल असेच आहे. त्यांनी 'अंडरस्टँडिंग कास्ट' या पुस्तकात आपल्या प्रदीर्घ संशोधनाच्या आधारे आजच्या राजकीय संदर्भात आदिवासी, दलित,ओबीसी जातींच्या राजकारणाचे 'स्वतंत्र सूत्र' पुढे आणले आहे. डॉ.बाबासाहेब आंबेडकरांपासून भारतातील दडपलेल्या जातींनी उभारलेली चळवळ आणि राजकारण प्रस्थापित उच्च जातीय सत्ताधारी राजकारणाला समांतर होते. भारतातील दडपलेल्या जातींना (असा समाज भारतात किमान ५२ टक्के आहे) राजकीय सत्तास्थानी नेण्याचा हा महत्त्वाकांक्षी संघर्ष आहे. त्यामुळेच प्रस्थापित डावे पक्ष आणि अन्य (भांडवली) मध्यममार्गी पक्षांच्या राजकीय भूमिकांपेक्षा या दडपलेल्या जातींच्या राजकीय पक्ष संघटनांचे राजकारण नेहमी वेगळ्या पद्धतीने होत राहिले. दडपलेल्या समाजांच्या या राजकारणात 'राजकीय सत्ता प्राप्तीचे/ सत्ता नियंत्रणाचे' एक निश्चित सूत्र होते. मग ते महाराष्ट्रातील रिपब्लिकन पक्ष, गटांचे राजकारण असो, दलित पँथरची चळवळ असो,वा कांशिराम यांनी बसपच्या माध्यमातून केलेले राजकारण असो, किंवा दक्षिण भारतातील द्रविड पक्षांचे राजकारण असो या सर्व पक्ष संघटना, चळवळी यांनी देशातील दडपलेल्या जातींचे माणूसपणाचे हक्क आणि राजकीय हक्क प्रस्थापनेसाठी आग्रह धरला होता. प्रस्थापित डावे राजकीय पक्ष आणि अन्य पक्ष तसेच प्रसार माध्यमांनी मात्र दडपलेल्या जातींच्या पक्ष-संघटनांच्या या राजकारणाला 'संधीसाधू राजकारण' म्हणून कायम मोडित काढले.

गेल ऑम्व्हेट यांनी या पुस्तकात दडपलेल्या पक्ष संघटनांच्या राजकारणामागील एक व्यापक भान शोधत हेच 'राजकीय सूत्र' अधोरेखित केले आहे. प्रस्थापित डाव्या आणि पुरोगामी राजकारणाच्या विश्लेषण चौकटीपेक्षा हे विश्लेषण अत्यंत वेगळ्या पद्धतीचे आहे. 'दडपलेल्या बहुजन,दलित आदिवासी, ओबीसी, कष्टकरी केंद्रीत राजकारणाचे एकात्मिक विश्लेषण', असे या मांडणीला म्हणता यईल. आपल्या राजकीय हक्कांसाठी दडपलेल्या जात-समुहांच्या राजकीय हलचाली नव्याने समजून

घेण्यासाठी एक नवा दृष्टिकोन हे पुस्तक वाचकांना देते. बहुजन दलित जातींच्या राजकारणाची चौकट मांडण्याचा हा अत्यंत महत्त्वाचा प्रयत्न आहे.

गेल ऑम्व्हेट यांचे प्रत्येक पुस्तक आणि मांडणी वाचकाला, कायकर्त्याला एक नवी दृष्टी देते. अशा पुस्तकांचा अनुवाद करण्याची संधी मिळाल्यामुळे मी नक्कीच समृद्ध झालो. यासाठी मी गेल ऑम्व्हेट यांचा कायम ऋणी आहे.

अनुवादाची संधी देण्यासाठी मधुश्रीचे शरद अष्टेकर यांचे मन:पूर्वक आभार.

– प्रमोद मुजुमदार

***

प्रकरण एक

भारतातील दोन महान परंपरा आणि हिंदुत्ववादाची उभारणी!

हिंदुत्ववाद ही एक जाणीवपूर्वक उभारण्यात आलेली आणि नव्याने निर्माण करण्यात आलेली अस्मिता आहे का ? एका अर्थाने सर्व प्रकारचे राष्ट्रवाद आणि अस्मिता या (हेतूत:) तयार केल्या जातात. भारतीय उपखंड म्हणजे हिंदू धर्मीय लोक अशा पद्धतीची ओळख देण्याची पद्धत अगदी अलीकडच्या काळात सुरू झाल्याचे दिसते. अलीकडच्या दशकात '*राम*' केंद्रित हिंदुत्ववाद ही कल्पना मोठ्या प्रमाणात प्रस्थापित करण्यात आली आहे.

हिंदू ही संज्ञा प्राचीन आहे. ही संज्ञा इंडस म्हणजेच सिंधू नदी वरून तयार झाली आहे. हिंदू धर्माची पाळेमुळे वेदांमध्ये आहेत असे सांगितले जाते. भारतातील प्राचीन नागरी संस्कृती म्हणजेच सिंधू संस्कृती. या संस्कृतीच्या उदयानंतर अनेक शतकांनी इंडो-युरोपियन लोकांनी आक्रमणे केली होती. या इंडो-युरोपियन लोकांनी रचलेली काव्ये म्हणजे वेद. आज उपलब्ध असलेले वेद हेच मूळ वेद आहेत,असे मान्य केले तर (अजूनही वेदांचे लिप्यांतर आणि अर्थ लावणे बाकी आहे), हे वेद रचणाऱ्यांना येथील संस्कृती विषयी फारच कमी माहिती होती असे दिसते. ही सिंधू संस्कृती मोठ्या प्रदेशावर पसरली होती. ही संस्कृती अत्यंत प्रभावी आणि तुलनात्मक दृष्ट्या समतावादी होती. या संस्कृतीतील माणसांजवळ युद्धासाठी आवश्यक शस्त्रे नव्हती. अशा या सिंधू संस्कृतीमधील फारच थोडे पुतळे आणि अवशेष उपलब्ध आज आहेत. या अवशेषांमध्ये एक नृत्य करणारी नाजूकशी मुलगी आणि एक दाढीवाला रुबाबदार पुरुष आहे. बहुदा हा पुरुष धर्मगुरू असावा.

आज बहुतेक पुरातत्व शास्त्रज्ञांना असा संशय आहे, की ही संस्कृती नष्ट होण्यासाठी मुख्यतः आर्य जबाबदार आहेत. आर्यांनी रचलेल्या अनेक सुरुवातीच्या कवितांमध्ये (वेदांमध्ये) सिंधू संस्कृतीच्या ऱ्हासाचे मोठ्या उत्साहाने आणि आनंदाने वर्णन केल्याचे स्पष्टपणे दिसते. पावसाचा राजा इंद्र यांनी मोठ्या प्रमाणात पाणी सोडून ही शहरी संस्कृती कशी नष्ट केली, याचे कौतुकाने वर्णन करण्यात आले आहे. काहीही असले तरी आपण ज्याला या भटक्या तांड्यांचा धर्म असे म्हणतो, तो आजचा हिंदू धर्म नव्हता. या धर्माची रचना मगध-मौर्य राजवटींच्या स्थापनेच्या काळात झाली होती. हा काळ म्हणजे, उपनिषदांच्या कालावधीपासून मनुस्मृतिमध्ये वर्णन केलेल्या समाज व्यवस्थेच्या वैदिक विचारप्रवाहाच्या आकारणीचा काळ होय. त्या काळात हा धर्म ब्राह्मण्यवादी धर्म या नावाने ओळखला जात होता. बौद्ध धर्म आणि जैन धर्म (त्याचप्रमाणे चार्वाकाची भौतिकवादी परंपरासुद्धा) हेसुद्धा तितकेच जुने धर्म आहेत. बौद्ध धर्म आणि जैन धर्माचा संबंधसुद्धा मोहनजोदडो संस्कृतीच्या वारशाशी दाखविता येतो. बुद्ध आणि महावीर हे दोघे या परंपरेतील अखेरचे मार्गदर्शक होत. आज आपल्याला माहीत असलेला ब्राह्मणी हिंदुधर्म म्हणजे त्या कालखंडात निर्माण झालेल्या भारतीय उपखंडातील अनेक वैविध्यपूर्ण सांस्कृतिक परंपरांपैकी ठामपणे आकाराला आलेली एक परंपरा होय. इसवी सनाच्या सहाव्या ते दहाव्या शतकात या ब्राह्मण्यवादी परंपरेने येथील अन्य स्थानिक परंपरा आपल्यात शोषून घेऊन आपल्या परंपरेचे राजकीय आणि सामाजिक वर्चस्व प्रस्थापित केले. आपले वर्चस्व प्रस्थापित करण्याच्या प्रक्रियेमध्ये या ब्राह्मण्यवादी परंपरेने अनेक वेळा बौद्ध धर्म परंपरा आणि जैन धर्म परंपरांबरोबर अतिशय हिंसक संघर्ष केला.

इतिहासाच्या याच कालखंडात भारतीय उपखंडातील या प्रदेशाला जगामध्ये 'हिंदुस्तान' या नावाने किंवा अरबी भाषेत 'अल-हिंद' या नावाने ओळखले जाऊ लागले परंतु हा उल्लेख धर्माशी संबंधित नव्हता. या काळात भारतीय उपखंडातील मुस्लिम सत्ताधाऱ्यांनाही जगामध्ये हिंदुस्तानी म्हणून ओळखले जात असे. दक्षिणेकडील हिंदू धर्मातील परंपरांना शैव धर्ममतवादी आणि वैष्णव धर्ममतवादी असे म्हटले जाई. या दोन पंथांचा किंवा परंपरांचा दक्षिण पूर्व अशियामध्ये मोठा प्रभाव होता या परंपरा व्यापक प्रमाणात पसरल्या होत्या.

ब्राह्मण्यवादी हिंदू धर्माची मुख्यतः दोन लक्षणे सांगता येतील. एक म्हणजे वेदांच्या अधिकाराला तसेच ब्राह्मणांच्या वर्चस्वाला कर्मठ स्वरूपाची मान्यता आणि वर्णाश्रम धर्माचा स्वीकार. *वर्णाश्रम धर्म* म्हणजे चार वर्णांची जातिव्यवस्था. तसेच जीवनाच्या चार टप्प्यांची आदर्श सामाजिक रचना, म्हणून स्वीकार. '*अद्वैत*' म्हणजे स्वतःची ओळख किंवा आत्म्याचे '*वैश्विक ब्रम्हा*' बरोबर एकरूप होणे. हे सर्वात लोकप्रिय तत्वज्ञान होते. ब्राह्मणी धर्मापेक्षा भिन्न मतांच्या घटकांनी श्रेणीबद्ध

जातिव्यवस्थेतील आपले स्थान स्वीकारले, या सर्व घटकांना आपल्यात सामावून घेण्याची आणि त्यांच्यावर आपली सत्ता टिकवण्याची प्रचंड क्षमता या ब्राह्मणी धर्माने दाखविली.अशा पद्धतीच्या सामाजिक व्यवस्थेचा भौतिक आधार खेड्यातील जातीची उत्पादन व्यवस्था *जाजामणी* आणि अस्पृश्यता या तीन घटकांचा होता.

असे असले तरी त्या काळातील बहुसंख्य जनतेने या हिंदू धर्माचा स्वीकार केला होता का नाही, याबद्दल संशय आहे. त्या काळातही सामान्य लोकांच्या धार्मिक जीवनात आणि धार्मिक व्यवहारात अनेक स्थानिक देव देवतांना महत्त्वाचे स्थान होते. अनेक स्थानिक देव आणि देवता अतिशय लोकप्रिय होत्या, तसेच याच कालखंडात भक्तीपरंपरेचा उदय झालेला दिसतो (काही वेळेस अशा भक्ती परंपरा अ-वैदिक देवाभोवती तयार झाल्या .उदाहरणार्थ, महाराष्ट्रातील विठ्ठल हा देव) या भक्तीपरंपरांनी जातीय उतरंड आणि ब्राह्मणांच्या वर्चस्वाविरुद्ध बंड केले. अशा अनेक भक्तिपरंपरांमधून पुढील काळात हिंदू नसलेल्या अशा स्वरूपाच्या धार्मिक परंपरा निर्माण झाल्याचे दिसते(उदाहरणार्थ शीख धर्म परंपरा, वीरशैव परंपरा इत्यादी)

या उपखंडातील भूभागाला भारत किंवा हिंदुस्थान अशी ओळख मिळाली ती वसाहतवादी कालखंडात. तसेच या भूभागातील लोकांच्या धर्माला हिंदू धर्म म्हटले जाऊ लागले. या उपखंडातील धर्माला अतिशय प्राचीन आणि महत्त्वाचा धर्म अशी मान्यता मिळू लागली. हिंदुत्वाची आखणी अशा पद्धतीने घडत गेली. वंशवादी दृष्टिकोन, स्वच्छंदतावाद (Romanticism), वेदांविषयी आणि प्राच्यविद्येचे आकर्षण असलेल्या युरोपियन लोकांनीही हिंदुत्वाच्या रचनेमध्ये मोठा हातभार लावला होता. हिंदुत्वाची मुख्य रचना किंवा आखणी मात्र भारतातील अभिजन वर्गानेच केली होती. एकोणिसाव्या शतकात लोकमान्य टिळकांसारख्या मंडळींनी आर्य वंश सिद्धांत स्वीकारला आणि भारतातील उच्च जातीय लोक हे गौरवर्णीय वंशाचे आहेत, असा दावा केला. तसेच वेद हे त्यांचे मूळ तत्त्वज्ञान आहे, असेही मांडले. ब्राह्मणी नेतृत्वाखाली जनतेला मोठ्या प्रमाणात संघटित करण्याचा मुख्य प्रयत्न टिळकांनीच केला. यासाठी सार्वजनिक गणेशोत्सवाचा वापर त्यांनी केला. शिवाजी हा हिंदू स्वराज्याचा संस्थापक होता, अशी भूमिका रुजविण्यात आली. वास्तविक या भूमिकेला एकोणिसाव्या शतकातच विरोध करण्यात आला होता (ओहॅनलॉन १९९८). एकोणिसाव्या शतकाच्या अखेरच्या काळातच संकुचित हिंदुत्ववादी धर्माभिमानींनी त्यांच्याच धर्मातील उच्चवर्णीय धर्म-सुधारकांवर जोरदार हल्ला चढवला होता. या धर्म सुधारकांना राष्ट्रविरोधी/देशद्रोही ठरविले जात होते. राष्ट्रीय काँग्रेसच्या अधिवेशनात सामाजिक सुधारणा परिषद घ्यायला बंदी घालण्यात हे संकुचित हिंदुत्ववादी यशस्वी ठरले होते.

या पार्श्वभूमीवर १९२० च्या दशकात काही महत्त्वाच्या घडामोडी घडल्या. याच दशकात राष्ट्रीय स्वयंसेवक संघाची स्थापना हेडगेवार यांनी केली. तर हिंदू महासभा सावरकरांनी स्थापन केली. वंश, शुद्ध रक्त आणि भू-प्रदेश या तीन घटकांवर आधारित हिंदू राष्ट्रवाद किंवा हिंदुत्ववादाची व्याख्या किंवा तत्त्वज्ञान मांडणारे सावरकर हे पहिले होते. आपण नास्तिक आहोत असे सावरकरांनी घोषित केले होते. सावरकरांच्या सिद्धांतामध्ये धर्मावर अतिशय कमी भर होता. हिंदी आणि उर्दू या दोन भाषांच्या सरमिसळीला त्यांचा विरोध होता. तसेच त्यांनी भारतातील भाषिक बहुविधता नाकारली होती. त्यांची राजकीय भूमिका कायम मुस्लिम विरोधी अशीच होती.

टिळक आणि सावरकर हे दोघेही चित्तपावन ब्राह्मण होते. पश्चिम भारतात या ब्राह्मण सत्ताधाऱ्यांची सत्ता ब्रिटिशांनी काढून घेतली होती. १९२० च्या दशकापर्यंत चित्तपावन विरोधी मोठे आव्हान ब्राह्मणेत्तर आणि दलित चळवळीने उभे केले होते. आर्य वंश वारसा सिद्धांतावर १९३० च्या दशकात नव्याने मोठ्या प्रमाणात चर्चा सुरू झाली होती. या सिद्धांताचा नव्याने अर्थ लावला जात होता. ब्राह्मणेत्तर चळवळीने या सिद्धांताला आव्हान दिले होते. ब्राह्मणेत्तर चळवळीचा दबाव असूनही उच्चजातीय प्रवाहाने आर्यवंशवाद आणि वैदिक, संस्कृतवादी हिंदुत्ववादी भूमिका सोडली नाही. तर गोळवलकरांच्या आधी हिंदुत्ववादी विचारवंतांनी आर्यांचे मूळ भारतीय उपखंडातीलच आहे,असा दावा करायला सुरुवात केली (संदर्भ : पांडे १९९१ ; येचुरी १९९३)

असे असले तरी, हिंदू राष्ट्रवादाला सर्वात भक्कम पाया मिळाला, तो उत्तर भारतात. 'हिंदी-हिंदू-हिंदुस्तान' या भावनिक घोषणेला मोठा प्रतिसाद मिळाला होता. उत्तर भारतात त्या पूर्वी मुस्लिमांचे नियंत्रण होते. समाजातील अनेक क्षेत्रात मुस्लिमांना मोठे स्थान होते. त्यामुळेच हिंदुत्ववादी राष्ट्रवादाच्या भूमिकेमागे धार्मिक अस्मितेचा मुद्दा होता. शेतकरी, कारागीर आणि अन्य लोक स्वतःची ओळख धर्माच्या आधारे म्हणजेच 'हिंदू' आणि 'मुस्लिम' अशी सांगत असत. त्यामुळे हिंदू आणि मुस्लिम समाज स्वतंत्रपणे आपले अस्तित्व मानू लागले होते. या प्रक्रियेत खूप खोलवर भाषिक, सांस्कृतिक एकीकरण घडत होते. या प्रक्रियेचे वर्णन इतिहासकार ग्यानेंद्र पांडे, ''उत्तर भारतातील सांप्रदायीकतावाद बांधणी प्रक्रिया'' असे करतात. हिंदू आणि मुस्लिम या दोन्ही समाजांनी केवळ आपली धार्मिक अस्मितेच्या आधारावरील ओळखच निर्माण केली नाही, तर आपल्या समाजाचे संरक्षण करण्यासाठी राजकीय सत्तेची मागणी केली. या प्रक्रियेचे वर्णन करताना, ग्यान पांडे म्हणतात''हिंदू राज -- या कल्पनेच्या माध्यमातून भारतीय संस्कृतीच्या प्राचीन वैभवाचा उल्लेख दर्शवला जात असे आणि मुस्लिमांना त्यांची जागा दाखवा, अशा भावना व्यक्त केले जात असे'', ग्यान पांडे पुढे म्हणतात ''याच कल्पनेला समांतर अशी 'मुस्लिम' राज ही संकल्पना आपोआपच पुढे येत गेली. ही संकल्पना म्हणजे मुस्लिम समाजाचे स्थान टिकवून

ठेवण्याचा प्रयत्न होता'' (पांडे १९९०,२३५). उत्तर भारतातील या तणावांचा उपयोग पुढे राष्ट्रीय पातळीवरील अस्मिता आकाराला येण्यात झाला.

एकदा हिंदू आणि मुस्लिम हे दोन स्वतंत्र समाज आहेत आणि संपूर्ण भारतात असे दोन स्वतंत्र समाज आहेत, ही कल्पना मान्य झाल्यावर या दोन्ही समाजांना व्यापू शकणारी राष्ट्रीय अस्मिता निर्माण करण्यासाठी केवळ दोनच पर्याय उपलब्ध होते. यापैकी एक पर्याय महात्मा गांधी यांनी स्वीकारला. तर दुसरा पर्याय नेहरू आणि डाव्या प्रवाहांनी स्वीकारला होता.याबाबत गांधींचे उत्तर असे होते, की भारत देश विविध समाजांचा बनलेला आहे. या सर्व समाजांच्या स्वतंत्र अस्मिता आहेत. मात्र तरीही या प्रत्येक धर्मातील अमर्याद सहिष्णुतेच्या आधारे हे सर्व समाज एकजुटीने राहू शकतात. तर नेहरूवादी भूमिकेनुसार या देशाची अस्मिता आणि एकजूट आधुनिक समाजवादी सेक्युलर भूमिकेच्या आधारेच निर्माण होऊ शकते. या भूमिकेमध्ये स्वतंत्र धार्मिक अस्मिता नाकारल्या जात होत्या.

देशाची राष्ट्रीय अस्मिता निर्माण करण्यासाठी गांधींनी देशातील लोकप्रिय परंपरांना मनापासून मान्यता देण्याचा मार्ग निवडला होता. त्यांच्या संपूर्ण राजकीय जीवनात त्यांनी देशातील परंपरांचा वापर मोठ्या प्रमाणावर केलेला दिसतो.किंबहुना त्यामुळेच ते त्यांच्या काळातील सर्वात लोकप्रिय राजकीय नेते ठरले होते. गांधींच्या या दृष्टिकोनामुळेच गांधींची आदर्श विकासाची कल्पना नंतरच्या काळात स्वीकारण्यात आलेल्या केंद्रित औद्योगिक विकासाच्या कल्पनेपेक्षा वेगळी होती. गांधी स्वतःला हिंदू म्हणत असत परंतु याविषयी ते आपला स्वतःचा स्वतंत्र दृष्टिकोन मांडत असताना अनेक वेळा हिंदू कोण याविषयी त्यांनी मांडलेला अर्थ विलक्षण असे . ते म्हणतात, ''वेद उपनिषद स्मृति आणि पुराणे तसेच रामायण आणि महाभारत ही हिंदूंचे पवित्र ग्रंथ आहेत'', परंतु त्याचबरोबर गांधी असेही म्हणतात, की ''या पवित्र ग्रंथांचा अर्थ लावण्याचा अधिकार मला आहे.आपल्या अध्यात्मविषयक दृष्टिकोनात न सामावणारा मुद्दा गांधी सरळ नाकारत असत : ते म्हणत'' देवाचा शब्द किंवा देवाचा संदेश म्हणून विश्लेषण न करता किंवा आपल्याला आलेला उत्स्फूर्त अनुभव म्हणून, कोणतीही गोष्ट स्वीकारता येणार नाही''(दि हरीजन मध्ये आंबेडकरांच्या ॲनिहिलेशन ऑफ कास्ट ला गांधींनी दिलेले उत्तर.१९७९,८२) परंतु अशा रीतीने स्वतःला हिंदू म्हणवून घेणे याचा अर्थ हिंदू अस्मितेमधील जाती घटक स्वीकारणे, मान्य करणे होय :

> जातीचा धर्माशी काहीही संबंध नाही. .... जात हा घटक अध्यात्मिक आणि नैसर्गिक वाढीला बाधक ठरणार आहे. वर्ण आणि आश्रम या दोन्ही संस्थांचा जातीशी काहीही संबंध नाही. आपल्या पूर्वजांनी उपजीविकेसाठी स्वीकारलेला, मार्ग आपण स्वीकारावा असे वर्ण आपल्याला सांगतो. .... अध्यात्मिक मार्गदर्शक म्हणून काम करणारा ब्राह्मण आणि सफाई कामगार किंवा मेहतर करणारा या दोघांची काम आणि त्या कामांची गुणवत्ता देवासमोर समान आहे. एके काळी या कामांना समान महत्त्व मिळत असे. (आंबेडकर १९७९, ८३ मधून उद्धृत)

अशा पद्धतीच्या मांडणीमध्ये अनुवांशिकतेनुसार माणसाचे जातीय उतरंडीमधील स्थान किंवा जातीय उच्चनीचता मान्य करण्यात आली आहे. त्यामुळेच खालच्या जातीतील जातीविरोधी लढाऊ मंडळींना ही मांडणी मान्य नव्हती.

गांधींची सामाजिक सुधारणा तसेच विकासाचा मार्ग यामध्ये शाश्वत विकेंद्रीत समाजाची कल्पना मांडण्यात आली होती. ही मांडणी एक प्रकारे 'हरित शाश्वत विकासाची' कल्पना मांडणारी आहे. या मांडणीत औद्योगिक समाजावर अत्यंत प्रभावी टीका करण्यात आली होती. परंतु अंतिमतः ही कल्पना ब्राह्मणी हिंदुत्ववादाशी जोडलेली आहे : मानवी गरजांवर मर्यादा, या भूमिकेमध्ये तंत्रज्ञान आणि लैंगिकता या दोन घटकांमुळे जीवनात हाव (माया) निर्माण झाली. त्यामुळे विचारवंतांची मार्गदर्शक म्हणून भूमिका आवश्यक आहे, असे स्वीकारण्यात आले आहे. '*राम राज्य*' या संकल्पनेमुळे महात्मा गांधी हे केवळ हिंदू उरत नाहीत तर अप्रत्यक्षपणे उच्च जातीय समाजाचे हितसंबंध रक्षक आणि प्रवक्ते ठरतात.

गांधींच्या सर्व वाटचालीत त्यांचा सर्वाधिक भर जातीच्या प्रश्नावर होता. तसेच त्यांचे सर्वाधिक संघर्ष याच मुद्द्यांवर झाले. तर त्यांना सर्वाधिक अपयश याच प्रश्नावर सहन करावे लागले होते. दुसऱ्या गोलमेज परिषदेच्या वेळेस (१९३० च्या दशकात ब्रिटिश सरकारने भारताचे राजकीय भवितव्य, चर्चा आणि संवादाच्या माध्यमातून निश्चित करण्यासाठी दोन गोलमेज परिषदा आयोजित केल्या होत्या) गांधींचा आंबेडकरांबरोबर खटका उडाला होता. गांधींनी या परिषदेत स्वतःची ओळख राष्ट्रीय नेता अशी करून देण्यापूर्वी आपण हिंदू आहोत, असे म्हंटले होते. या मुद्द्यावरूनच त्यांचा आंबेडकरांशी खटका उडाला होता(पहा : ऑम्व्हेट १९९४, प्रकरण पाच) हिंदुत्ववादाच्या धर्मांध भूमिकेला कठोर विरोध करण्याची हिमंत गांधींनी अनेक वेळा दाखविली होती. गांधींचा खून एका कट्टर हिंदुत्ववादी माणसानेच केला होता. तरीही अनेक खालच्या जातीतील भारतीय नेते हे गांधींच्या जातीयता विरोधी भूमिकेमुळे अखेरच्या काळात त्यांच्यापासून दूर गेले होते. गांधींबाबत आंबेडकर म्हणतात, की ''हे गांधी युग म्हणजे भारतीय राजकारणातील एक काळे युग होते. या काळात आपल्या भविष्यातील आदर्शांचा शोध घेण्याऐवजी देशातील लोक आपल्या प्राचीन काळाकडे परतण्याचा विचार करू लागले'' .आंबेडकरांची ही टीका नक्कीच कठोर आहे. परंतु या टीकेमध्ये त्यांची, दलितांनी हिंदू परंपरेऐवजी आधुनिकतेकडे जाण्याची आकांक्षा व्यक्त होते.

तर याला पर्यायी असलेल्या नेहरूवादी सेक्युलर भूमिकेतही काही समस्या होत्या. नेहरूंनीसुद्धा गांधींप्रमाणेच हिंदू अस्मिता गृहीत धरली होती. परंतु आधुनिक भारताच्या उभारणीबाबत त्यांच्या कल्पनेत धार्मिक अस्तित्व किंवा ओळख दुर्लक्षित करण्यात आली होती, आधुनिक जगात धार्मिक अस्मिता किंवा धार्मिक ओळख ही

आपोआप दुय्यम ठरत जाणार, असे गृहित धरले गेले होते.डावे आणि नेहरूवादी, समाजवादी या दोन्ही प्रवाहांनी वर्ग हाच घटक सामाजिक रचनेचे मुख्य वास्तव आहे, असे गृहीत धरले होते. या दोन्ही प्रवाहांनी जातीय आणि धार्मिक ओळखी सरंजामी ठरविल्या होत्या. या ओळखी अस्मिता ओलांडून एका अमूर्त राष्ट्रवादाची कल्पना केली जात होती. डावे आणि नेहरूवादी समाजवादी असे गृहीत धरत होते, की आर्थिक आणि तंत्र-वैज्ञानिक विकासामुळे अशा अस्मिता आपोआप कालबाह्य ठरतील. त्यांच्या समजुतीप्रमाणे तंत्र वैज्ञानिक आणि औद्योगिक विकासाच्या काळात नेहरूवादी सेक्युलर भूमिका अभेद्य ठरणारी होती :

माझ्या मते सर्व धर्मांना आणि धार्मिक गटांना भेडसावणारे आर्थिक प्रश्न धार्मिक आणि जातीय सीमा मिटवून टाकतील. ... हे धार्मिक मुद्दे मला फार महत्त्वाचे वाटत नाहीत कारण हे मुद्दे तात्कालिक स्वरूपाचे आहेत हे तसे गौण मुद्दे आहेत आणि एका व्यापक परिप्रेक्ष्यात हे मुद्दे फारसे महत्त्वाचे ठरणारे नाहीत(नेहरू १९४१,४१०-११)

नेहरूंच्या सर्व लिखाणात त्यांनी देशातील बहुसांस्कृतिकता आणि विविधता याचा गौरव केला असला, तरीही गांधींच्या स्व-घोषित हिंदुत्ववादी भूमिकेप्रमाणेच नेहरूंच्या सेक्युलरवादी भूमिकेच्या तळाशी भारतीय समाज आणि इतिहास याबाबत हिंदुत्ववादी गृहीतके होती. आपल्या लिखाणात नेहरू वारंवार असे म्हणतात, की भारत हा हिंदुत्ववादी देश नाही. बौद्ध धर्म हा स्वतंत्र धर्म आहे. तसेच जातीयतेचा निषेधच करायला हवा. मात्र अशी विचार चौकट मांडूनसुद्धा नेहरूंच्या लिखाणात ब्राह्मणी हिंदुत्ववाद हाच राष्ट्रीय धर्म असल्याचे व्यक्त होते. या चौकटीमुळे अन्य परंपरा पूर्णपणे शोषल्या जाण्यासाठी वाव मिळतो. या संदर्भात नेहरूंची पुढील मांडणी लक्षात घेण्यासारखी आहे:

पूर्वीच्या युगात म्हणजे आर्यांचे आर्यवर्त किंवा भारतवर्षात आगमन झाले त्या काळात भारतासमोर एक मोठी समस्या उभे राहिली होती. ती म्हणजे, नव्याने आलेल्या या वंश आणि संस्कृतीचे मूळ भारतातील वंश आणि संस्कृती बरोबर कशाप्रकारे एकीकरण होणार. या समस्येचे निराकरण करण्यासाठी इंडो-आर्यन संस्कृती अशा संयुक्त संस्कृतीचा भक्कम पाया घालण्यात आला. त्यातूनच या समस्येला कायमस्वरूपी उत्तर मिळू शकले. अन्य काही परकीय घटकसुद्धा भारतात आले आणि त्यांना येथील समाजात (स्वीकारले) शोषले गेले...... अशा पद्धतीने धर्म आणि तत्त्वज्ञान, इतिहास आणि परंपरा, प्रथा आणि सामाजिक रचना अशा बहुतेक सर्व घटकांना एकत्रित करणारी संस्कृती तयार झाली. या संस्कृतीला तुम्ही ब्राह्मण्यवाद किंवा दुसरा शब्द वापरायचा तर हिंदुत्ववाद म्हणू शकता. ते राष्ट्रवादाचे प्रतिक बनले. हा खरोखरच आमचा राष्ट्रीय धर्म म्हणता येईल. या प्रतिकाशी वांशिक आणि सांस्कृतिक अशा अंत:प्रेरणा निगडित आहेत.आजच्या राष्ट्रवादाचा पाया या आधारे तयार झाला आहे.(नेहरू १९८२,१३८)

नेहरुंच्या या मांडणीतील काही घटक नक्कीच हिंदुत्ववादी विचार प्रवाहाच्या मांडणीशी साधर्म्य सांगणारे आहेत. ते नक्कीच धक्कादायक आहेत. नेहरूंनी कायम जातिव्यवस्थेचा धिक्कार केला आहे. राजकारणात जातिव्यवस्थेचे आक्रमण त्यांना मान्य नव्हते; ब्राह्मणेत्तर घटकांची आणि दलित समाजांची राखीव जागांची मागणी

नेहरूंना विभाजनवादी मागणी वाटत असे. अशा मागण्या नेहरूंनी बराच काळ दुर्लक्षित ठेवण्याचा प्रयत्न केला. जातीच्या ऐतिहासिकतेविषयी नेहरूंनी केलेल्या मांडणीमध्ये त्यांनी जात हा आवश्यक कार्यकारणात्मक आणि एकात्मिक घटक आहे, असा दृष्टिकोन मांडला आहे. नेहरूंवर मार्क्सवादाचा काही प्रमाणात वरवरचा प्रभाव असेल. परंतु त्यांच्या एकूण दृष्टिकोनात भारतीय समाजातील शोषणाबाबत आणि सामाजिक आंतरविरोधाबाबत सखोल समज दिसत नाही. जाती विषयक आपले मत मांडताना नेहरू म्हणतात :

> जात ही सेवा आणि कार्य यावर आधारित एक गटप्रणाली होती. ही व्यवस्था सर्वसामावेशक आणि कोणत्याही गैरधारणाविना कार्यरत होती. या प्रणालीत सर्व गटांना पूर्णतः मोकळीक होती. .... सर्वसाधारणपणे असे म्हणू शकतो, की ही एक स्पर्धात्मक आणि उदार अशी सामाजिक रचना होती. त्यामुळे या जाती विभागणी व्यवस्थेमुळे कोणताही फरक पडत नव्हता. या व्यवस्थेचा शीर्षस्थानी ब्राह्मण होता त्याला आपली बुद्धिमत्ता शिक्षण याविषयी अभिमान असे आणि इतरांनाही ब्राह्मणाविषयी आदर असे ब्राह्मणाकडे क्वचितच भौतिक संपन्नता असे. ....

नेहरू म्हणतात व्यापाऱ्यांना फार उच्च स्थान नव्हते. खूप मोठा समाज हा शेती करणार होता. त्यांच्याकडे जमिनीचे हक्क होते. ते आपल्या उत्पन्नातील एक शष्टांश इतका हिस्सा राजाला किंवा शासनाला देत असत. ''अशाप्रकारे समाजातील सफाई करणाऱ्या गटासह प्रत्येक गटाला उत्पन्नातील वाटा मिळत असे'' (आयबीआयडी.,२५२-५३)

एकोणिसाव्या शतकाच्या अखेरच्या काळात आणि विसाव्या शतकाच्या सुरुवातीच्या काळात भारतीय सामाजिक इतिहासाचा ब्राह्मणी वर्चस्ववादी अर्थ लावण्यात आणि हिंदुत्ववाद आकाराला येण्यात नेहरूंचा सेक्युलरिझम किती प्रमाणात कसा आधारभूत ठरला, हे यावरून लक्षात येते. नेहरूंच्या सेक्युलर भूमिकेचा स्वतःला हिंदुत्ववादी न म्हणणाऱ्या लोकांना जसा आधार मिळाला, त्याचप्रमाणे स्वतःला कट्टर हिंदुत्ववादी म्हणवणाऱ्या लोकांनाही त्यांच्या भूमिकेचा उपयोग झाला. जातीविरोधी भुमिका घेणाऱ्या पुरोगामी लोकांनी उभ्या केलेल्या वैचारिक आव्हानाकडे दुर्लक्ष करून आणि हिंदू संस्कृती या संकल्पनेची सखोल छाननी न करतात भारतीय डावे आणि पुरोगामी अभिजनांनी ब्राह्मणी श्रेष्ठत्व आणि अधिकार स्वीकृत केला. त्यायोगे अभिजन वर्गाचे सत्तेचे अधिकार मान्य केले गेले. अभिजन वर्गाकडे समाजाच्या पालकत्वाचे अधिकार बहाल केले गेले. नेहरूवादी धारणांमधून धार्मिक सलोखा किंवा सेक्युलरिझम सर्वधर्मसमभाव हा प्रभावी शासनामार्फत समाजात सहजपणे राबवला जाऊ शकतो, अशी कल्पना केली गेली. भारतातील औद्योगिक विकासाच्या पद्धतीत अपेक्षित असलेल्या स्थितीवादी रचनेशी सुसंगत अशी ही धारणा होती. याविषयी ग्यान पांडे म्हणतात :

> १९३० च्या आणि १९४० च्या दशकात शिक्षित आणि विद्वान आणि अभिजन नेतृत्वाचे महत्त्व

प्रभावीपणे ठसविण्यात आले. देशातील मागास जनतेच्या प्रगतीसाठी अशा नेतृत्वाची गरज असते, असे प्रस्थापित करण्यात आले........ त्यासाठी इतिहासातील चंद्रगुप्त मौर्य, अशोक, अकबर यांच्यासारख्या महान नेत्यांनी भारतीय एकता कशी प्रस्थापित केली आणि महान साम्राज्य उभी केली याची उदाहरणे देण्यात आली. त्याचप्रमाणे नेहरू आणि पटेल यांच्यासारखे महान नेते नव्या भारताची एकता उभारत आहेत आणि त्यासाठी शासन हे महत्त्वाचे साधन आहे, असे मांडण्यात आले. विसाव्या शतकातील उदारमतवाद्यांनी समाजात स्थितीवादी भूमिका प्रस्थापित करण्यापलीकडे काहीही भले केले नाही. (पांडे १९९०,२५३-५४)

अशाप्रकारे हिंदुत्ववादाची यशस्वीपणे 'बांधणी' करण्यात आली. त्यामुळेच हिंदुत्ववाद प्रस्थापित झाला. तसेच बहुसंख्यांकांचा धर्म म्हणजेच हिंदू धर्म ही धारणा औद्योगिकीकरणपूर्व मागास शेतकरी गटावर लादली गेली. या परीप्रेक्ष्यात गांधींनी त्यांच्या समजुतीनुसार या औद्योगिकीकरणपूर्व शेतकरी समाजाशी आपले नाते सांगितल्याचे दिसते; नेहरूंनी मात्र या समाज गटाला मागास आणि दुय्यम ठरविले होते. परंतु गांधी आणि नेहरू या दोघांच्याही दृष्टिकोनात हिंदुत्ववाद हा मुख्य गाभा होता. त्या दोघांच्या भूमिकेत ज्ञानी, शिक्षित अशा पालकत्व घेणाऱ्या नेतृत्वाची आवश्यकता मांडली गेली होती. या दोन्ही प्रकारच्या भूमिका हिंदू अस्मितेला बाजूला ठेवण्यात आणि त्या मूलभूत सुधारणा घडवून आणण्यात अयशस्वी ठरल्या. हिंदू धर्माच्या धार्मिक केंद्रस्थानी खालच्या जातीतील माणसांना संपूर्ण सहभागी करून घेण्यात यशस्वी ठरल्या. मात्र हिंदू धर्मातील विद्वेषी आणि आक्रमक घटकांना पोषक अशी भारताची राष्ट्रीय अस्मिता उभी करण्यापासून रोखू शकले नाहीत. १९९० च्या दशकापर्यंत गांधीवाद आणि नेहरूवाद या दोन्ही बाबत जनतेमध्ये एक व्यापक निराशा निर्माण झाली. 'हिंदू राष्ट्रवाद' अत्यंत आक्रमकपणे प्रस्थापित झाला.

या पार्श्वभूमीवर एक लक्षात घ्यायला हवे, की सुरुवातीपासूनच हिंदुत्ववादाच्या उभारणीला मूलभूत आव्हान आकाराला येत होते. वसाहतवादाच्या सुरुवातीपासूनच पश्चिम भारतातील शूद्र जातीतील जोतिबा फुले यांच्यासारख्या पुरोगामी विचारवंतांनी अशी वैचारिक भूमिका मांडली होती. त्यापूर्वी काही शतके या हिंदुत्ववादी भूमिकेला आव्हान देणारे वैचारिक प्रवाह दलित, बहुजन, समतावादी परंपरांमध्ये पाहायला मिळतात. त्याची सुरुवात गौतम बुद्ध आणि श्रमण परंपरेपासून पाहायला मिळते. म्हणूनच हिंदुत्ववादापूर्वीपासून अस्तित्वात असलेल्या या महान परंपरांचे पुन्हा एकदा ऐतिहासिक अवलोकन करणे आवश्यक आहे.

***

प्रकरण दोन

हिंदू धर्मपूर्व बौद्ध जीवनदृष्टी

> भिक्खुंनो, सर्वकाही जळत आहे. जळणारे सर्व काय आहे? डोळा हाच अग्नी आहे. सर्व आकार म्हणजे अग्नी आहे. डोळ्यातील जाणीव ज्वलंत आहे. डोळ्यातील चैतन्य म्हणजे अग्नी आहे आणि सुखदुःख किंवा दुःख सुख वेदना यांच्यामार्फत अनुभवाला आलेले सर्व ज्वलंत आहे. ही आग कशामुळे आहे? ही आसक्तीची आग, तिरस्काराची आग, संभ्रमाची आग आहे. मी सांगतो, जन्म, वृद्धत्व आणि मृत्यू, दुःख, विलाप, वेदना, तणाव आणि निराशा हे सर्व अग्नी (रूप) आहे.........
>
> अनुवाद : **थनीस्सरो भिक्खू** (उपरेती १९९७,११२)

हे आहे, बुद्धाचे अग्निप्रवचन. या ठिकाणी गौतम बुद्धाचा मुख्य भर मानवाच्या आध्यात्मिक स्थितीविषयी आहे. हे एक मानसशास्त्रीय विवेचन आहे. हाव आणि आसक्ती हे शत्रू आहेत. परंतु त्याचबरोबर हे विवेचन म्हणजे एक प्रकारे काळाविषयीचे रूपक आहे. पहिल्या सहस्रकाच्या मध्यावर येथील समाजात मूलभूत बदल घडत होते. जणू या बदलांमुळे एक प्रकारे समाजात आग पेटली होती. लोखंडाचा आणि इतर धातूंचा शोध लागला होता. त्यामुळे शेती उत्पादनात मोठी वाढ झाली होती. व्यापारउदीम मोठ्या प्रमाणात वाढला होता. नगरांची संख्या वाढत होती आणि मगध कौशल ही (सध्याच्या बिहार राज्यात असलेली) नवीन साम्राज्ये आकाराला येत होती. ही साम्राज्ये जुन्या अर्ध टोळी-राजवटी आणि समाज रचनांना आव्हान देणारी होती.सामान्य लोक या व्यापारीकरणाच्या आणि नव्याने निर्माण होणारे वर्गीय समाज अशा बदलांच्या तणावात होते. दास-कम्मकार (गुलाम/कामगार) यांच्यामुळे

अतिरिक्त उत्पादन तयार होत होते. कारागिरांच्या संस्था भरभराटीला आल्या होत्या. श्रीमंत व्यापारी आणि जमीनदार वाढले होते. याच काळात दोन मोठे विचार प्रवाह आकाराला येत होते ते म्हणजे, ब्राह्मणी प्रवाह आणि श्रमणिक --- या दोन विचारप्रवाहात मोठे वाद होते.

ब्राह्मणी प्रवाहाची तत्त्वज्ञानात्मक बैठक मुख्यतः जंगलात, एकांतवासात राहणाऱ्या विचारवंतांनी तयार केली होती. नव्याने उदयाला येणाऱ्या राजवटींचे सल्लागार म्हणून काम करणारे अभिजन वर्गातील लोक या ब्राह्मणी प्रवाहाच्या धार्मिक प्रथा-परंपरा व्यवहारात आणण्याचे काम करत होते. बौद्ध परंपरा आणि अन्य श्रमणिक परंपरांनासुद्धा संसारी जीवनाचा त्याग केलेल्या साधूंचा आधार होता. मात्र हे साधू जंगलात एकांतवासात राहत नव्हते. यापैकी बौद्ध परंपरेतील अनेक साधू वर्षातील मोठा काळ मठात राहत असत. असे बौद्ध मठ नगरांच्या आसपास असत. या परंपरांना नव्याने उदयाला येणाऱ्या व्यापारी वर्गाचा आणि कष्टकरी शेतकऱ्यांचा मुख्य पाठिंबा असे. बौद्धमत आणि जैनमत या दोन्ही प्रवाहबाबत असे दिसून येते. जैन धर्म अशा विरोधी वातावरणातही दीर्घकाळ टिकून राहिला. त्यामुळे जैन धर्म मोठ्या प्रमाणात व्यापारी वर्गाचा धर्म झाला.

हा काळ जातींच्या (जात व्यवस्था) निर्मितीचा अतिशय आरंभीचा काळ होता.ब्राह्मणी विचारप्रवाहातर्फे जात ही कल्पना नव्याने मांडली जात होती. वासेत्था या तरुण ब्राह्मणाने 'ब्राह्मण म्हणजे कोण?' असा प्रश्न विचारला असता 'ब्राह्मण कुटुंबात सात जन्म घेतलेला किंवा उच्च कुलीन वर्तणूक असलेला, जन्माने (जाती) किंवा कर्माने जगणारा मनुष्य' असे उत्तर देण्यात आले --- पण बुद्धाने या प्रश्नाला उत्तर देताना माणसा माणसातील सर्व प्रकारचे जीवशास्त्रीय (जातीशी संबंधित)फरक स्पष्टपणे नाकारले होते. एखादी व्यक्ती काय कम्म (कर्म) करते, यावरून तिचे स्थान ठरविले पाहिजे, असे सांगितले होते.

बुद्धाच्या एका *जातक कथेत* काळाविषयी असा युक्तिवाद केला होता : त्यामध्ये बुद्ध सांगतो, की नागा कुटुंबात जन्मलेला (नागा हे बहुदा आदिवासी राजवटीचे नाव असावे) गौतम बुद्ध, ब्राह्मण्यवादाची स्तुती करणाऱ्या त्याच्या चुलत भावाला विरोध करत आहे :

वेदांचा अभ्यास करणे वगैरे विद्वानांची कामे आहेत,
आणि या पांडित्याचा उपयोग ते इतरांना फशी
पाडण्याकरिता करतात.
सत्ता व संपत्ती हस्तगत करण्यासाठी,
हास्यास्पद आणि निरुपयोगी नियम व धर्मशास्त्र ते तयार करतात.

अध्ययन करता ब्राह्मण, शासनाकरता खत्तिय (क्षत्रिय अशा अर्थाने)
जमिनीच्या मशागती खातर वेस्स, सर्वांचे सेवा करायला सुद्द
आणि अनादी कालापासून ईश्वराच्या इच्छेनुसार असेच चालत आले आहे
सर्वत्र हे नियम पाळले जाताना आपल्याला दिसत असतात,
ब्राह्मण बळी देतात खत्तिय सत्ता गाजवतात,
वेस्स शेती करतात, सुद्द सेवा करतात.
सत्य मात्र हेच आहे की हे स्वार्थी लोक सर्वत्र
कपट पसरवत आहेत,
आणि मूर्ख त्यांच्या या कपोलकल्पित गप्पांवर अगदी सहजी विश्वास ठेवतात.
ज्याचे डोळे उघडे आहेत, त्याला मात्र हे उद्वोगजनक
वास्तव स्पष्ट दिसते.
ब्रह्मदेव स्वतःच त्याच्या लेकरांना सन्मार्गाला का नाही लावत?
जगाच्या उत्पत्तीच्या वेळेस स्त्री व पुरुष दोन्हीही नव्हते,
माणसाच्या मनानेच त्याला प्रकाश दाखविला,
सुरुवातीच्या काळात सगळेच समान होते, नंतर मात्र
त्यांच्याकडून होत गेलेल्या चुकांमुळे प्रत्येकाचे स्थान बनत गेले,
पूर्व पुण्याईच्या अभावामुळे नव्हे, तर वर्तमानातील दोषांमुळे
एखाद्या व्यक्तीचे स्थान पहिले की शेवटचे असेल ते ठरते.
एखादा मुलगा खालच्या जातीचा असेल,
पण अंगभूत हुशारीच्या बळावर
त्याने शास्त्रीय वचने वाचली तरी त्याच्या मस्तकाची
काही शकले होत नाहीत.
ब्राह्मणांचे वेद, खत्तीयांची धोरणे दोन्हीही
अनियंत्रित आणि फसवी आहेत,
दोघेही रस्त्यावरून एखाद्या प्रचंड पुरात सापडलेल्या आंधळ्यासारखे चाचपडतच
चालतात.

(कॉवेल १९०७, जातक क्र. ५४३)

वरील मांडणीवरून एक गोष्ट स्पष्ट होते की, समाज आणि शासन याविषयी, तसेच उद्बोधनाविषयी बौद्ध दृष्टिकोन ब्राह्मणी दृष्टिकोनापेक्षा पूर्णतः वेगळा होता. बौद्ध जीवनदृष्टीनुसार सत्ताधाऱ्यांनी प्रामाणिक 'चक्कवती राजा' असावे आणि धर्म चक्राचे पालन करावे. त्याने आपल्या नोकरशहांना वेतन द्यावे, व्यापाऱ्यांना भांडवल पुरवावे, शेतकऱ्यांना बी-बियाणे द्यावे, गरिबांना मदत करावी -- अशा रीतीने धम्मचक्राचे आचरण करणे अपेक्षित होते. या दृष्टिकोनाशी पूर्णतः विपरीत असा ब्राह्मणी दृष्टिकोन होता. ब्राह्मणी दृष्टिकोनानुसार सत्ताधाऱ्याचे मुख्य कर्तव्य

वर्ण-संकर विरोधी कायद्याची अंमलबजावणी करणे, जातीजातींच्या सरमिसळीला विरोध करणे हे होते.संघराज्यामध्ये सामान्य जनतेवर बौद्ध मताचा प्रभाव होता. या राज्यांमध्ये प्रबोधन आणि ध्यानधारणा करण्याला महत्त्व होते. तरीही महायान बौद्धवादाच्या काळानंतरच सर्वसामान्य माणूसही निर्वाण स्थिती साध्य करू शकतो हे सर्वमान्य झाले. तरीही या राज्यामध्ये धार्मिक उपचार आणि विधी यापेक्षा प्रामाणिक मानवी नातेसंबंधांना अधिक महत्त्व दिले जात होते.

दिघनिकाय मधील *सिगोलवाद* सुत्तमध्ये (१) सिगोल या तरुण व्यापाऱ्याला पुढील सूचना दिल्या जातात. त्याने विविध धार्मिक विधी करण्यापेक्षा समाजातील चार घटकांशी योग्य पद्धतीचे नाते निर्माण करणे आवश्यक आहे. ते चार घटक म्हणजे शिक्षक, मित्र, पत्नी आणि दास कम्मकार किंवा कर्मचारी. असे सांगून पुढे हे नातेसंबंध कसे परस्परपूरक असावेत त्याचे वर्णन केले आहे.दासकमकार किंवा कर्मचाऱ्यांना योग्य ते वेतन द्यावे, आराम करण्यासाठी वेळ द्यावा. काही सुखसुविधा द्याव्यात. या बदल्यात कर्मचाऱ्यांनी आपल्या मालकासाठी आनंदाने काम करावे. मालक उठण्यापूर्वी सकाळी लवकर उठावे, मालक झोपल्यावर रात्री झोपावे आणि मालकाला दुवा द्यावा. उद्योगधंद्याला प्रोत्साहन द्यावे. संपत्ती निर्माण करण्याचा स्रोत नष्ट न करता मधमाशा ज्याप्रमाणे फुलाफुलातून मध गोळा करतात, त्याप्रमाणे उद्योगांनी संपत्ती जमा करावी. उद्योगातून मिळालेल्या नफ्यातील निम्मा नफा पुन्हा उद्योगात गुंतवावा. उरलेल्या नफ्यातील एक भाग बचत करावी आणि एक भाग वापरावा.

बौद्ध धर्म ठामपणे जाती विरोधी होता. बौद्ध धर्माने जात केवळ नाकारली नाही तर बौद्ध वाङ्मयात त्या त्या काळातील चांडाळ म्हणून उल्लेख केला जाणाऱ्या अस्पृश्य लोकांच्या सामाजिक सहभागाचे महत्त्व वारंवार अधोरेखित आले आहे. सुत्तनिपात मधील वासेथ्थसुत्त हे *वासेलसुत्ता*च्या विरुद्ध आहे. या *वासेलसुत्ता*मध्ये चांडाळांचा प्राचीन नायक मातंगाचे अतिशय गौरवपूर्ण वर्णन करण्यात आले आहे.वासेथ्थसुत्त मध्ये याचे आणखी वर्णन आहे. या मातंगासमोर समाजातील प्रतिष्ठित आणि ब्राह्मणही नतमस्तक होत. जातकात ही कथा अधिक सविस्तर दिली आहे. चांडाळ हे कायम ब्राह्मणविरोधी असल्याचे वर्णन आहे. उदाहरणार्थ, एका कथेत असे वर्णन आहे, की

तळटीप [१] : दिघनिकाय किंवा दीर्घ प्रवचन संग्रह हा बौद्ध धार्मिक साहित्यातील पाच संग्रहापैकी पहिला संग्रह आहे. सुत्तपिटकमध्ये तीन भाग आहेत. त्यापैकी हा एक भाग आहे. थेरवाद बौद्धमत या पाली तिपिटकातून वरील माहिती घेतली आहे.

बुद्धाचा सर्वात आदरणीय मानला गेलेला शिष्य सारीपुत्त एकदा चांडाळ म्हणून जन्म घेतो आणि आपल्या ब्राह्मण शिष्याला खरी आध्यात्मिक शिकवणूक देतो. तो ब्राह्मण शिष्य सारीपुत्ताच्या प्रश्नांची योग्य उत्तरे देऊ शकत नाही म्हणून सारीपुत्त त्याला आपल्या ''पाया खालून जायला लावतो''(कॉवेल १८९५,जातक क्र. ३७७) एकंदरीने पाहता बुद्धवादाने सामाजिक व्यवस्था निर्माण करण्याच्या क्षेत्रात ब्राह्मण्यवादाशी फार मोठा संघर्ष केला. या संघर्षामधून बुद्धवादाने अस्पृश्यांना महत्त्वाचे स्थान मिळवून दिले होते. बौद्ध साहित्यात अस्पृश्यांचे चित्रण बौद्ध धर्माचे सच्चे अनुयायी असे केले गेले नसले, तरी त्यांना नक्कीच धार्मिक/ आध्यात्मिक प्रतिष्ठा देण्यात आली होती.

या मागील आध्यात्मिक उद्दिष्ट काय असावे? तर इर्षामुक्त,समतोल वृत्ती,अभिलाषेचा अग्नी आणि हाव यापासून मुक्ती. हे अध्यात्मिक उद्दिष्ट! याचे वर्णन *धम्मपाद*(२) मधील २५१ क्रमांकाच्या वचनात पुढील प्रमाणे केले आहे. (बुद्धाची अशी मार्गदर्शनपर एकूण ४२३ वचने आहेत. आपल्या जीवनकाळात वेगवेगळ्या वेळी बुद्धाने ही वचने सांगितली होती.) ''इर्षेसारखा अग्नी नाही, अपराधगंडासारखी शृंखला नाही, अभिलाषेसारखे मोहाचे जाळे नाही, हाव वाटत राहणे यासारखी नशा नाही''. हे आदर्श चित्रांकित करणाऱ्या बुद्धाच्या हजारो प्रतिमा आहेत. या प्रतिमांमध्ये बुद्धाच्या चेहऱ्यावर शांत, कोणत्याही प्रकारचा तणाव किंवा वेदांनारहित समाधानी मुद्रा पाहायला मिळते. हा देव परका वाटत नाही. खरंतर तो देव वाटतच नाही. आयुष्याचे सार्थक झालेल्या प्रत्येक माणसाचा चेहरा असाच असावा, असे वाटते. हा एक सेवा करणारा धर्म वाटतो. हेच वर्णन बुद्धाच्या शेवटच्या उपदेशामध्ये पाहायला मिळते,

> '' हे दुर्जना,मी मरणार नाही ! जोपर्यंत या जगातील बंधू-भगिनी आणि उभयलिंगी सामान्य शिष्य समर्थ होत नाहीत, शहाणे आणि प्रशिक्षित होत नाहीत, ग्रंथांशी त्यांची चांगली ओळख होत नाही , आयुष्यातील लहान-मोठे कर्तव्य ते पूर्ण करत नाहीत , नैतिक उपदेशानुसार चालणार नाहीत , शिकवण आत्मसात करून इतरांना त्याप्रमाणे वागायला सांगत नाहीत, अदभूतरित्या परिणामकारक असलेल्या सत्याचा दूरवर प्रसार करत नाहीत, तोपर्यंत मी मरणार नाही'' (महापरिनिब्बाण सुत्त, , ३) [(३)]

बहुजन सुखाय, बहुजन हिताय हे प्रसिद्ध सुभाषित बुद्धाच्या सामाजिक उद्दिष्टाचे वर्णन आहे. सर्वांबद्दल सहवेदना आणि सर्वांचे कल्याण हे उद्दिष्ट आहे. तसेच बुद्धांनी उच्चारलेले शेवटचे वचन *अत्त दीप भव* - तुच तुझा मार्गदर्शक हो! हे बुद्धाच्या शिकवणुकीचे सार तत्व आहे.

तळटीप (३) : महापरिनिब्बाण सुत्त, , ३ --- याचे पाली भाषेतून इंग्रजीमध्ये भाषांतर भगिनी वजीरा आणि फ्रान्सिस स्टोरी यांनी केले आहे ; पहा http://www.accesstoinsight.org/tipitaka/dn/dn.16.1-6.vaji.html, accessed 29 July 2010.

बुद्धाने जी संस्कृती निर्माण करण्याचा प्रयत्न केला, त्या संस्कृतीची काही चिन्हे आजही बुद्धाच्या पाषाणशिल्पात आणि लेण्यांमध्ये बघायला मिळतात. काही नाजूक आणि विषयासक्त रंगीत चित्रे बौद्ध विहारातून पाहायला मिळतात. या सर्व लेण्या आणि विहार व्यापारी मार्गांवर आढळतात. ती व्यापारी केंद्रं होती. त्या काळात भारत एका बाजूला ग्रीस आणि रोमपर्यंत व्यापारी मार्गाने जोडलेला होता. तर दुसऱ्या बाजूला चीनपर्यंत भारतीय व्यापारी जात होते. बौद्ध धर्म आणि भारतातील मलमल या व्यापारी मार्गाने सर्वत्र पोहोचली. यातून निर्माण झालेले साम्राज्य अशोकाच्या काळात पाहायला मिळते. अशोकाने या भूमीवर नैतिकता रुजवण्याचा प्रयत्न केला. या भूमीवर पसरलेले अशोक स्तंभ याची साक्ष आहेत.

बौद्ध धर्म हा एकमेव धर्म किंवा परंपरा नव्हती ; जैन धर्म, भौतिकवादी लोकायत परंपरा तसेस, आजीविका आणि शैव धर्म अशा अन्य श्रमण पंथपरंपराही महत्त्वाच्या होत्या. परंतु बौद्ध धर्म हा अनेक कारणांमुळे अधिक प्रभावी आणि प्राचीन भारतातील संस्कृती उभारणारा ठरला.

बौद्ध धम्माचा मुख्य संदेश म्हणजे जीवनाची क्षणभंगुरता किंवा अनिच्च(अनित्यता) तत्व हे आहे. बौद्ध धर्म हा भारतात क्षणभंगुरच ठरला. बौद्ध धम्माने नैतिकतेच्या पायावर भारतीय संस्कृतीला बहार आणला होता. या उलथापालतीच्या काळात अन्य परकीय आक्रमकांच्या राजवटींशी संगनमत करून ब्राह्मणी धर्मही विकसित होत राहिला. बौद्ध धर्म त्याच्या सर्वोच्च उत्कर्षाच्या काळातही कोणत्याही राजवटीचा अधिकृत शासकीय धर्म नव्हता. काही राजांनी बौद्ध धर्माचा जरूर पुरस्कार केला. परंतु, त्या राजांनी अनेक तत्ववादाचा पुरस्कार केला. बौद्ध संघ कायम राजकारणापासून अलिप्त राहिले. कदाचित त्यामुळेच बौद्ध धर्माचा ऱ्हास झाला. पहिल्या सहस्रकाच्या मध्याला ब्राह्मणीधर्म पुन्हा एकदा चढाईवर आला. पहिली हजार वर्षे, म्हणजे वर्णाश्रम धर्माचा काळा कालखंड होता, असे सांगितले जाते. तोच वर्णाश्रम धर्म पुन्हा एकदा सर्वत्र यशस्वी होत गेला. मधल्या काळात काही वेळा मुस्लिम आक्रमणांमुळे त्यात खंड पडला होता. साधारणपणे आठवे शतक ते बारावे शतक या काळात ब्राह्मणी धर्माच्या पाठिंब्याने जाजामणी व्यवहारावर आधारित नवा खेडी समाज रचना निर्माण होऊ लागला. या समाज रचनेत अतिरिक्त उत्पन्नाचे वाटप जाजामणी पद्धतीने होऊ लागले या पद्धतीत प्रत्येक जातसमूह आपापले कर्तव्य पार पाडत असे. त्यानुसार अतिरिक्त उत्पन्नातील आपला वाटा मागत असे. याच काळात अस्पृश्य जातींना स्वतंत्र वस्त्यांमध्ये राहणे बंधनकारक केले गेले. अशा रीतीने 'हिंदू धर्म' आकाराला येऊ लागला, अर्थात तेव्हाही या धर्माचे नाव हिंदू धर्म असे प्रचलित झाले नव्हते.

तेव्हाही हिंदू धर्माला होणारा विरोध थांबला नव्हता. इस्लामने आपल्याबरोबर समानतेचा संदेश आणला होता. परंतु मध्ययुगीन काळात हा संदेश काहीसा बाजूला

पडला आणि मुस्लिम सुलतान आणि सम्राटांनी भारतीय अभिजन वर्गाबरोबर आघाडी करून जातीयतेचे नियम राबविण्यासाठी भारतीय अभिजन वर्गाला मदत केली. असे असले तरी भारतीय समाजातील खालच्या स्तरावर सुफीवादाच्या माध्यमातून समता आणि ईश्वर भक्तीची नवी ऊर्जा पसरत राहिली. हा आणि असे अन्य धार्मिक प्रवाह दलित बहुजन समाजात पसरत होते. त्यातूनच नव्या बंडाचा पाया घातला गेला. पुरोगामी भक्तीचा नवीन जीवनदृष्टी देणारा प्रवाह उभा राहिला.

***

प्रकरण तीन

हिंदू धर्मपूर्व भक्तीपंथाची जीवनदृष्टी

खेळ मांडियेला वाळवंटी घांई
नाचती वैष्णव भाई रे ।
क्रोध अभिमान केला पावटणी
एक एका लागती पायीं रे ।
नाचती आनंदकल्लोळी
पवित्र गाणे नामावळी ।
कळिकाळावरि घातलीसें कास
एकएकाहुनी बळी रे।
गोपीचंदनउटी तुळशीच्या माळा
हार मिरवती गळा
टाळ मृदुंग घाई पुष्पवरुषाव
अनुपम्य सुखसोंहळा रे ।
लुब्धलीं नादी लागली समाधी
मूढ जन नर नारी लोकां ।
पंडित ज्ञानी योगी महानुभाव
एकचि सिद्धसाधका रे ।
वर्णाभिमान विसरली याति
एकएकां लोटांगणी जाती।
निर्मळ चित्तें जाली नवनीतें
पाषाणा पाझर सुटती रे ।

होतो जयजयकार गर्जत अंबर
मातले हे वैष्णव वीर रे ।
तुका म्हणे सोपी केली पायवाट
उतरावया भवसागर रे ।
(तुकाराम गाथा,१९७३ १८९)

बाराव्या शतकानंतर समाजात प्राचीन समतावादी परंपरा व्यक्त करणाऱ्या नव्या चळवळी पुन्हा एकदा सुरू झाल्या. अशा प्रकारच्या नव्या चळवळींपैकी महत्त्वाची नोंद घेण्याजोगी चळवळ म्हणजे लिंगायतांची चळवळ. या चळवळीची स्थापना उत्तर कर्नाटकातील बसवण्णा यांनी केली. बसवण्णा हे स्वतः ब्राह्मण होते आणि कल्याण राजवटीत मंत्री होते. परंतु बसवण्णांनी ब्राह्मण्यत्वाची खूण असलेले जानवे आणि पौरोहत्याचे अधिकार हे सर्व नाकारले. त्यांनी शुद्ध स्वरुपातील शैववाद लोकांना शिकवला. बसवण्णांच्या शैववाद मांडणीत त्यांनी गळ्यात धारण केलेले पवित्र लिंग आणि त्या पवित्र लिंगाची भक्ती याला महत्त्व दिले होते. लिंगायत पंथाची देवळे नव्हती. त्याऐवजी या पंथाची मुक्त विचारविनिमय करण्यासाठी केंद्र होती. शैव पंथामध्ये फिरते राहण्याला महत्त्व होते. या पंथामध्ये स्त्री पुरुष दोघांनाही गळ्यामध्ये लिंग धारण करण्याची आणि सर्व समारंभात पौरोहित्य करण्याचा अधिकार होता. बसवण्णांनी ब्राह्मणी धर्मातील मूर्ती पूजेची टिंगल केली होती.एकेश्वरवादाचा पुरस्कार केला होता. किंबहुना सर्व पुरोगामी भक्तीपरंपरेतील पंथांच्या बाबत हे लागू आहे.

हा मातीचा घट म्हणजे देव.
हा जेताभक्त ही देव.
हा रस्त्यातील दगड म्हणजे ही देव.
ही फणीसुद्धा देव.
हे धनुष्य म्हणजे ही देव.
ही मापे म्हणजे देव आणि हा उसळता झरा म्हणजेही देव.
देव, देव इतके सारे देव. कुठे पाय ठेवायलाही जागा नाही.
जगात केवळ एकच देव असतो
तो म्हणजे आमचा सरिता संगमावरील भगवान.
(रामानुज, १९७३ १९३)

अखेरीस या शैवपंथ चळवळीने जात आणि अन्य सामाजिक भेद स्पष्टपणे नाकारले होते,
तुम्ही कोणत्या पार्श्वभूमीचे आहात, याचा अर्थ काय?
शिवलिंग धारण केलेला प्रत्येक जण
चांगल्याच घरातील आहे!

एकदा सर्व जाती एकमेकात मिसळल्यावर
आपण भक्तांच्या जातीपातीची
आणि
पार्श्वभूमीची कशाला चौकशी करायची?
त्याचा अर्थ असा आहे की
उमा त्याची माता आणि रुद्र त्याचा पिता, खरोखरच सर्व शिवपाईक त्याचे समाज बांधव
आणि मी त्या सर्वांचे उष्टे आनंदाने स्वीकारतो
कारण सर्व शिवभक्त माझे आहेत
हे देवा, सर्व सरितांच्या माहेरा.....
(शौटन १९९५,५५)

वीरशैव पंथात ही भूमिका किती आग्रहपूर्वक पाळली जात होती, याचे उत्तम उदाहरण सांगता यईल. ते म्हणजे बसवण्णा यांनी आपल्या पंथातील एका दलित सदस्याच्या मुलाचे लग्न एका ब्राह्मण सदस्याच्या मुलीशी लावले होते. बसवण्णा स्वतः जरी मंत्री असले, तरी त्यांची ही कृती कल्याण राज्यात स्वीकारली गेली नाही. बसवांच्या पंथातील या लग्नामुळे प्रस्थापितांमध्ये तीव्र प्रतिक्रिया उमटली. वधू-वरांच्या पालकांची क्रूरपणे हत्या करण्यात आली. एवढेच नाही तर या घटनेवरून कल्याण राज्यात नागरी युद्ध भडकले आणि लिंगायत पंथांच्या नागरिकांना राज्याबाहेर हाकलून देण्यात आले. लिंगायत पंथ क्षीण होत गेला. पुढे पंधराव्या शतकात पुन्हा एकदा लिंगायत पंथाचे पुनरुज्जीवन झाले. परंतु यावेळेस लिंगायत पंथ बराच मवाळ आणि तडजोडवादी झाला होता. नंतरच्या काळात जात विरोधी आणि वर्ण-संकर विरोधी नियमांना आव्हान देणाऱ्या अनेक भक्ती चळवळी झाल्या होत्या.

अशा चळवळींपैकी एक महत्त्वाची तामिळ पुरोगामी चळवळ म्हणजे तमीळ सिद्ध चळवळ. ही चळवळ फारच कमी चर्चेत येते. या चळवळीचे नेते अनिश्चिततेच्या धुक्यात हरवून गेले असावेत. परंतु या चळवळीने जातिव्यवस्था आणि प्रथांपरंपरांना कडवा विरोध केल्याचे दिसते. पंबत्ती चित्तर यांच्या म्हणण्यानुसार या पंथाचे अनुयायी भक्त '' नाच, सर्पा, नाच !'' असे म्हणत आणि गात,

आम्ही जाळून टाकू जातिभेद
आम्ही करू तात्विक वाद भर बाजारात
आम्ही ठेवू संबंध बहिष्कृत घरांबरोबर
आम्ही करू संचार सर्वत्र

अनुवादकाची नोंद : डॉ. जे. पी. शौटन हे वीरशैव संप्रदायाचे डच अभ्यासक आहेत. त्यांनी रेव्होल्युशन ऑफ द मिस्टिक्स : ऑन द सोशल ॲस्पेक्टस ऑफ वीरशैवीजम हा ग्रंथ लिहिला आहे.

(कैलासपती १९८७, ३९१)
त्याचप्रमाणे या पंथाने पुनर्जन्माची कल्पनाही व्यापक प्रमाणात नाकारली होती. त्यासंबंधी या पंथाचे पुढील गीत पाहा :
दूध काही कधी परत (गायीच्या) आचाळात जात नाही,
तसेच लोण्यापासून काही ताक तयार होऊ शकत नाही.
एकदा केलेला शंखध्वनी काही अस्तित्वात राहू शकत नाही;
झाडावरून पडलेले फुल आणि फळ परत झाडाकडे जाऊ शकत नाही; (तसेच) मृत पावलेली व्यक्ती परत जन्माला येऊ शकत नाही, कधीच नाही!
(संदर्भ : कैलासपती, १९८७, ४०१)

बाराव्या तेराव्या शतकाच्या सुमारास महाराष्ट्रातील वारकरी चळवळीची सुरुवात झाली होती. वारकरी चळवळीत सुरुवातीला हजारो आणि नंतरच्या काळात लाखो लोक त्यांच्या आवडत्या विठ्ठल या दैवताचे दर्शन घेण्यासाठी पायी पंढरपूरला जात. वारी या भक्ती परंपरेची चांगल्या पद्धतीने ऐतिहासिक नोंद केली गेलेली आहे. या परंपरेतील शेकडो संतांनी या भक्ती चळवळीचे उत्तम प्रकारे वर्णन लिहून ठेवलेले आहे. या संतांनी केलेले वारीचे सखोल पुरोगामी विश्लेषण महत्त्वाचे आहे. या तुलनेत महाराष्ट्रातील रामदास आणि उत्तर भारतातील वल्लभाचार्य यांच्यासंबंधी घडलेल्या वादग्रस्त घटनांच्या नोंदी नाहीत.

मध्ययुगीन संत आणि बाराव्या ते सतराव्या शतकाच्या दरम्यान म्हणजेच आधुनिकतेच्या आरंभीच्या काळातील संत यांच्यामध्ये एक महत्त्वाचा फरक होता तो म्हणजे, १२ व्या ते १७ व्या शतकाच्या काळातील संत हे मुख्यतः संसारी आणि स्वतः कष्ट करून जगणारे होते. त्यांच्यापैकी अनेक संत हे शेतकरी कारागीर किंवा अगदी सामान्य मजूर होते. याविरुद्ध आधीच्या काळातील पारंपारिक संत हे मठ आणि तत्सम संस्थामधून वास्तव्य करत. सतराव्या शतकातील सर्वात महान मराठी संत तुकाराम यांनी त्यांच्या एका अभंगात यासंबंधी असे म्हटले आहे. यांच्यासारख्या संकुचित दृष्टिकान बाळगणाऱ्या संतांविषयी फारशा नोंदी आढळत नाहीत.

नाही शिष्य शाखा सांगू आयचित लोकां
नव्हे मठपती चाहुरांची वृत्ती
नाही देवार्चन असे मांडीले दुकान
(तुकाराम १९७३ २७२)

याचा अर्थ स्पष्टपणे असा आहे, की या संतांना आपापले कुटुंब आणि संसार होता संसारिक गृहस्थ म्हणून समाजात स्थान होते. हे संत आपली पत्नी आणि

मुलांबरोबर राहत असत. स्वतः कष्ट करून कुटुंबाचे पालन पोषण करत असत. भारतातील खालच्या जातीतील लोकांच्या इतिहासात ही गोष्ट नक्कीच अपूर्व होती. तोपर्यंत अगदी बौद्ध धर्मातसुद्धा संसार आणि भौतिक सुखांचा त्याग हाच आदर्श मानला जात असे. बौद्ध धर्मात संघात वास्तव्य करणारे भिक्खू हेच समाजासाठी आदर्श होते. परंतु वारकरी परंपरेने आणि भक्तीपरंपरेने अध्यात्म नव्या मार्गाने रोजच्या भौतिक जगात आणले.

अर्थात, ही पद्धत ब्राह्मणी धर्माला मान्य होण्यासारखी नव्हती. नंतरच्या काळात या संतांचे चरित्र लेखन करणार्या संतचरित्रकारांनी , संत म्हणजे व्यवहारात अयशस्वी ठरलेले कारागीर, व्यापारी होते. अशा पद्धतीचे काहीसे विकृत चित्र रंगवल्याचे दिसते. संत चरित्रकारांनी बहुतेक सर्व संतांच्या पत्नी या धूर्त किंवा कजाग होत्या असे वर्णन केल्याचे दिसते. अशा संत चरित्रकारांमध्ये अठराव्या शतकात उत्तर भारतातील प्रियदास आणि महाराष्ट्रातील महिपती या दोन संत चरित्रकारांची उदाहरणे दाखविता येतात. विशेषतः शूद्र समाजातील संत संसारी गृहस्थ म्हणून दाखविले जात नसत. ब्राह्मण संत चरित्रकारांना संतांची दलित आणि मुस्लिम ओळख मान्य करणे टाळल्याचे स्पष्टपणे दिसते. उदाहरणार्थ, कबीर हा मुस्लिम होता हे मान्य न करता, तो ब्राह्मण कुटुंबात जन्माला आला आणि नंतर मुस्लिम कुटुंबाने त्याचे पालन केले -- असे चित्र रंगवले गेले. तर संत रविदास हा पूर्वजन्मी ब्राह्मण होता आणि त्यांनी पूर्व जन्मात आपल्या गुरूला अनावधानाने मास खायला घालण्याचे पातक केले होते, त्यामुळे या जन्मी तो अस्पृश्य कुटुंबात जन्माला आला असे वर्णन केले होते. प्रियदास या त्याच्या चरित्रकाराने असेही वर्णन केले, की रविदासाने देवाची आज्ञा मिळेपर्यंत आपल्या आईचे दूधसुद्धा प्याले नाही.

वारकरी चळवळीची सुरुवात बाराव्या शतकात झाली. या चळवळीची सुरुवात शिंपी समाजातील नामदेव आणि बहिष्कृत ठरविण्यात आलेल्या ब्राह्मण समाजातील ज्ञानदेव यांनी केली. वारकरी परंपरेवर निश्चितपणे लिंगायत चळवळीचा प्रभाव होता. लिंगायत चळवळीचे संत बसव हे अनेक दशके मंगळवेढा येथे कल्याण राजवटीचे सेवक म्हणून राहत होते. मंगळवेढा हे कल्याण राजवटीचा भाग होते. याच काळात अस्पृश्य संत चोखामेळा हेसुद्धा मंगळवेढा येथे राहत होते. परंतु लिंगायत चळवळीचा वारी परंपरेवर प्रभाव होता, हे दर्शवणारा ठोस पुरावा मात्र उपलब्ध नाही. विठ्ठल या देवाचे एका देवीचे? या दैवताचा उल्लेख अनेक वेळा स्त्रीलिंगी संबोधनाने केला जातो. उदाहरणार्थ, विठाई,माऊली असा केला जातो. विठ्ठलाची प्रतिमाही स्त्री प्रतिमेची वाटते. या दैवताचे मूळ कन्नड प्रदेशात आहे. हा संबंध आता काहीसा लोप पावला आहे. वारकरी या दैवताचा उल्लेख विष्णुदास असा करतात (हिंदू असा करत नाहीत) याचा अर्थ लिंगायत शैव या ओळखीमुळे हा संबंध स्वीकारणे कदाचित अडचणीचे झाले असावे.

ज्ञानदेव ब्राह्मण आहे, म्हणून त्याला वारकरी संप्रदायाचा संस्थापक आणि सिद्धांतकार म्हणून महत्त्व दिले जाते. परंतु नामदेव हे उत्तर भारतामध्ये फिरले होते. त्यांच्या रचना शीख धर्माच्या पवित्र गुरुग्रंथ साहेब मध्ये संकलित करण्यात आल्या आहेत. नामदेव हे कबीर रविदास आणि शीख धर्माचे संस्थापक नानक यांच्याप्रमाणेच उत्तर भारतात प्रसिद्ध होते. अशाप्रकारे नामदेवांच्या माध्यमातून महाराष्ट्रातील भक्ती परंपरा, उत्तर भारतापासून पश्चिम भारतापर्यंत जोडली गेली. तर दक्षिणेकडील भक्ती चळवळी या स्वतंत्र राहिल्या होत्या.

पुरोगामी भक्ती चळवळींच्या वैचारिक चौकटीचा आढावा घेतला, तर त्यात काही समान घटक आढळतात. ते म्हणजे, जाती व्यवस्थेला आणि धार्मिक कर्मकांडांना नकार. यासंबंधी नामदेवाचा पुढील अभंग लक्षात घेण्यासारखा आहे :

व्रत तप न लगे करणे सर्वथा/ नलगे तुम्हातीर्था जाणे तया /
आपुलीची ठाई असा सावधान / करा हरी किर्तन सर्वकाळ /
न लगे काही वर जावे अन्न जीवन लावा अनुसंधान हरीचे पायी /
न लगे योग याग नलगे संघ त्याग / असू द्या अनुराग हरीचे पायी /
न लगे निरंजनी करणे वास तुम्हा / दृढ धरा प्रेमा हरीचे नामी /
नामा म्हणे नाम दृढ धरा कंठी / देणे देईल भेटी पांडुरंग /
(नामदेव गाथा १९८६ महाराष्ट्र साहित्य संस्कृती मंडळ संकेतस्थळ)

या ठिकाणी 'न लगे' हे सूत्र आहे. यातून तुम्ही काय करू नका, हे नामदेव सांगतात. पुरोगामी संत आणि त्यांचे अनुयायी आपली भक्ती, मुक्त नाच आणि गाणे या माध्यमातून व्यक्त करतात. या चळवळीच्या काळात आंतरजातीय विवाह करणे मान्य नसले, तरी सर्व जाती धर्मातील लोक एकत्र जेवण करून जातीय व्यवस्थेतील उतरंड मोडत असत.

उत्तर भारतात हेच उदाहरण आपल्याला कबीर आणि रविदास यांच्या साहित्यातून पाहायला मिळते. कबीराचा जन्म मुस्लिम कुटुंबात झाला होता. त्याने नेहमी मुल्ला आणि पंडितांवर टीका केल्याचे दिसते. त्यांनी धार्मिक कर्मकांड आणि जातीव्यवस्थेवर प्रश्न उपस्थित केले होते :

पूजा नैवेद्य सहा पवित्र विधी,
ही तर धर्मातील निष्फळ कर्मकांड.
चार युग आणि गायत्री शिकवतात,
माझा सवाल आहे यातून मुक्ती कोणाला मिळाली?
दुसऱ्या शरीराचा स्पर्श झाला तर तुम्ही शरीर धुता,

मला सांगा, तुमच्यापेक्षा हीन दुसरा कोण?
तुमच्या विद्वत्तेचा गर्व बाळगता,
तुमचे मोठेपण फुकून टाका,
अशा दुराभिमानातून काहीही चांगले घडत नाही.
ज्याच्या नावानेच सर्व अहंकार नष्ट होतो
त्यालाच कसा मान्य असेल असा अहंकार ?
जाती आणि कुळाचा अभिमान टाकून द्या,
मुक्तीचा अवकाश शोधा,
ते तन नष्ट करा, ते बीज समूळ नष्ट करा,
एक (नवा) अमूर्त प्रदेश शोधा.

(कबीर १९९७, ३५ मूळ इंग्रजी पुस्तकातील गेल ऑमव्हेट यांनी भाषांतरित केलेल्या कबीराच्या कवितेचे मराठी भाषांतर.)

कबीर अतिशय खरमरीत आणि आक्रमक पद्धतीने मांडणी करत असे. तर संत रविदास याची मांडणी तितकी आक्रमक नसे. याच रविदासांनी अतिशय सुंदर शब्दांत नवे कल्पितदर्श मांडले होते. रविदासांचे बेगमपुरा म्हणजे दुःख मुक्त शहर ही कविता अशा कल्पितादर्शाची मांडणी करते.

एक साजरे गाव असावे ,दुःखमुक्तीचे नाव धारण करणारे;
बेगमपुरा म्हणून ओळखावे ,नसेल तेथे वेदना किंवा यातना
नसतील तिथे कोणते कर, ना कसले दडपण ,
ना संपत्तीवरील मालकी
नसेल तिथे अन्याय .न चिंता, न कसली दहशत
किंवा राजकीय छळ.
माझ्या भावांनो, मी आलोय अशा माझ्या स्वतःच्या गावात
येथे असेल माझे खास घर असेल तिथे सारे छान.
असे साम्राज्य जे असेल सधन आणि सुरक्षित
कुणी नसेल तिथे पहिले, दुसरे किंवा तिसरे असतील सारे एक.
मिळेल तेथे आवडीची सारी खाद्यपेये,
आणि तिथे असतील सारे श्रीमंत आणि आनंदी
ते करतील त्यांना हवे ते ; फिरतील सारे मुक्त सर्वत्र
भटकतील सारे आपल्या कल्पनेतील राजवाड्यातून
ना त्यांना आडवेल कुणी.

म्हणे रविदास आता हा ढोर झालाय मुक्त,
चला माझ्यासवे सारे आपण होऊ दोस्त.

(हॉवले आणि ज्युगन्स्मायर, १९८८,३२ यांनी केलेल्या इंग्रजी अनुवादाचे मराठी रूपांतर)

'दलितांच्या दृष्टिकोनात' ठामपणे नाकारल्या गेलेल्या ब्राह्मणी धर्माचे विश्लेषण भक्ती मार्गाच्या साहित्यात केलेले आढळत नाही. जातिव्यवस्था काय आहे आणि त्यातील कर्मकांड कशी चुकीची आहेत याविषयी भक्तीमार्ग साहित्य काही टीकात्मक मांडणी करत नाही. किंबहुना, भक्तिमार्ग साहित्य याविषयी काहीही बोलत नाही. परंतु भक्ती मार्ग दृष्टिकोनात एक उत्स्फूर्त आशावाद व्यक्त होतो. एक नवे जग निर्माण करणे शक्य आहे, असा हा कल्पितादर्श आहे. अठराव्या शतकात पुन्हा एकदा ब्राह्मणी धर्माचे पुनरुत्थान झाले. या कालखंडात भारतीय उपखंडात नव्याने स्वतंत्र प्रादेशिक राजवटी निर्माण झाल्या. अशा राजवटींपैकी महाराष्ट्रातील पेशव्यांची राजवट ही अत्यंत पारंपरिक ब्राह्मणी राजवट होते; रणजीत सिंह यांच्या शीख साम्राज्यात जाट शेतकरी समाजाच्या आकांक्षांना राजकीय सत्तेचे पाठबळ मिळाले. मात्र त्यात शीख धर्मातील अस्पृश्यता टिकून राहिली होती.

***

प्रकरण चार

हिंदू धर्म म्हणजे ब्राम्हणी शोषण जोतिबा फुले

भारतातील अत्यंत सुपीक असलेली जमीन आणि विपुल कृषी उत्पादन, इथल्या सुबत्तेची कीर्ती, नैसर्गिक संसाधनांचे वरदान आणि या महान भूमीत मिळणाऱ्या संपत्तीचा मोह आणि हाव अलीकडच्या काळात पाश्चिमात्य राष्ट्र आणि आर्यांना पडला होता... या देशातील मूळनिवासी असलेल्या लोकांबरोबर या भूदेवांचे म्हणजेच ब्राह्मणांचे लढे झाले. येथील मूळ निवासींना या आक्रमक आर्यांनी राक्षस असे म्हटले ते चुकीचे नव्हते. कारण ते येथील जमिनीचे रक्षणकर्ते होते. या मूळनिवासींविषयी, त्यांचे आकार आणि शारीरिक रचना याविषयी त्यांनी (आर्यांनी) अविश्वसनीय आणि मूर्खपणाच्या वाटाव्यात अशा दंतकथा पसरविल्या. त्या सर्व कथा निव्वळ काल्पनिक होत्या, यात शंका नाही. वस्तुस्थिती अशी होती, की येथील मूळ निवासी हे अतिशय भक्कम देहयष्टी असलेले आणि ताकदवान होते... अमेरिकन वसाहतवाद्यांनी 'न्यू वर्ल्ड' येथे प्रथम वसाहत स्थापन करताना स्थानिक अमेरिकन इंडियन लोकांवर जे अत्याचार केले आणि त्यांच्यावर आपला अमल बसवला त्याला समांतर ठरतील अशा प्रकारचे अत्याचार भारतात आक्रमक म्हणून आलेल्या आर्यांनी केले... भारतातील ब्राह्मणांनी आपले वर्चस्व स्थापन केल्याचा असा थोडक्यात इतिहास आहे. सुरुवातीला ते गंगेच्या किनाऱ्यावर पसरले आणि तेथून संपूर्ण भारतात पसरले. येथील लोकांवर आपले भक्कम वर्चस्व आणि नियंत्रण ठेवण्यासाठी त्यांनी एक चमत्कारिक पौराणिक प्रणाली तयार केली, धार्मिक आधारावर जाती निर्माण केल्या, अतिशय अमानुष आणि क्रूर असे नियम तयार केले अशा प्रकारचे क्रौर्य इतर कोणत्याही राष्ट्राच्या इतिहासात पाहायला मिळत नाही. (फुले १९९०, ११८–२०)

महात्मा फुले यांनी *गुलामगिरी* हे पुस्तक मराठीत लिहिले असले तरी या पुस्तकाची प्रस्तावना इंग्रजीत लिहिली आहे. हे पुस्तक भारतीय राष्ट्रीय काँग्रेसच्या स्थापनेच्या वर्षात म्हणजेच १८८५मध्ये प्रसिद्ध करण्यात आले होते. म्हणजेच हिंदू

राष्ट्रवादाची कल्पना पूर्णपणे आकाराला येण्यापूर्वी आणि कडव्या राष्ट्रवादाच्या कल्पनेचे मुख्य उद्गाते बाळ गंगाधर टिळक यांनी सामाजिक रुढीवादी भूमिका घेण्यापूर्वी प्रसिद्ध करण्यात आले होते. महात्मा फुले यांच्या कठोर टीकेचे लक्ष ठरलेले ब्राह्मण हे केवळ रूढीवादी ब्राह्मण नव्हते. तर या ब्राह्मणांमध्ये मवाळ, उदारमतवादी आणि सुधारणावादी ब्राह्मणांचे गटसुद्धा होते. त्याचप्रमाणे ब्रम्हो समाजी ,प्रार्थना समाज, सार्वजनिक सभा आणि काँग्रेस असे सर्व गट फुले यांच्या टीकेचे लक्ष ठरले होते. हे सर्व गट आणि संस्थां म्हणजे, अभिजन वर्गाने सामान्य जनतेची फसवणूक करण्याकरता आणि उच्च जातींचे वर्चस्व टिकवून ठेवण्यासाठी सुरू केलेले प्रयत्न आहेत, असे फुले मानत होते. जात म्हणजे अमेरिकेतील आफ्रिकन लोकांवर लादण्यात आलेल्या गुलामगिरीप्रमाणेच अतिशय क्रूर अशी गुलामगिरी आहे, असे महात्मा फुले यांचे म्हणणे होते. अमेरिकेतील आफ्रिकन लोकांप्रमाणेच येथील जाती व्यवस्थेने लोकांना उघडपणे अंकित ठेवून त्यांच्यावर दुय्यमत्व लादले आहे. एवढेच नाही तर येथील लोकांना फसवले जात असून, त्यांच्यात धार्मिक भ्रम निर्माण केला गेला आहे. अशा तऱ्हेची घोर फसवणूक हा उच्चवर्णीय हिंदुत्वाचा गाभा होता.

जोतिबा फुले (१८२६-१८९०) हे स्वतः दलित नव्हते. आजच्या संदर्भात फुले हे सधन अशा अन्य मागासवर्गीय समाजातील, म्हणजेच ओबीसी समाजातील माळी म्हणजेच पारंपरिकरित्या बागकाम व्यवसाय करणाऱ्या समाजातील होते. माळी समाज हा कुणबी मराठा समाजाप्रमाणेच मध्यम स्थान असलेला समाज होता. जोतिबा फुले यांचे दलित समाजात मोठ्या प्रमाणावर अनुयायी होते. त्यांचे मुख्य संघटनात्मक काम ब्राम्हणेतर समाजातील मध्यम ते खालच्या जातीत होते. पारंपरिकरित्या या समाजाचे महाराष्ट्रात शूद्र समाज असे वर्गीकरण केले जाते. आजही त्यांना बहुजन समाज असे म्हटले जाते. फुले यांनी आपल्या कामाची सुरुवात एक सामाजिक सुधारक म्हणून केली होती. त्यांनी मुली आणि अस्पृश्य मुलांसाठी शाळा सुरू केल्या. धार्मिक कर्मकांड करण्यासाठी ब्राह्मणेतर समाजाने ब्राह्मण पुरोहित नकारावेत आणि आपल्या मुलींच्या आणि मुलांच्या शिक्षणासाठी ब्राह्मण शिक्षक नाकारावेत या विचारांचा प्रचार करण्यासाठी जोतिबा फुले यांनी सन १८७५ मध्ये सत्यशोधक समाजाची स्थापना केली. फुले यांनी मुख्यतः काव्य, नाटके, सैद्धांतिक साहित्य लिहिले.आपल्या साहित्यातून त्यांनी ब्राह्मण्यवादावर कठोर टिका केली. जोतिबा फुले यांनी शिवाजीचा पोवाडा आणि तीन महत्त्वाचे पुस्तके लिहिली. गुलामगिरी या त्यांच्या पुस्तकात त्यांनी प्रामुख्याने जातीव्यवस्थेवर टीका केली आहे. शेतकऱ्यांचा आसूड या पुस्तकात त्यांनी शेतकऱ्यांच्या शोषणाविषयीचं विश्लेषण मांडले आहेत आणि सार्वजनिक सत्यधर्म या पुस्तकात त्यांनी एका नवीन अस्तिकतावादी आणि समतावादी धर्माची कल्पना मांडली आहे.

आपल्या सैद्धांतिक लिखाणातसुद्धा महात्मा फुले यांनी शूद्र (ब्राम्हणेतर समाज) आणि अतिशूद्र (दलित) यांच्या एकजुटीचा विचार मांडला आहे .आपल्या मांडणीत फुले म्हणतात, की अतिशूद्र समाज हा केवळ दडपलेला समाज नाही. पूर्वीच्या काळी ब्राह्मणी वर्चस्वाविरुद्ध या समाजांनी केलेल्या संघर्षामुळे त्यांना आणखी खालच्या स्थानी ढकलण्यात आले आहे. फुले यांनी असे म्हटले आहे की शूद्र आणि अतिशूद्र हे दोन्ही समाज एकत्रितपणे दडपलेल्या आणि शोषित समाजाचे प्रतिनिधित्व करतात. या दोन्ही समाजांची तुलना जोतिबा फुले अमेरिकेतील स्थानिक रेड इंडियन्स आणि कृष्णावणीय समाजांच्या दुय्यम स्थानाशी करतात. फुले यांच्या सैद्धांतिक मांडणीतील महत्त्वाचा भाग म्हणजे त्यांनी केवळ धार्मिक वर्चस्व आणि नियंत्रण एवढेच विश्लेषण केले नाही, तर त्यातील शोषणाचा मुद्दा अधिक ठोस पद्धतीने पुढे आणला.

त्या काळात आर्य वंश सिद्धांताच्या आधारे करण्यात येणारे जातींचे आणि भारतीय समाजाच्या शोषणाचे समर्थन केले जात होते.हीच विचार चौकट युरोपियन प्राच्यविद्या अभ्यासकांनीही मान्य केली होती. या विचार चौकटीच्या आधारेच वेद म्हणजे युरोपियन आणि भारतीय यांना जोडणारा प्राचीन दुवा आहे, असे युरोपियन प्राच्यविद्या अभ्यासक मान्य करत होते. तीच भूमिका ब्रिटिश प्रशासकांनी आणि त्यांच्या नियंत्रणात असलेल्या अधिकाऱ्यांनी भारतीय समाजाचे वर्गीकरण करणाऱ्या जनगणनेसाठी वापरली होती. तर हीच आर्य वंशश्रेष्ठत्वाची भूमिका टिळकांसारख्या ब्राह्मणी वर्चस्वाचा पुरस्कार करणाऱ्या भारतीय अभिजनांनीसुद्धा स्वीकारली होती. मार्क्सने ज्याप्रमाणे हेगेल याचे द्वंद्वात्मक विश्लेषण जसे उलटे केले होते, त्या प्रमाणे जोतिबा फुले यांनी आर्य वंशश्रेष्ठत्वाचा सिद्धांत त्याच्या डोक्यावर उलटा उभा केला. वंश श्रेष्ठत्वाच्या विश्लेषणातील विरोधाभासाचा आधार घेत त्यातील शोषण उघड केले.आपल्या विश्लेषणात फुले यांनी असे मांडले, की ब्राह्मण हे खरोखरीच आक्रमक इंडो-युरोपियन वंशाचे असून ते येथील लोकांपेक्षा श्रेष्ठ नसून उलट अतिशय क्रूर आक्रमक आहेत. त्यांनी येथील मुळातील संपन्न आणि समतावादी समाज उध्वस्त केला. त्यासाठी हिंसेचा मोठ्या प्रमाणावर वापर केला. मोठ्या प्रमाणावर येथील लोकांची फसवणूक केली. सर्वात क्रूर म्हणजे त्यांनी उच्च-निचतेचा ,असमानतेचा पुरस्कार करणारा भ्रामक पौराणिक सिद्धांत रचला. आपल्या नियंत्रणाखाली असलेल्या जनतेला तो सिद्धांत वाचण्यास प्रतिबंध केला.

प्रस्थापित आर्य वंश सिद्धांत पूर्णपणे उलटा करून त्याचे विश्लेषण करत त्यांनी आपले ब्राह्मण्यवाद विरोधी आणि जातीविरोधी विश्लेषण मांडले होते. मुख्य म्हणजे हे विश्लेषण त्यांनी सर्वसामान्य जनतेपर्यंत नेले. इतकेच नव्हे, त्यांनी पौराणिक कथांचे पुरोगामी पद्धतीने विश्लेषण केले. या विश्लेषणाद्वारे विष्णूचे विविध अवतार म्हणजे भारतावरील (आर्यांच्या) आक्रमणाचे टप्पे असून, या कथांमधून वर्णन केलेले

राक्षस म्हणजे येथील जनतेचे नायक होते, असे मांडले. फुले यांच्या विश्लेषणात बळीराजा हा मध्यवर्ती होता. फुले यांनी नव्याने अर्थ लावलेल्या पुराणात बळीराजा हा महाराष्ट्रातील मूळ राजा होता तो अतिशय उदार होता. त्याने आदर्श, जातीमुक्त समाजव्यवस्था असलेले संपन्न राज्य निर्माण केले होते. या प्रदेशातील (खंडोबा, जोतिबा, नायकोबा इ.) सारे स्थानिक देव म्हणजे बळीराजाचे अधिकारी होते असे विश्लेषण फुल्यांनी मांडले.

पुराणातील वामनाच्या कथेत वामन नावाचा ब्राह्मण मुलगा बळीराजाकडे तीन वरदानांची मागणी करतो आणि त्या वरदानाचा वापर करत बळीराजाच्या छातीवर पाय देऊन बळीराजाला नरकात ढकलतो. आर्यांनी येथील जनतेची कशी फसवणूक केली आणि येथील राज्य जिंकून घेतले याचे प्रतिबिंब म्हणजे ही बळीराजाची कथा होय, असे फुले यांनी मांडले. फुले यांच्या या पुनर्विश्लेषणाला महाराष्ट्रातील लोकप्रिय सांस्कृतिक परंपरेचा आधार होता. महाराष्ट्रात (तसेच केरळसारख्या दक्षिणेकडील राज्यात) बळी याला पारंपरिकरित्या एक लोकप्रिय शेतकरी राजाचे प्रतिक म्हणून ओळखले जाते. ते प्रतिक अत्यंत लोकप्रिय आहे. मराठी भाषेत *'इडा पिडा टळो, बळीचे राज्य येवो'* अशी लोकप्रिय म्हण आहे. त्याचप्रमाणे ग्रामीण भागातील सर्व लोकप्रिय वैदिक देवांचे धार्मिक उत्सव आणि सण हे ब्राम्हणेतर पुरोहितामार्फत (या प्रथेला अपवाद म्हणजे लोकप्रिय दैवत विठोबाचा उत्सव आहे) साजरे केले जातात. फुल्यांची पर्यायी पौराणिक मांडणी, ही अशा तऱ्हेने बळीराजा भोवती केलेली होती. या मांडणीतून शेतकरी समाजाची अस्मिता व्यक्त करणारी प्रतिमा त्यांनी उभी केली होती. आपल्या मांडणीतून फुले यांनी वैदिकता विरोध, आर्य विरोध आणि जाती विरोध स्पष्टपणे व्यक्त केला होता. त्याचप्रमाणे फुले यांनी काव्य, संवाद आणि नाटक इत्यादी माध्यमातून समतावादी संदेश शिक्षित अभिजनवर्गाबरोबरच सर्वसामान्य ब्राह्मणेत्तर शेतकऱ्यांपर्यंत पोहोचवला होता.

फुले यांनी केवळ सैद्धांतिक आणि सांस्कृतिक मांडणी केली नाही. त्यांचा भर इतिहासात येथील जनतेला कशा पद्धतीने पराभूत केले गेले, या मुद्द्यावर होता. त्यात घडलेल्या हिंसेच्या घटकांचे फुले यांनी सविस्तर विश्लेषण केले (ज्याप्रमाणे मार्क्सने प्राथमिक भांडवल संचायाचा ऱ्हास कसा झाला याविषयी मांडणी केली होती) या विश्लेषणातून फुले यांनी शेतकरी वर्ग त्यांच्या मांडणीच्या केंद्रस्थानी आणला. या ऐतिहासिक प्रक्रियेत हिंसा आणि बाळाचा वापर हे निश्चितपणे महत्त्वाचे वास्तव होते. या उपखंडावर झालेल्या अनेक आक्रमणांपैकी आर्यांचे आक्रमण हे पहिले होते. मुस्लिम आणि ब्रिटिशांनी केलेली आक्रमणे ही या उपखंडावरील अन्य दोन मोठी आक्रमणे होत. परंतु आर्यांनी केलेली आक्रमणे ही अन्य दोन्ही आक्रमणांपेक्षा अधिक मोठी होती. त्याचबरोबर इराणी आर्यभटांनी आपली सत्ता स्थापन करण्यासाठी

येथील समाजावर उतरंडीची समाज रचना लादली. विषमतावादी धार्मिक तत्वज्ञान लादले. ब्राह्मण सत्ताधाऱ्यांनी किंवा भटशाहीने शासनसत्तेचा आणि धार्मिक वर्चस्वाचा वापर करून येथील समाजाचे शोषण केले. शोषण करण्यात आलेल्या समाजातील मुख्य घटक किंवा वर्ग हा शेतकरी समाज होता. शोषण करणारा समाज घटक किंवा वर्ग हा नोकरशाही वर्ग होता. या नोकरशाही वर्गात ब्राह्मणांचे वर्चस्व होते. त्यानंतर आलेल्या वसाहतवादी सत्तेतही नोकरशाही वर्गात ब्राह्मणांचेच वर्चस्व होते. शेतकऱ्यांच्या जमिनीतून तयार होणारे वरकड हे कर, शेतसारा शेतकर्यांकडून काढून घेण्यासाठी क्रूर अशी करवसुली पद्धत लादली गेली. त्या माध्यमातून शासन हे वरकड उत्पादन काढून घेत असे. यासाठी नोकरशाहीचा वापर केला जात असे. त्याचबरोबर सावकारशाही आणि धार्मिक समारंभासाठी खंडणी वसूल केली जात असे. शेतकऱ्यांचे दारिद्र्य आणि दुष्काळी परिस्थितीतील केविलवाणी स्थिती याचे फुले यांनी केलेले वर्णन फुल्यांची संवेदनशीलता दर्शवणारे आहे. तसेच दुष्काळ आणि जमिनीचा वापर याविषयी केलेले विश्लेषण हे आजच्या खोरेनिहाय जल व्यवस्थापन विकास धोरणाशी साधर्म्य सांगणारे आहे. फुले यांच्या सर्व मांडणीत आणि विश्लेषणात अनेक अर्थाने आधुनिक दृष्टिकोन दिसतो.

फुले यांनी मांडलेला सिद्धांत हा एका अर्थाने प्राथमिक स्वरूपाचा ऐतिहासिक भौतिकवादी दृष्टिकोन होता. या सिद्धांतात आर्थिक शोषण आणि सांस्कृतिक वर्चस्व हे दोन घटक एकत्र गुंफलेले होते. वर्गीय सिद्धांताच्या विपरीत , फुले यांच्या मांडणीत सामाजिक अंतर्विरोध (शूद्र अतिशूद्र शेतकरी वर्ग विरुद्ध ब्राह्मण नोकरशाही आणि धार्मिक सत्ताधारी वर्ग) व्यक्त होतो; समाजातील बदलत्या मालमत्ता संबंधांना चालना देण्यासाठी बळाचा वापर, शासन सत्ता आणि विचारसरणी हे घटक महत्त्वाचे ठरले, असे फुले यांनी दाखवून दिले होते.

फुल्यांना महाराष्ट्राच्या वैचारिक प्रवाहाचे उद्गाते मानले जाते, ते केवळ त्यांच्या जातीविरोधी भूमिकेमुळे नाही. फुले यांनी शेतकरी, स्त्रिया आणि ग्रामीण पर्यावरणीय चळवळी या विषयांवर केलेल्या मूलभूत मांडणीमुळे त्यांना महाराष्ट्रच्या वैचारिक प्रवाहाचे उद्गाते मानले जाते. फुले यांच्या काळातील अन्य सर्व सामाजिक सुधारकांनी आणि पुरोगामी विचारवंतांनी स्त्रियांविषयी घेतलेल्या भूमिकांपेक्षा फुले यांनी स्त्रियांविषयी घेतलेली भूमिका ही अत्यंत योग्य आणि पुरोगामी होती. त्यांनी केवळ आपली पत्नी सावित्रीबाई यांना शिकवले नाही, तर मुलींच्या शाळेत शिक्षिका म्हणून काम करण्यास प्रवृत्त केले. त्यासाठी सर्व समाजाचा रोष पत्करला होता. सावित्रीबाईना मूल होत नाही म्हणून फुले यांनी दुसरे लग्न करावे, असा कौटुंबिक दबाव फुले यांनी मोडून काढला. त्यांच्या सैद्धांतिक लिखाणात स्त्रियांवरील हिंसा आणि दबाव याविषयी सविस्तर नोंद आढळते (फुले यांनी शेतकरी वर्गातील स्त्रियांच्या दयनीय

जीवनाचे वर्णन करून, त्या हिंसा आणि सत्तेच्या पाशवी बळाच्या मुख्य बळी ठरल्या, हे ठामपणे मांडले होते), पुढील आयुष्यात समकालीन पंडिता रमाबाई आणि ताराबाई शिंदे यांच्यासारख्या महत्त्वाच्या पुरोगामी स्त्रीमुक्तीवादी विचारवंताच्या प्रभावाखाली फुले यांनी स्त्रियांवरील पुरुषी सत्तेच्या दबावाचे आणि त्यामुळे होणाऱ्या शोषणाविषयी अधिक स्पष्ट भूमिका घेतल्याचे दिसते. स्त्रियांच्या दडपणुकीसाठी पुरुष कसे दुहेरी मापदंड वापरतात, हे त्यांनी उघड केले. फुले यांनी केवळ ब्राह्मण स्त्रियांच्या दयनीय स्थितीविषयी भूमिका घेतली नाही, तर शूद्र कुटुंबातसुद्धा अशाप्रकारे पुरुष सत्ता राबवली जाते, हे स्पष्टपणे दाखवून दिले. शूद्र कुटुंबातसुद्धा स्त्रियांनी पतीशी अत्यंत एकनिष्ठ राहावे आणि पतिव्रता म्हणून जगावे, असा नियम लावला जातो. मात्र त्याचवेळी पुरुषांना अनेक स्त्रियांशी संबंध ठेवण्याची मोकळीक दिली जाते, अशी स्पष्ट टीकाही फुले यांनी केली होती.

सर्व महत्त्वाच्या दलित नेत्यांना आणि खालच्या जातीच्या समाजाच्या प्रवक्त्यांना पर्यायी धर्माची आवश्यकता वाटत होती. त्याचप्रमाणे फुल्यांनासुद्धा दलित समाजासाठी पर्यायी धर्म गरजेचा वाटला. त्यामुळे त्यांनी आपले शेवटचे पुस्तक सार्वजनिक सत्यधर्म लिहिले. या पुस्तकात त्यांनी उदारमतवादी, समतावादी धर्माची मांडणी केली होती. सार्वजनिक सत्यधर्मात सर्व समतावादी,स्त्री-पुरुष समानतेचा आग्रह धरण्यात आला होता. सेक्युलरवादी भूमिकेमध्ये हिंदू बहुसंख्य समाज गट म्हणून मान्य केला जातो आणि त्याच्याशी जोडलेले इतर सर्व प्रश्न दुर्लक्षित केले जातात. परंतु फुले यांनी आपल्या सार्वजनिक सत्यधर्माच्या भूमिकेत प्रत्येक मुद्द्यावर हिंदू धर्माला आणि हिंदू धर्माच्या नियमांना आव्हान दिले होते. त्यांच्या लिखाणातील अत्यंत महत्त्वाचा मुद्दा म्हणजे, त्यांनी हिंदुत्ववाद किंवा हिंदू धर्म असे अस्तित्वच मान्य करण्यास नकार दिला होता. त्यांनी असे मांडले की हिंदू धर्म हा धर्म नसून ही एक अंधश्रद्धा आहे. लोकांना फसविण्याचे हे तंत्र आहे, किंबहुना सामान्य लोकांवर वर्चस्व ठेवण्याचे ते एक शस्त्र आहे, अशी मांडणी करून त्यांनी आपल्या सार्वजनिक धर्माची रचना मांडतात. सार्वजनिक सत्यधर्मातील कुटुंब म्हणजे एक आदर्श कौटुंबिक रचना असेल, असे त्यांचे म्हणणे होते. या कुटुंबातील वडील हे बौद्ध असतील, तर आई ख्रिश्चन असू शकेल आणि मुलगी मुस्लिम असू शकेल तर मुलगा सत्यधर्मवादी असेल ;अशा तऱ्हेचे संमिश्र कुटुंब म्हणजे आदर्श कुटुंब ,असे त्यांनी मांडले होते. मात्र या कुटुंबात हिंदू म्हणून कोणी नसेल (संदर्भ : महात्मा फुले समग्र वाङ्मय, १९९१,३९-४०) ते कधीही ब्राह्मण हा एक वांशिक समाज गट म्हणून स्वीकारत नाहीत. तो एक दुष्ट समाज गट आहे, असेच मत त्यांनी नोंदवलेले होते. ब्राह्मणांना सर्व समाजानी स्वीकारायचे असेल, तर त्यांना भूदेव ठरवणारा ब्राह्मणी धर्म सोडून देणे आवश्यक आहे, असाच आग्रह फुले धरतात .

एकंदर सर्व आर्यभट ब्राह्मण आपले थोतांडी ग्रंथ एके बाजूला फेकून सर्व मानव स्त्री प्राण्यांबरोबर सत्य वर्तन जेव्हा करू लागतील, तेव्हा जगातील सर्व मानव स्त्री पुरुष आर्यांचे कल्याण व्हावे म्हणून आपणा सर्वांच्या निर्मिकाच्या पदाशी लीन होऊन आर्य भटब्राह्मणांविषयी मनःपूर्वक प्रार्थना करतील यात संशय नाही. (संदर्भ : सार्वजनिक सत्यधर्म, महात्मा फुले समग्र वांग्मय १९९१,४९७- ९८)

महात्मा फुले यांच्या विचाराचे महत्त्व समजून घ्यायला आता संपूर्ण भारतात केवळ सुरुवात झाली आहे. ओबीसी म्हणजेच अन्य मागासवर्गीय (पूर्वाश्रमीचे शूद्र) अलीकडेच संघटित होऊ लागले आहेत. गेल्या एक-दोन दशकात या समाज समूहाचे अस्तित्व जाणवू लागले आहे. महात्मा फुले यांनी आपले बहुतेक सर्व साहित्य मराठीत लिहिले आहे. त्यामुळे त्यांच्या जीवनात महाराष्ट्रबाहेर त्यांना फारसे कोणी ओळखत नव्हते. भारतातील खालच्या जातींमधील परस्पर संपर्क संवाद आताआतापर्यंत अत्यंत कमी होता. ब्राह्मण अभिजन वर्गामध्ये फुले यांच्या लिखाणाबद्दल एक प्रकारचा तिटकारा होता. त्यामुळे त्यांचे साहित्य फारसे कुणापर्यंत पोहोचलेच नाही. दलितांनीसुद्धा त्यांच्याकडे दुर्लक्ष केले होते(एका ब्राम्हणेतर पुरोगामी कार्यकर्त्याने असे उद्गार काढले होते, की महात्मा फुल्यांबाबत एक अडचण अशी आहे की ''त्यांच्या पाठीशी एखादी जात नाही'') आणि बाबासाहेब आंबेडकरांनी जरी महात्मा फुलेंना आपले गुरु मानले असले, तरी प्रत्यक्ष आंबेडकरांच्या लिखाणात फुल्यांचा प्रभाव फारसा दिसत नाही. फुले-आंबेडकर शताब्दी वर्षात(नोव्हेंबर १९९० फुलांची मृत्यूशताब्दी आणि १९९१ डॉक्टर बाबासाहेब आंबेडकरांची जन्मशताब्दी होती.) फुल्यांविषयी आणि त्यांच्या लिखाणाविषयी संपूर्ण भारतात नव्याने खूप मोठी उत्सुकता तयार झाली. या शताब्दी वर्षात कांशीराम यांनी महात्मा फुले, पेरियार आणि शाहू महाराज यांची महानता उत्तर भारतातील समाजात खूप मोठ्या प्रमाणात पसरविण्याचे काम केले होते. अलीकडेच प्रसिद्ध स्त्रीमुक्तीवादी विचारवंत उमा चक्रवर्ती यांनी फुले यांचे वर्णन ब्राह्मणी पुरुष सत्ताकतेचा मूळ सिद्धांत मांडणारे विचारवंत असे केले (पहा चक्रवर्ती १९९८; १९८३; १९९३; १९८१) तसेच या शताब्दी वर्षात सेंटर फॉर सोशल स्टडिज या संस्थेतर्फे सुरत येथे एक परिसंवाद आयोजित करण्यात आला होता. या परिसंवादात गो.पु. देशपांडे यांनी असे मांडले की फुले हे भारतातील पर्यायी व्यवस्थेची कल्पना मांडणारे, पहिले द्रष्टे होते. हेगेल याने ज्याप्रमाणे युरोपच्या इतिहासाचे तर्कशास्त्र मांडले, त्याप्रमाणे फुले यांनी भारतीय इतिहासाचे तर्कशास्त्र निर्माण केले :

फुले यांच्या मांडणीतून हे सिद्ध होते, की भारतातील सामाजिक राजकीय संघर्षातून वैश्विक निकष तयार झाले आहेत. फोकॉल्ट याच्याही पूर्वी फुले यांनी ज्ञानाचे महत्त्व मांडले होते. किंबहुना युरोपमध्ये इतिहासाची अखेर झाली आहे अशी धारणा तयार होत असण्याच्या काळात फोकॉल्टने आधुनिकोत्तर मांडणी केल्याचे आढळते. तर फुले यांच्या मांडणीमध्ये जग/समाज बदलण्यासाठी ज्ञान हे हत्यार आहे, अशी मांडणी केली आहे. (फुले १९९१, ix-x)

फुले यांनी आपल्या मांडणीत असे म्हटले आहे, की ज्ञान, शिक्षण आणि विज्ञान ही दडपलेल्या जनतेच्या प्रगतीसाठी आवश्यक अशी शस्त्रे आहेत. याउलट तत्कालीन अभिजन विचारवंत पाश्चिमात्य विज्ञान आणि पौवात्य नैतिकता याचा आग्रह धरत होते. या अभिजन विचारवंतांचे असे म्हणणे होते, की भारतीयांनी त्यांच्या ब्राह्मणी परंपरा स्वीकारून त्याबरोबर पश्चिमात्यांकडून मिळणारे विज्ञान आणि तंत्रज्ञान स्वीकारून त्या आधारे भौतिक प्रगती करावी. तर फुले यांच्या मते विद्या किंवा ज्ञान हे थेट ब्राह्मणी परंपरा,कर्मकांडी शास्त्र याच्या विरोधी असून समानता आणि मानवी स्वातंत्र्य तसेच आर्थिक प्रगतीसाठी पोषक ठरणारे आहे. त्यामुळे फुले यांनी शूद्र आणि अतिशूद्र यांनी ताठ मानेने उभे राहून स्वतःचा विचार करावा, असा सतत आग्रह धरला होता. त्या काळातील वैचारिक गोंधळाला उत्तर देण्यासाठी फुले यांनी दिलेला प्रतिसाद हा नक्कीच अधिक आधुनिकोत्तर होता यात शंका नाही.

ऐसा नासला विचार कोण पाहतो सारासार
कैचा लहान कैचा थोर कळेचिना
शास्त्राचा बाजार भरला देवांचा गलबला झाला
लोक कामनेच्या व्रताला झोंबोन पडती
ऐसे अवघे नासले सत्या सत्य हरपले
अवघे जन एक झाले चहुंकडे
मतमतांचा गलबला कोणी पुसेना कोणाला
जो जे मतीं सापडलां तयासी तोची थोर
असत्याचा अभिमान तेणें पाविजे पतन
म्हणून या ज्ञाते जन सत्य शोधती
(फुले १९९०,४४०)

***

प्रकरण पाच

हिंदू धर्मातील पितृसत्ताकता
रमाबाई, ताराबाई आणि आरंभीच्या स्त्रीवादी

पंडिता रमाबाईच्या प्रयत्नेंकरून कित्येक आर्य ब्राह्मणातील जाड्या जाड्या विद्वानास लज्जा प्राप्त होऊन त्यांनी आपल्या ऋषीवर्य पूर्वजांस दोष मुक्त करण्याकरिता आपल्या अज्ञानी निर्मल स्त्रियांस आपल्यासारख्या विद्वान करण्याचे कामे सुरुवात केली आहे; परंतु पूर्वी त्यांच्यातील निर्दय आर्य ग्रंथकारांनी स्त्रियांविषयी केलेल्या जुलमी लेखांविषयी आरंभीच आपण वाटावाट करून लिहू गेल्यास त्यापासून अनेक तोटे होतील. ते असे की आर्य ग्रंथकारांचे पुस्तकातील कृत्रिम लबाड्या भट ब्राह्मणांचे लेकीबाळींच्या लक्षात आल्याबरोबर त्या एकंदर सर्व देवळातील पुराणिकांची फटफजिती करून त्यांची रेवडी रेवडी करून सोडते. शिवाय ब्राह्मणांच्या बहुतेक कुटुंबात सास्वासुनांचे हमेशा वाद विवाद होऊन नाना प्रकारचे तंटे बखेडे उपस्थित होऊ लागते. यास्तव कित्येक भट भिक्षुक आपल्या सोना बाळास शाळेत जाण्याचे बंद करून त्याच आपले सत्सार पुस्तक हातीसुद्धा धरू देणार नाहीत. (फुले, १९९०, ३७२)

वरील मजकूर फुले यांनी १८८५मध्ये लिहिलेल्या एका पुस्तिकेतील आहे. ताराबाई शिंदे आणि पंडिता रमाबाई या दोघी स्त्रियांवर होणाऱ्या टीकेला उत्तर म्हणून फुले यांनी ही पुस्तिका लिहिली होती. सन १८८२मध्ये पंडिता रमाबाई पुण्यात आल्या आणि त्यांनी आर्य महिला समाजाची स्थापना केली. त्यानंतर थोड्याच दिवसात रमाबाई इंग्लंडला गेल्या. त्यांनी तेथे ख्रिश्चन धर्म स्वीकारला. या त्यांच्या कृतीमुळे त्यांच्यावर फार मोठी टीका झाली. पंडिता रमाबाईच्या कार्याला पूर्वी पाठिंबा देणाऱ्या आधुनिक विचारांच्या ब्राह्मणांनीसुद्धा त्यांच्यावर तीव्र टीका केली. ताराबाई शिंदे या सत्यशोधक समाजातील फुले यांच्या एका सहकाऱ्याची मुलगी होती. ताराबाई शिंदे यांनी हिंदू धर्मातील पितृसत्ताकतेविषयी अत्यंत कडवट आणि आक्रमक भाषेत टीका करणारी 'स्त्री पुरुष तुलना' नावाची पुस्तिका १८८२मध्ये लिहिली होती. या दोन्ही स्त्रियांवर मोठ्या प्रमाणात टीका सुरू झाली होती. रमाबाईवर इंग्रजी शिक्षित ब्राह्मण विचारवंतांच्या वर्तुळातून मोठी टीका करण्यात येत होती. ताराबाईवर फुले यांच्या सत्यशोधक

वर्तुळातूनही टीकेचा भडीमार होत होता. फुले यांनी या दोघींचा बचाव केला होता (रमाबाई संबंधी संदर्भ : चक्रवर्ती १९९८; कोसंबी १९९२)

अर्थात फुले यांचे 'स्त्रीमुक्तीवादी' विचार त्यापूर्वीपासूनच व्यक्त झाले होते. त्यांनी स्वतःच्या बायकोला शिकवले होते. मूल होत नाही म्हणून घटस्फोट देण्याचे नाकारले होते. सावित्रीबाई अनेक बाबतीत १९ व्या शतकातील महाराष्ट्रातील पहिली स्त्रीवादी महिला ठरली होती. जोतिबांनी स्थापन केलेल्या शाळेतील दलित मुलगे आणि ब्राम्हण मुलींना सावित्रीबाईंनी उत्साहाने शिकवायला सुरुवात केली होती. या त्यांच्या कृतीसाठी त्यांना ब्राह्मण स्त्रियांची शिवीगाळ आणि त्यांनी केलेला शेण मारा सहन करावा लागला होता. फुले यांच्या मृत्यूनंतरसुद्धा सावित्रीबाईंनी हे काम सुरूच ठेवले होते. प्लेगच्या साथीत रुग्णांवर उपचाराचे काम करत असताना सावित्रीबाईंचा मृत्यू ओढावला होता. अशा रीतीने सावित्रीबाई फुले या अगदी सुरुवातीच्या काळातील आदर्श आणि समाधानी विवाहित स्त्रीवादी ठरल्या होत्या.

परंतु रमाबाई आणि ताराबाई या दोघीही सावित्रीबाईसारख्या विवाहित नव्हत्या. त्या दोघींची जीवन कहाणी म्हणजे नेहमीच्या स्त्रीवादी महिलांसारख्या होत्या. त्या दोघींना कुटुंबात आणि समाजात पितृसत्ताकतेशी संघर्ष करावा लागला होता.

या दोघींपैकी पंडिता रमाबाई या अधिक प्रसिद्ध आहेत. रमाबाई यांनी ख्रिश्चन धर्म स्वीकारला असला तरीही त्यांच्या विचारांना ब्राह्मण विचारवंतांनी बऱ्याच प्रमाणात मान्यता दिली होती. रमाबाईंनी आपल्या संघटनेचे नाव (पंडिता रमाबाईंची संघटना ही नक्कीच भारतातील स्त्रियांची पहिली स्वायत्त संघटना होती) 'आर्य महिला समाज' असे ठेवले होते. त्याचप्रमाणे त्यांनी लिहिलेल्या पहिल्या पुस्तकाचे नाव होते उच्चवर्णीय हिंदू स्त्रिया! पंडिता रमाबाईंनी आपल्या अनेक ब्राह्मणी सवयीसुद्धा तशाच कायम ठेवल्या होत्या. उदाहरणार्थ, आपली 'भारतीय' अस्मिता दर्शविण्यासाठी त्यांनी शाकाहाराचा आग्रह कायम ठेवला होता. कदाचित त्यांच्यावर चर्चकडून आणल्या जाणाऱ्या वंशभेदाच्या दबावाला तोंड देण्यासाठी आपली अस्मिता म्हणून शाकाहाराचा आग्रह कायम ठेवणे आवश्यक ठरले असावे. तसेच याच कारणासाठी त्यांना आपली भारतीय ही ओळख तसेच हिंदू धर्मातील आदर्श आर्य प्रारुप असलेल्या जातीय उतरंडीचे समर्थन करावे लागले असेल. ''हिंदू राष्ट्राच्या आजच्या ऱ्हासाचे'' मुख्य कारण स्त्रियांचे संपूर्ण अवलंबित्व आणि अज्ञान हे आहे, असा युक्तिवाद पंडिता रमाबाईंनी केला होता. (रमाबाई १८८७,४८)

जातीचा उगम श्रमांच्या आर्थिक विभागणीतून झाला आहे यात कोणतीही शंका नाही आर्य हिंदूंमधील सर्वात हुशार आणि बुद्धिमान गटाने नैसर्गिकपणे सर्व आर्यवंशीय समाजाच्या चलनवलनाची जबाबदारी आपल्याकडे घेतली.

(रमाबाई १९८१,३)

एकंदरीत पंडिता रमाबाईची भाषा अतिशय सौम्य असली तरीही, रमाबाई यांनीच प्रथम अत्यंत स्पष्टपणे हिंदू धर्माच्या संस्कृत वाङ्मयाचा गाभा हा स्पष्टपणे स्त्रीविरोधी आहे, म्हणून आपण हिंदू राहू इच्छित नाही, असे ठाम शब्दात मांडले:

जो कोणी मूळ संस्कृत साहित्य सखोलपणे आणि तटस्थपणे वाचेल, त्याच्या हे लक्षात येईल की(हिंदू धर्माचे) कायदे तयार करणाऱ्याने म्हणू नये इतर शेकडो पुरुषांप्रमाणेच स्त्रियांना जगात तिरस्करणीय स्थान दिले आहे. ... मी हे अत्यंत प्रामाणिकपणे आणि सत्यतापूर्वक म्हणेन की स्त्रियांविषयी अशा प्रकारची तिरस्कारणीय भावना व्यक्त न केलेला एकही पवित्र संस्कृत ग्रंथ वाचला नाही. (रमाबाई ,१९८१,२९)

आपल्या धर्मांतर प्रसंगी पंडिता रमाबाईनी जाहीरपणे असे नोंदले आहे की :

ही सर्व पुस्तके म्हणजे धर्मशास्त्र, पवित्र ग्रंथ, पुराणे महाकाव्य आणि आजचे आधुनिक कवी आज लोकप्रिय असलेले धर्म उपदेशक आणि आजच्या सर्व उच्चवर्णी पुरुष या सर्वांचे दोन गोष्टींच्या बाबत अगदी एकमत आहे. ते म्हणजे, उच्च जातीच्या व कनिष्ठ जातीच्या सर्व स्त्रिया वाईट असतात, अतिशय वाईट असतात. त्या राक्षसणींपेक्षाही वाईट असतात, अत्यंत अपवित्र आणि पापी असतात. .... (संदर्भ: कोसंबी १९३२,३३)

वेगळ्या शब्दात सांगायचे तर याचा अर्थ सुरुवातीच्या काळात पंडिता रमाबाईनी हिंदू राष्ट्रवादाची कल्पना मान्य केली होती .परंतु एका फिरस्त्या ब्राह्मण सुधारकाची ही मुलगी तिच्या काळातील संस्कृत जाणणारी एकमेव स्त्री होती. या मुलीने संघर्ष करून त्या काळातील विचारवंतांची मान्यता मिळवली होती. त्यांनी पुढे जाऊन आपल्या प्रत्यक्ष अनुभवांती हिंदू धर्माचा गाभा हा पूर्णपणे पितृसत्ताकवादी आहे, असे म्हणत ही हिंदू राष्ट्रवादाची कल्पना ठामपणे नाकारली होती. पंडिता रमाबाई यांनी सुरुवातीला केवळ उच्च जातीय विधवा स्त्रियांसाठी काम सुरू केले होते, हे खरे असले तरी १८९० च्या दशकाच्या शेवटी प्लेगच्या साथीत त्यांनी समाजातील सर्व जातींच्या स्त्रियांसाठी काम करण्यास सुरुवात केली. या काळात त्यांनी एक अत्यंत धाडसी मोहीम हाती घेऊन मध्य प्रदेशात प्लेगच्या साथीचा सर्वाधिक फैलाव झालेल्या भागात जाऊन तेथील निराधार आणि अन्नासाठी तडफडणाऱ्या शेकडो मुलींना पुण्यात आपल्या संस्थेत आणले. या मोहिमेत त्यांनी आपले जातीविषयक सर्व पूर्वग्रह सोडून दिले. त्यांच्या 'स्नेह सदन' या पुण्यातील संस्थेत आणखी निराधार स्त्रियांना आश्रय देणे अशक्य झाले, तेव्हा रमाबाईनी पुण्याजवळच्या केडगाव येथे काही जमीन विकत घेतली. त्या ठिकाणी स्वतंत्र स्त्रीवादी समाज स्थापन केला. या ठिकाणी स्त्रियांना सर्व प्रकारचे तांत्रिक कौशल्य शिकवले जात असे. त्या स्त्रिया कारागीर म्हणून काम करत, तसेच शेतीही करत. त्या स्त्रियांना औद्योगिक तांत्रिक कौशल्ये शिकविली जात. एकूणच केडगाव येथील मुक्ती सदन म्हणजे स्त्रियांचा स्वयंपूर्ण कल्पितादर्श समाज होता.पंडिता रमाबाईनी जातिहीन, वर्गहीन आणि पितृसत्ताकता नाकारणारा पहिला मुक्त समाज स्थापन केला होता.

पंडिता रमाबाईपेक्षा ताराबाई शिंदे यांनी अधिक कठोर भाषेत लिखाण केले होते. परंतु ताराबाई शिंदे यांच्या जीवनाबद्दल आपणास फारच कमी माहिती उपलब्ध आहे. किंबहुना ताराबाई शिंदे यांनी स्त्री पुरुष तुलना हे पुस्तक लिहिल्यावर काय काय घडले याविषयी काहीच माहिती उपलब्ध नाही. एक मात्र निश्चित आहे, की त्यांना अपेक्षित असलेले स्वातंत्र्य आणि स्वायत्त जीवन जगण्याची संधी मिळाली नव्हती. त्यांना एकोणिसाव्या शतकातील मराठा जमीनदार कुटुंबात रोजचे जीवन जगण्यासाठी किमान छोटा स्वतंत्र आवकाश तरी मिळाला होता अथवा नाही, हेसुद्धा आपल्याला कदाचित कळू शकणार नाही. (असा अवकाश त्या काळात काही स्त्रियांना उपलब्ध होता) त्यांच्या लिखाणापैकी स्त्री पुरुष तुलना हे एकमेव पुस्तक त्यांनी लिहिले असल्याचे माहित आहे.या पुस्तकाच्या सुरुवातीलाच त्यांची भाषा अतिशय कठोर असल्याचे जाणवते त्या म्हणतात :

''तरी मी निरंतर मरूहाठमोळ्याचे अटकेतील गृहबंदी शाळेतील मतिहीन अबला असून हा माझा पहिलाच प्रयत्न असल्यामुळे या निबंधात असंगत व तुटक मजकूर अगदी मराठाशाही जाडी भरडी व अतिशय कडक भाषा असते, पण रोज पुरुषांचे साहस धाडस व दगाबाजीचे नित्य नवी भयंकर उदाहरणे दिसून येत असतांही तिकडे कोणीच लक्ष न देतां स्त्रियांवरच सर्व दोषांची गोणी लादतात, हे पाहून स्त्री जात्याभिमानाने माझे मन अगदी खळबळून तळमळून गेले.'' (शिंदे, १९९२)

विधवा स्त्रियांवर होणाऱ्या लैंगिक अत्याचारांकडे दुर्लक्ष करून, अशा लैंगिक अत्याचारामुळे निर्माण होणाऱ्या संततीची विल्हेवाट लावण्याच्या आरोपाखाली अनेक वेळा विधवा स्त्रियांना दोष दिला जात असे. या विषयावर चर्चा करताना ताराबाई केवळ विधवांवरील अत्याचारांचा विचार करत नाहीत. त्यांनी एकूणच स्त्रियांवर लादण्यात आलेल्या जीवनाची चिकित्सा केल्याचे आढळते.

''स्त्री धर्म म्हणजे काय? निरंतर पतीची आज्ञा पाळणे, त्याचे मर्जीप्रमाणे वागणे, त्यांनी लाथा मारिल्या, शिव्या दिल्या, दुसऱ्या रांड्या ठेवल्या, नवरोची दारू पिऊन, जेव्हा खेळून कफलक होऊन, शंख करीत, चोरी करून, कोणाचा प्राण घेऊन, फितूर चहाडी करून, खजिन लुटून, लाच खाऊन, जरी घरी आले तरी स्त्रियांनी आपले हे कोणी जसे काही कृष्ण महाराजच गवळ्याचे दही दूध चोरून चंद्रावरील कलंक लावून आलेत, असे समजून परमात्मा सारखीच त्यांची हसतमुखाने पूजा करावी सेवेत हजर राहावे, हा स्त्री धर्म...... असे पतीव्रत तोडून टाकण्यासाठी लाखो कारणे आहेत''

अशाच पद्धतीने त्यापुढेही ताराबाई पुराणात वर्णन केलेले देव आणि ऋषींविषयी अतिशय स्वच्छतेने लिहितात :

''आता द्रौपदी पाच नवऱ्याची बायको असूनही कर्ण महाराजांचे अंतर्यामी चिंतन करीत होती का नाही ? अहिल्या सुरेंद्रच्या अंकारूढ होऊन शिळा होऊन पडली आष्टाधिकार झाले सत्यवती कुंती यांचे काय? एकीने अंगाची दुर्गंधी घालविण्याकरिता ऋषी वचन मान्य केले....... वारे देव, वारे ऋषी एकाचढी एक.''

संदर्भ : ताराबाई शिंदे यांचे स्त्री पुरुष तुलना हे पुस्तक पान क्र.६

स्त्री पुरुष तुलना या पुस्तकात ताराबाईनी आपला युक्तिवाद अतिशय कडवट पद्धतीने मांडलेला आहे. या पुस्तकातील टीका ही हिंदू धर्मग्रंथावरील थेट टीका आहे. त्या टीकेची कारणमीमांसा आणि त्यातील संकल्पनात्मक विश्लेषण दिलेले नाही. अतिशय साध्या आणि लोकप्रिय भाषेत त्या संकल्पनेवर केलेली उपहासात्मक टीका आहे. किंबहुना, अनेक कष्टकरी वर्गातील आणि शेतकरी स्त्रिया त्यांना माहीत असलेल्या पौराणिक कथांवर अशाच भाषेत बोलतात. रामायण आणि महाभारत ही दोन्ही महाकाव्य बहुसंख्य लोकांच्या जीवनाचा भाग होती. परंतु हे दोन्हीही नव्याने आकाराला येणाऱ्या हिंदू धर्माचा किंवा हिंदुत्वाचा भाग होतेच असे म्हणता येणार नाही. या धर्मग्रंथांना जेव्हा ब्राह्मण्यवादी हिंदुत्ववादी सिद्धांतांचा भाग बनवण्यास सुरुवात केली गेली तेव्हा ताराबाई आणि रमाबाई यांच्यासारख्या स्त्री विचारवंतांनी त्यावर तीव्र हल्ला चढविला. हे सिद्धांत नाकारले. रमाबाईनी त्यासाठी वेगळ्या प्रकारची संस्थात्मक रचना निर्माण केली. नव्या मानवी संबंधांची सुरुवात केली. रमाबाईनी या संस्थेच्या माध्यमातून आपले संपूर्ण जीवन उच्चवर्णीय आणि खालच्या जातीतील विधवा स्त्रियांच्या सेवेमध्ये घालविले. अशा विधवा स्त्रिया म्हणजे, त्याकाळच्या समाजात सर्वात तिरस्कृत जीवन जगत होत्या. ताराबाईना उघडपणे बंडखोरी करणे शक्य नव्हते. त्यामुळेच त्यांनी अतिशय कडवट भाषेत समाजातील पितृसत्ताकतेवर हल्ला चढविला होता :

''या स्त्रीजातींत सावित्री तरी आपले पतींचा प्राण परत आणण्याकरितां यमदरबारात जाऊन आली. पण पुरुषांमध्ये कोणी तरी आपले बायकोचे प्राणांकरितां यमराजाचें दरबारांत तर नाहीच; पण उगीच त्या दरबाराचे वाटेवर तरी गेलेला कोठे ऐकण्यात आला आहे काय? तर जसें एकदां सौभाग्य गेलें म्हणजे स्त्रियांनी आपली तोंडे अगदी एखाद्या महान खून्यापेक्षाही महाजबर अपराध्याप्रमाणे काळी करून सर्व आयुष्यभर अंधारकोठडींत राहावे, त्याप्रमाणे तुमच्या बायका मेल्या म्हणजे तुम्हीही आपले तोंड काळे करून दाढी मिशा भादरुन यावतू जन्मापर्यंत कोठेंही आरण्यवासांत कां राहू नये बरे? एक बायको मेली कीं तिचे दहावे दिवशींच तुम्ही दुसरी करून आणावी, असा तुम्हाला कोणत्या शहाण्या देवाने दाखला दिला आहे तो दाखवा बरें!''

संदर्भ: स्त्री पुरुष तुलना ताराबाई शिंदे पान क्रमांक आठ

पार्थ चॅटर्जी म्हणतात, त्याप्रमाणे स्त्रियांचे भौतिक आणि सांस्कृतिक जीवन यात भेद करणे आणि कौटुंबिक जीवनात स्त्रियांना नैतिक आणि अध्यात्मिक स्थान मिळवून देणे यासाठी स्त्रियांच्या प्रश्नावरील राष्ट्रीय आवाज उठवण्याचे काम एकोणिसाव्या शतकात ताराबाई आणि रमाबाई यांनी आपापल्या पद्धतीने केले :

''हे साध्य करण्यासाठी आधुनिक पश्चिमात्य संस्कृतीमधील भौतिक तंत्र स्वीकारणे आणि जोपासणे आवश्यक होते. त्याचबरोबर स्वतंत्र राष्ट्रीय संस्कृती टिकवून ठेवणे आवश्यक होते ''(चटर्जी १९८९,२३८)

वरील भूमिकेत असे गृहीत धरण्यात आले आहे, की पौर्वात्य नीतिमत्ता आणि पाश्चिमात्य विज्ञान असे एकत्रित स्वीकारायला हवे. एकंदरीने पाहता हिंदू धर्म सुधारणावादी आणि हिंदू राष्ट्रवादाचे पुरस्कर्ते या दोन्ही प्रवाहांची भूमिका अंतिमत: फारशी वेगळी नाही, हे लक्षात येते. पौर्वात्य नीतिमत्ता निश्चितपणे स्त्रियांची दडपणूक करणारी होती. त्यामुळे माणूस म्हणून स्वतंत्र स्थान मिळवण्याची आकांक्षा बाळगणाऱ्या स्त्रियांसाठी ही भूमिका नक्कीच अपुरी होती. (पाश्चिमात्य नीतिमत्तेमध्येसुद्धा स्त्रियांची दडपणूक होत होतीच. पण तो स्वतंत्र विषय आहे. किंबहुना यासंबंधी रमाबाईचे उदाहरण घेता येईल. धर्मांतरानंतर ख्रिश्चन मार्गदर्शकाच्या बरोबर झालेल्या रमाबाईच्या अनेक मतभेदांमध्ये स्त्रियांविषयीचा दुय्यम दृष्टिकोन नेहमीच पुढे आला होता.)

आर्य समाजी लोक स्त्रियांचा दर्जा आज घसरला आहे असे मानत असत. परंतु रमाबाईना हा दृष्टिकोन मान्य नव्हता. तर ब्रम्हो समाजाची मंडळी आणि गांधींसारखे विचारवंत वेद आणि उपनिषदातील आदर्श नैतिकतेच्या आधारे हिंदू तत्त्वज्ञानातील सार रमाबाईना समजावून देत होते. ही भूमिकासुद्धा रमाबाईना मान्य होणे शक्य नव्हते. कारण त्यामुळे हिंदुत्वज्ञानातील पितृसत्ताकता आणि जातीयवादी भूमिका अबाधित ठेवली जाणार होती. जोतिबा फुले आणि नंतरच्या काळातील कडव्या दलित विचारवंतांनीसुद्धा हा हिंदुत्ववादी दृष्टिकोन ठामपणे नाकारला होता. त्याचप्रमाणे रमाबाईनीसुद्धा तो नाकारला होता.अशाच प्रकारे हिंदू पुराणाचे देव आणि ऋषी ही प्रतिके स्त्रियांना दुय्यम ठरवणारी आहेत, अशीच भूमिका ताराबाईनी घेतली होती. असे असूनसुद्धा नंतरच्या काळातील अनेक उच्चशिक्षित आणि उच्चपदस्थ स्त्री कार्यकर्त्यांनी या भूमिकेशी कशी काय तडजोड केली, या प्रश्नाचे एक उत्तर म्हणजे, त्यांना काही छोट्या लाभांसाठी अशी तडजोड करणे भाग पडले होते.

एकोणिसाव्या शतकाच्या अखेरच्या काळात हिंदू राष्ट्रवादाच्या उठावामुळे उच्च जातीय, सौम्य सामाजिक सुधारणावादी मंडळींना माघार घ्यावी लागली होती. या काळात स्त्रियांच्या चळवळीने हळूहळू संघटित रूप घ्यायला सुरुवात केली होती १९२० च्या दशकात अखिल भारतीय महिला संघटनेची आणि तत्सम अन्य संघटनांची स्थापना होऊ लागली होती. या उच्च जातीतील आणि अभिजन वर्गातील स्त्रियांच्या संघटना हिंदू चौकटीत काम करू लागल्या होत्या. या संघटना सीता आणि सावित्री ही प्रतिके स्त्रियांचे आदर्श आहेत आणि ही पुरुषी दडपणुकीची प्रतिके नाहीत, अशी भूमिका मांडत होत्या. या संघटना वैदिक काळातील स्त्रियांच्या स्वातंत्र्याची भलामण करत असत. या संघटनांनी, स्त्रियांवर लादण्यात येणारी पडदा पाळण्याची प्रथा आणि अन्य सामाजिक बंधने म्हणजे मुस्लिम आक्रमकांच्या प्रभावाचा परिणाम आहे, इतकेच नाही तर थेटपणे मुस्लिम संस्कृतीचा प्रभाव आहे,अशी भूमिका घेतली. या संघटनांनी स्त्रियांना बऱ्याच प्रमाणात स्वतंत्र हक्क मिळण्यासाठी नवी हिंदू संहितेचा

(अंतिमत: अशी संहिता काही प्रमाणात प्रत्यक्षात येऊ शकली) आग्रह धरला होता. अशा हक्कांमध्ये सर्वात महत्त्वाचा म्हणजे, स्त्रियांचा संपत्तीचा आणि घटस्फोटाच्या अधिकाराचा समावेश होता. अशा अधिकाराच्या हिंदू कोड बिलाच्या मसुदा समितीचे अध्यक्ष डॉ. आंबेडकर यांच्यासारख्या दलित नेते होते. यामुळे या महिला संघटनांच्या नेत्यांची स्थिती अवघड झाली . हिंदू मूलतत्ववाद्यांनी हिंदू कोड बिलाच्या विरोधात केलेल्या निदर्शनांच्या विरोधात रस्त्यावर उतरून विरोध करण्यासाठी आवश्यक संघटनात्मक ताकद त्यांना उभी करता आली नाही. याही पुढे जाऊन हिंदू कोड बिलामधून मुस्लिम स्त्रियांना वगळण्यात आल्यामुळे नंतरच्या काळासाठी एक चुकीची जातीयवादी परंपरा निर्माण झाली (पहा एव्हरेट १९८१).

भारतातील शेतकरी स्त्रियांनी सांस्कृतिक परंपरांना नव्याने कृतिशील आव्हान दिले होते. त्यांनासुद्धा संघटनात्मक उभारणी करताना हिंदू धर्माच्या चौकटीतच राहणे भाग पाडण्यात आले होते. याविषयी कपिल कुमार यांनी औध किसान सभेतील जग्गी (कुर्मी) यांच्या नेतृत्वाखाली स्त्री शेतकऱ्यांच्या चळवळीची माहिती दिली आहे .औध किसान सभेच्या जग्गी या महिला नेत्याला बाबा रामचंद्र (महाराष्ट्रातील एक ब्राह्मण) यांनी किसानीन सभा स्थापन करण्यास पाठिंबा दिला होता. या सभेतर्फे स्त्रियांना जमिनीचा हक्क मिळावा, अशी मागणी करण्यात आली होती. तसेच बहुपत्नीत्वाच्या पद्धतीवर हल्ला करत कौटुंबिक नाते सुधारण्याचा आग्रह धरण्यात आला होता. फुल्यांप्रमाणेच 'किसानीन सभे'ने एक पत्नीत्वाचा आग्रह धरला होता. या सभेने असा आग्रह धरला होता, की सर्व प्रकारच्या नात्यांना कायदेशीर मान्यता असावी आणि स्त्रियांना मुले झाली किंवा झाली नाहीत तरी समान प्रतिष्ठा मिळावी (कुमार १९८९,३५१) त्याचप्रमाणे किसानीन सभेने धार्मिक प्रथांचा नव्याने अर्थ लावला. गावातील देवीचा यज्ञ साजरा करण्याला मान्यता दिली असली, तरी अन्य काही परंपरांचा नवा अर्थ लावला. रामाला वनवासात पाठविले ही कैकेयीची कृती योग्य ठरवण्यात आली. सीता ही स्वतंत्र विचाराची स्त्री होती, असा अर्थ लावण्यात आला. याबाबत सभेने अशी भूमिका घेतली की : सीतेने रामाबरोबर वनवासात यायला हवे असे काही रामाने तिला सांगितले नव्हते. तर सीतेने स्वतःहून तसा निर्णय घेतला होता (एवहरेट,१९९१, ३६३ ; जग्गी यांच्या मुलाखतीतून उद्धृत)

या सर्व काळात अभिजन वर्गातील स्त्रिया पुरुषी हिंदू राष्ट्रवादाच्या कल्पनेच्या दबावाखाली जात असताना, कामगार वर्गातील स्त्रिया आणि शेतकरी स्त्रियांनी अशा स्त्रीविरोधी परंपरांबाबत नेमकी काय भूमिका घेतली आणि कृती केली, याबाबत फारसा ऐतिहासिक पुरावाच उपलब्ध नाही. या स्त्रियांनी 'हिंदू राज' किंवा 'रामराज' स्वीकारले का याबाबत योग्य पुरावा उपलब्ध नाही याविषयी एकोणिसाव्या शतकातील कलकत्त्याच्या खालच्या जातीतील स्त्रियांच्या सांस्कृतिक स्थितीचे वर्णन

सुमंत बॅनर्जी यांनी केले आहे .त्यांनी खेऊर या राधा-कृष्ण या लोकप्रिय नाट्य-काव्यप्रकाराच्या माध्यमातून पद रचना केल्या आहेत. अशा एका पदांमध्ये त्यांनी, व्यासांबरोबर शरीर संबंध ठेवून मूल जन्माला घालण्याचा आग्रह धरणाऱ्या आपली आई सत्यवतीला विरोध करणाऱ्या अंबालिकेचे चित्र रंगविले आहे. ते साधारण पुढील प्रमाणे आहे :

लोक म्हणतात
तू लहान असताना नदीमध्ये बोट चालवत होतीस.
तुझ्या मुग्ध कलिका सौंदर्याला भाळून
महान पराशर तुझ्या प्रेमात पडला आणि
(समाजात) मोठा गदारोळ उडाला :

तेव्हा तू तर हे एकदा केलेले आहेसच
त्यामुळे तुला तर कोणाची भीती बाळगायचे कारण नाही.
तू तर असे कितीही संबंध ठेवू शकतेस,
तुला कोणीच काही म्हणणार नाही.
तेव्हा असं काही करायचे असेल
तर आई तू स्वतःच का करत नाहीस?
(बॅनर्जी १९८१,३८-३९)

अशा प्रकारची साहित्य अभिव्यक्ती खालच्या वर्गातील अनेक स्त्रियांनी वापरल्याचे दिसते. १९२० च्या दशकात महाराष्ट्रातील सत्यशोधक तमाशांमध्ये अशाच प्रकारचे विखारी संवाद वापरले गेले होते. या कालखंडात भारतात सर्वत्र तमाशा संस्कृती आढळत असे. अंबालिकाच्या गाण्यांमध्ये जसा थेट तर्कशुद्ध युक्तिवाद केलेला दिसतो (तुला जर ती कृती योग्य वाटत असेल, तर तुच का करत नाहीस ? असा प्रश्न उपस्थित करणे.) त्याच पद्धतीची सरळ सोट अभिव्यक्ती या खालच्या जातीतील स्त्रियांनी केल्याचे दिसते. अशाच पद्धतीची अभिव्यक्ती त्यानंतर सुमारे शंभर वर्षांनी दलित पँथरच्या स्थापनेच्या काळात दलित कवींनी वापरल्याचे दिसते. दलित कवींच्या अशा विखारी भाषेमुळे मुंबईतील तथाकथित अभिजन वर्गात मोठी खळबळ उडाली होती. नामदेव ढसाळ यांच्या गोलपिठा या काव्यसंग्रहातील कवितांच्या वाचनाचा कार्यक्रम होता. गोलपिठा या संग्रहातील कवितांचा विषय मुंबईमधील रेड लाईट एरियातील (वेश्यावस्ती) स्त्रियांचे जीवन हा होता. याप्रसंगी भाषण करताना मराठीतील एक नामवंत लेखिका म्हणाल्या '' वेश्या यासुद्धा समाजाला आवश्यक असेच काम करत असतात. म्हणून त्यांनाही प्रतिष्ठा मिळायला हवी''. या त्यांच्या

विधानाला प्रसिद्ध पँथर कवी राजा ढाले यांनी उत्तर दिले होते ते म्हणाले ''जर दुर्गाबाईना असे वाटत असेल, की या कामाला प्रतिष्ठा मिळायला हवी तर त्या स्वतःच हे काम का बरं करत नाहीत?''

सुरुवातीच्या काळातील रमाबाई आणि ताराबाई यांच्यासारख्या स्त्रीमुक्तीवादी विचारवंत आणि त्यांना पाठिंबा देणाऱ्या पुरुषांच्या टीकेचा मुख्य रोख पितृसत्ताकता आणि लैंगिकता या दोन घटकांची पावित्रता आणि नैतिकतेच्या दुहेरी मोजपट्टीविषयी होता. अनेक स्त्रियांनी एकपत्नीत्वाचा पुरस्कार केला होता. तर काही स्त्रियांनी आणि सुधारकांनी थेटपणे लैंगिक स्वातंत्र्याची मागणी केली नसली, तरी दंतकथा आणि पौराणिक साहित्यातील लैंगिक नीतीमत्तेविषयी टिंगल आणि उपहासात्मक पद्धतीने टीका केली होती. नंतरच्या वासाहतिक सत्तेच्या काळात स्त्रियांच्या चळवळीतील अनेक महत्त्वाच्या नेत्यांनी काँग्रेस संघटनेतील छुप्या परंतु प्रभुत्वात असलेल्या हिंदू सुधारणावादी संस्कृती प्रवाहाशी जुळवून घेतल्याचे दिसते. या प्रक्रियेत ब्राह्मणी पितृसत्ताकतेला मान्यता दिली. मात्र सुरुवातीच्या काळातील रमाबाई आणि ताराबाई यांच्यासारख्या स्त्री चळवळीच्या नेत्यांनी खालच्या जातीतील आणि शेतकरी वर्गातील स्त्रियांच्या दृष्टिकोनाशी जवळचे नाते साधले होते. या नेत्यांनी हिंदू पुराणे म्हणजे कथा साहित्य आहे, धर्मग्रंथ नाहीत, अशी भूमिका घेतली. तसेच पुरुषी दडपणुकीवर विविध अंगांनी टीका केली. पुरुषी दडपणुकीच्या विविध नियमांना आणि प्रथांना मानवी नात्यातील दैवी,आदर्श प्रथा म्हणून स्वीकारण्यास नकार दिला.

ब्राह्मण स्त्रियांना शिक्षण दिले तर त्यासुद्धा हिंदू धर्मशास्त्र टाकून देतील असा आश्चर्यकारक आत्मविश्वास महात्मा फुले यांनी व्यक्त केला होता आणि काही प्रमाणात तसे घडलेसुद्धा ! परंतु शिक्षणामुळे पितृसत्ताकता आपोआप लयाला जाईल. ही अपेक्षा मात्र फोल ठरली. कदाचित स्वतंत्र भारतातील शिक्षण व्यवस्थेच्या मर्यादेमुळे असे घडले असावे. स्वतंत्र भारतातील शिक्षण व्यवस्थेची रचना घोकंपट्टीवर आधारित आणि ब्राह्मणी हिंदुत्ववादी चौकटीत करण्यात आली होती.

***

प्रकरण सहा

हिंदू धर्म म्हणजे आर्यांचा विजय
१९२० च्या दशकातील दलित पुरोगामी

समाजातील शेतकरी, दलित, स्त्रिया आणि खालच्या जातीतील दडपलेली आणि शोषित जनता म्हणजेच महात्मा फुले यांच्या भाषेतील शूद्र आणि अतिशूद्र समाज. या सर्व लोकांना जागृत करून संघटित करण्याचे काम १९२० आणि १९३० च्या दशकात मोठ्या प्रमाणात घडले. विविध विचारसरणीच्या भारतातील नेत्यांनी या जनतेला संघटित करण्याचे काम केलेले दिसते. या कालखंडात भारतातील शोषित आणि दडपलेल्या जनतेने विविध जनचळवळीत भाग घेतला; काही लोकांनी गांधींच्या लढ्यात सहभाग केला; त्यांना गांधी हे भारताचे तारणहार वाटत होते.काही लोकांनी शेतकऱ्यांना संघटित करून किसान सभा स्थापना केल्या;या लोकांनी शेतकऱ्यांच्या मागण्यांसाठी संप केले; शेतकऱ्यांच्या शेती खंड विरोधी चळवळी चालवल्या आणि शेत सारा विरोधी बहिष्कार आंदोलने केली. काही ठिकाणी वनउपज आणि गावातील सामूहिक उत्पादनावरील हक्कांसाठी लढे उभारले गेले. इतिहासातील हा कालखंड म्हणजे पहिल्या महायुद्धानंतरचा आणि रशियन क्रांतीनंतरचा काळ. या कालखंडात सर्वसामान्य जनतेला जगाच्या इतिहासपटलावर महत्त्वाचे स्थान मिळायला सुरुवात झाली.

या काळात भारतातील जातीय शोषणाचा प्रश्न दुर्लक्षित राहणे अशक्य होते. १९२० च्या दशकात अनेक खालच्या जातीतील कार्यकर्त्यांनी ब्राह्मणेत्तर आणि दलित म्हणून संघटित व्हायला सुरुवात केली. या नेत्यांनी जातीविरोधी, ब्राह्मण

विरोधी आणि फुले यांनी मांडलेल्या भूमिकेसारखी अगदी हिंदुत्वविरोधी भूमिका घेऊन आंदोलनाची सुरुवात केली होती. या काळात महात्मा फुलेंविषयी महाराष्ट्राबाहेर फारच कमी माहिती होती. त्यामुळेच या काळातील आर्यविरोधी किंवा आर्येतर आंदोलनात तामिळनाडूमधील तामिळ ब्राह्मणेतर चळवळीचा मुख्य पुढाकार आणि प्रभाव होता. या भूमिकेचा प्रभाव इतका व्यापक होता, की अशाच प्रकारची आंदोलने देशात इतरत्रही सुरू झाल्याचे दिसले. देशातील अभिजन वर्गाच्या आर्य सिद्धांताला आर्येतर समाजात मिळणाऱ्या एकाच पद्धतीच्या प्रतिसादामुळे अभिजन वर्गाला आर्यवंश श्रेष्ठत्वाच्या भूमिकेत बदल करावा लागला होता. महाराष्ट्र आणि तमिळनाडूमधील ब्राम्हणेतर चळवळ आणि दलित चळवळीप्रमाणेच कर्नाटक आणि पंजाबमध्ये सुद्धा आर्यांचे आक्रमण आणि धर्माच्या माध्यमातून ब्राह्मणांकडून केले जाणारे शोषण याविषयी आवाज उठवला जात होता.

१९२० च्या दशकात देशातील विविध भागात दलितांनी नवी अस्मिता धारण केल्याचे दिसते. पंजाबमध्ये आदि-धर्म, उत्तर प्रदेशात आदि-हिंदू आणि दक्षिण भारतात हैदराबादमध्ये आदि-द्रविड,आदी-आंध्र आणि आदि-कर्नाटक अशा प्रकारची नावे धारण करून आपले समाज हे मूळनिवासी समाज आहेत, असे दर्शवण्यास सुरुवात केली होती. अशा अस्मितेचा प्रथम आविष्कार महाराष्ट्रात झालेला दिसतो. आंबेडकरपूर्व दलित नेते किसन फागुजी बनसोडे (१८७०-१९४६) यांनी आपल्या सवर्ण समाजातील मित्रांना १९०९ मध्ये काय इशारा दिला होता हे पहा :

> ''तुमचे पूर्वज म्हणजे आर्य - त्यांनी आमच्यावर विजय मिळविला आणि अनन्वित अत्याचार केले. त्या काळात आम्ही तुमच्या अंकित होतो. तुम्ही आम्हाला गुलामांपेक्षाही वाईट वागणूक दिली होती. तुम्ही आमच्यावर हवे तसे अत्याचार केले होते. परंतु आता आम्ही तुमच्या अंकित नाही.आमचे तुमच्याशी कोणतेही नाते नाही आणि आम्ही तुमचे दास किंवा गुलाम नाही.
>
> आजवर आम्ही हिंदूंनी केलेले अत्याचार आणि छळ सोसले ते पुरेसे आहेत.(भागवत १९८०,२९७)

बनसोडे हे शिक्षक आणि पत्रकार होते. त्या काळात नागपूरमध्ये महारांकडे काही प्रमाणात जमिनी होत्या. नागपूरमध्ये उदयाला आलेल्या कापड कारखान्यांमध्ये सुमारे ४०टक्के कामगार महार समाजातील होते. या समाजातून काही शिक्षित महार नेते तयार झाले होते. त्यांच्यापैकी एक म्हणजे बनसोडे. यांच्यातील नेते पुढील काळात महार समाजातील वारकरी संत चोखामेळा यांच्या प्रभावामुळे हिंदू धर्माचे समर्थक बनले. पुढे आंबेडकरांना विदर्भामध्ये आपला प्रभाव वाढविण्यासाठी पुढील काळात या महार समाजातील नेत्यांशी संघर्ष करावा लागला होता (संदर्भ : ऑमव्हेट, १९९४ प्रकरण तीन). मात्र १९२० च्या दशकात नवीन दलित किंवा आर्येतर म्हणवून घेणाऱ्या आदि किंवा मूळनिवासी भारतीय समतावादी परंपरा सांगणाऱ्या चळवळी भारताच्या अनेक भागात सुरू झाल्या होत्या.

या प्रक्रियेवर मद्रास प्रेसिडेन्सी प्रांतातील आंध्र प्रदेशाच्या दक्षिण किनाऱ्यावरील व्यापारी प्रदेशातील उभ्या राहिलेल्या आक्रमक अशा द्रविड स्थानाच्या मागणीच्या आंदोलनाचा मोठा परिणाम झाला होता. त्या प्रदेशात स्थलांतरित दलित मजुरांची संख्या मोठी होती. तसेच दलितांमध्ये शिक्षितांचा एक छोटा गट तयार झाला होता. १९१७ मध्ये हिंदू सुधारकांनी 'पहिली प्रांतिक पंचम महाजन सभा' विजयवाडा येथे भरविण्याचे ठरविले होते. परंतु मद्रास प्रांतातील चळवळीच्या प्रभावामुळे या परिषदेचे नाव आधी आंध्रा महाजन सभा असे बदलण्यात आले. नाव बदलण्याचे कारण म्हणजे, दलित समाजात मूळनिवासी अस्मिता वाढली होती. पंचम लोक म्हणजेच येथील मूळ निवासी होते. त्यांची या प्रदेशात सत्ता होती (संदर्भ: गौतम १९७६ ६७) या परिषदेच्या आयोजनाच्या काळात दलित आक्रमक झाले होते. त्यामुळे शहरांमधील देवळे बंद करण्यात आली होती. या परिषदेनंतर पुढील पंधरा वर्षे अशाप्रकारे आदि आंध्र महाजनसभा भरवली जात असे. पुढे काँग्रेस आणि कम्युनिस्ट चळवळीत हरीजन म्हणून दलितांना स्वीकारेपर्यंत अशी परिषद भरत असे. १९३१ च्या जनगणनेनुसार मद्रास प्रांतातील माला आणि माडिगा या समाज आपल्या समाजाची ओळख नोंद आदि-आंध्र अशी करून देत असत.

विजयवाडा येथे भरलेल्या परिषदेचे अध्यक्षपद भाग्यरेड्डी वर्मा (१८८८-१९३९) यांनी भूषविले होते. भाग्यरेड्डी वर्मा हैदराबाद येथील दलित समाजाचे नेते होते. त्यांचे मूळ नाव मदारी भागय्या असे होते. त्यांनी सन १९१२ पासून आदि हिंदू परिषदा भरविण्यास सुरुवात केली होती. हैदराबादमध्ये दलित समाजात आक्रमक मध्यमवर्गीय गट तयार झाला होता. या गटात अनेक मतभेद असले तरीही, १९२० ज्या दशकात या सर्वांनी स्वतःला आदि-हिंदू म्हणवून घ्यायला सुरुवात केली होती. सन १९३० मधील राज्य सरकारच्या जनगणनेवेळी या सांस्कृतिक मुद्द्यावर तीव्र वाद झाला होता :

> आदि द्रविड एज्युकेशनल लीग तर्फे अशी भूमिका मांडली होती, की आदि-द्रविडांचा इतिहास, तत्त्वज्ञान आणि संस्कृतीचा विचार केला तर आदि-द्रविड हे दख्खन पठारावरील खरे आदिवासी किंवा मूळनिवासी आहेत. हे दडपलेले किंवा दलित समाज वैदिक धर्म पाळणाऱ्या आणि स्वतःला हिंदू म्हणवून घेणाऱ्या लोकांपेक्षा पूर्णपणे वेगळे आहेत. या लीगचा असा दावा होता, की हिंदुस्तानमधील आदिवासींचे पूर्वज कधीही वैदिक धर्म पाळत नव्हते; हे अ-वैदिक आदिवासी समूह स्वतःला हिंदू म्हणून घेण्यास नकार देतात, याचे कारण या समाजांना मनुस्मृती आणि तत्सम वैदिक ग्रंथात नमूद केलेल्या धार्मिक तत्त्वज्ञानाविषयी घृणा आहे. हे अ-वैदिक आदिवासी समूह स्वतःला हिंदूपेक्षा वेगळे समजतात. आक्रमक आर्यांनी स्वतःबरोबर आणलेला वैदिक धर्म येथील अ-वैदिक आदिवासींवर लादला. आर्यांच्या प्रभावाखाली आलेल्या आदिवासींनी हळूहळू जाणते अजाणतेपणे हिंदू कल्पना आणि गैरधारणा स्वीकारण्यास सुरुवात केली. (भारताची जनगणना १९३३,२५८)

अशा प्रकारे हैदराबादमधील तामिळ दलितांनी स्वतःला आदि-द्रविड म्हणवून घेण्यास सुरुवात केली. तर तेलगू भाषिक दलितांनी आदि-हिंदू अशी अस्मिता

स्वीकारली. या तेलगू भाषिक दलित विभागाने अतिशय आक्रमक ब्राह्मण विरोधी भूमिका घेतली. भाग्यरेड्डी वर्मा हे अशा गटांचे महत्त्वाचे नेते होते. त्यांनी पुढे बौद्ध तत्त्वज्ञानाचा स्वीकार केला आणि आंबेडकरांचे अनुयायी म्हणून काम करणाऱ्या तरुण पिढीला अप्रत्यक्ष पाठिंबा दिला. वर्मा हे केवळ दक्षिण भारतातच नव्हे तर उत्तर प्रदेशसारख्या दूरच्या प्रदेशातही दलित समाजांच्या नव्या अस्मितांचा प्रचार करणाऱ्या परिषदांमध्ये सहभागी होण्यासाठी गेले होते; वर्मांच्या प्रभावामुळे अशा परिषदा झालेल्या ठिकाणी दलित समाजात आक्रमक पुरोगामी अस्मिता निर्माण झाल्याचे दिसते. या विचारप्रवाहाचे उत्तर प्रदेशातील महत्त्वाचे विचारवंत नेते मैनपुरी जिल्ह्यातील अस्पृश्य समाजाचे होते. हे नेते काही काळ आर्य समाजाचे सदस्य होते. त्यांनी आर्य समाजाच्या संकुचित भूमिकेला कंटाळून आर्य समाज सोडून दिला आणि आदि-हिंदू या नावाने दलितांना संघटित करण्यास सुरुवात केली. ते स्वतःला अच्युतानंद म्हणून घेत असत. त्यांनी पुढील प्रमाणे आपली भूमिका मांडली होती:

> अस्पृश्य किंवा तथाकथित हरीजन हे वस्तुतः आदि-हिंदू म्हणजेच मूळनिवासी किंवा स्वायत्त नागा किंवा उत्तरेकडील दास किंवा दक्षिण उपखंडातील द्रविड आहेत. हे समाजच भारताचे मूळ मालक आहेत, यात शंका नाही. आर्यांसह बाकी सर्व या भूमीमध्ये बाहेरून आलेले स्थलांतरित आहेत. त्यांनी येथील मूळ लोकांवर आक्रमण करून त्यांना पराजित केले. हे बाहेरून आलेले लोक शूर होते, असे नाही. तर त्यांनी येथील मूळ लोकांना फसवून आणि कारस्थान करून जिंकले होते. ...... त्यांनी या स्थानिक लोकांचे हक्क काढून घेऊन या शांतता प्रेमी लोकांवर आपली सत्ता प्रस्थापित केली. अशा तऱ्हेने या स्वयंपूर्ण स्थानिक लोकांना बाहेरून आलेल्या आक्रमकांनी आपले गुलाम केले. त्यामुळेच हिंदू आणि अस्पृश्यांमध्ये कायमची दरी निर्माण झाली. (संदर्भ : खरे १९८४,८५ मधून उद्धृत; पहा लिंच १९६९)

अशाच प्रकारे पंजाबमध्ये मंगूराम नावाचे एक दलित कार्यकर्ते पूर्वी आर्य समाजाचे सदस्य होते. त्यांनीच सन १९२६ पासून दलितांची अद-धर्म नावाची चळवळ सुरू केली. होशियारपूर येथील एका परिषदेत त्यांनी आपली स्वतंत्र जमात किंवा कौम असल्याचे घोषित केले. आद धर्म मंडळाच्या अहवालानुसार आर्यांनी केलेल्या आक्रमणाचे वर्णन पुढील प्रमाणे करण्यात आले आहे :

> अशा वैभवाच्या काळात आर्यांना येथील मूळ संस्कृतीचा शोध लागला आणि ते येथे आले त्यांनी येथील स्थानिक लोकांकडून युद्धकला अवगत केली आणि त्याचा उपयोग याच लोकांविरुद्ध केला. या काळात अनेक युद्ध झाली. सुमारे ६०० वर्षे अशी युद्ध सुरू होती. अखेरीस आर्यांनी आमच्या पूर्वजांचा आणि स्थानिक मूळ लोकांचा पराभव करून त्यांना जंगलामध्ये आणि डोंगरांमध्ये हुसकावून लावले. (युरगेंस्मेयर १९८२,२९६)

पंजाब मध्ये ही १९३१मध्ये झालेल्या अधिकृत सरकारी जनगणनेत आपल्या समाजाचे नाव आद-धर्मी असावे अशी भूमिका घेतली गेली. त्यानुसार सुमारे पाच लाख दलितांनी आपल्या नावाची नोंद आद-धर्मी अशी केली होती.

मंगू राम, अच्युतानंद, भाग्यरेड्डी वर्मा आणि किसन बनसोडे ही सर्व मंडळी आंबेडकरांपेक्षा एक पिढी ज्येष्ठ होते. त्यांनी नव्या चळवळीची सुरुवात केली होती. या लोकांना दलितांची चळवळ सुरू करणे शक्य झाले याचे कारण त्या काळात खेड्यातील अस्पृश्य समाजातील काही लोकांची परिस्थिती सुधारली होती . त्यांना काही प्रमाणात शिक्षण मिळू लागले होते. ब्रिटिश राजवटीत काही प्रमाणात सुरू झालेल्या औद्योगिकीकरणामुळे दलित समाजातील काही लोक कारखान्यात आणि उद्योगात काम करू लागले होते. काही दलित श्रीलंका, ब्रम्हदेश, मलेशिया आणि दूरची वेस्टइंडिज बेटे अशा देशात मळ्यांमध्ये काम करण्यासाठी जात होते. तर काही दलित भारतीय सैन्यात सैनिक म्हणून दाखल होऊ लागले होते. त्यामुळे या दलितांना नवी प्रतिष्ठा आणि सामाजिक स्थान मिळू लागले होते. या बदलत्या परिस्थितीमुळे दलितांना एक नवी सामाजिक जाणीव झाली होती. आपल्या अधिकारांविषयी, हक्कांविषयी नवे आकलन तयार झाले होते. दलित समाजातील काही लोकांनी खेडेगावातील आपल्या पारंपारिक व्यवसायातून किंवा नव्या कारखानदारीमधून थोडीफार आर्थिक सुबत्ता प्राप्त केली होती. छोट्या-मोठ्या जमिनी खरेदी केल्या होत्या. त्यामुळे या छोट्या गटाला आर्थिक स्थैर्य प्राप्त झाले होते. अशा दलित समाजात शिक्षणाचे प्रमाण वाढू लागले होते. त्यांच्या पुढाकाराने नवशिक्षित दलितांच्या नेतृत्वाखाली संघटना उभ्या राहू लागल्या होत्या.

या काळात विविध प्रकारच्या सामाजिक कृती सुरू झाल्या होत्या. एका बाजूला सामाजिक सुधारणा करण्यासाठी पुढाकार घेतला जात होता. उदाहरणार्थ, देवदासी प्रथा बंद करण्यासाठी आणि जाती उपजातींमध्ये पाळला जाणारा जातीभेद नष्ट करण्याचे प्रयत्न सुरू झाले होते. दलित समाजात स्वच्छतेचे महत्त्व रुजवले जात होते. त्याचप्रमाणे पारंपारिक जातीय वेश टाकून देऊन आपले सामाजिक दुय्यम स्थान नाकारले जात होते. अनेक समाजसुधारकांनी दारूबंदी किंवा मांसाहार बंदी यासारख्या मोहिमा सुरू केल्या होत्या. काही समाजगट पारंपारिक भजनी मंडळाच्या माध्यमातून भक्ती परंपरांमध्ये सामील होत होते. याच वेळेस आर्थिक मुद्द्यांवरही दलित संघटित होत होते. कारखान्यातील कामगार संघटनांच्या माध्यमातून आपल्या आर्थिक मागण्यांसाठी आंदोलन करत होते. त्याचप्रमाणे जमीन मिळवण्यासाठी प्रयत्न करत होते. अनेक ठिकाणी दलितांनी सामायिक मालकीच्या जमिनीतील आपला हिस्सा मिळविण्यासाठी सरकारकडे मागणी केली होती.

अशा प्रकारच्या प्रयत्नात अनेक ठिकाणी हिंदू सुधारणावादी लोकांचाही संबंध असल्याचे दिसते. तसेच काही प्रमाणात हिंदुत्ववादी भूमिका स्वीकारली गेल्याचे दिसते. असे असले तरी या सर्व प्रयत्नात आर्येतर वांशिक सैद्धांतिक भूमिकेची एक वैचारिक चौकट या आदि-वैचारिक प्रवाहाला होती. याचा अर्थ असा नाही, की सर्व

दलितांनी किंवा पुरोगामी ब्राह्मणोत्तर लोकांनी ही भूमिका मान्य केली होती. अनेक ठिकाणी दलित आणि ब्राह्मणेत्तर समाज गट स्वतःला हिंदू समजत होते. अशा गटांनी मंदिर प्रवेशाचे आंदोलन सुरू केले होते. अशा भूमिका घेतलेल्या दलित नेतृत्वाच्या एक गटाने आंबेडकरांच्या विरोधात जात हिंदू महासभेशी हात मिळवणीसुद्धा केली होती (ब्राह्मण वैचारिक प्रवाहाचे नेतृत्व करणाऱ्या मंडळींना यामुळे मोठीच ताकद मिळाली. त्यांनी या भूमिकेचा आधार घेत भक्ती चळवळ म्हणजे हिंदू चळवळ आहे, असा प्रचार सुरू केला). असे असले तरी 'आदि' -- विचार प्रवाह व्यापक प्रमाणात पसरला आणि हे विचार वेगाने लोकप्रिय होत गेले. ब्राह्मण्यवाद विरोध आणि जातीय उतरंडीला विरोध करण्याची भूमिका वसाहतवादाच्या काळात दलित संघटनांमध्ये सर्वत्र पसरली होती. त्याचेच प्रतिबिंब जनगणनेत पाहायला मिळाले. या वैचारिक प्रवाहामुळे मुंबई आणि मद्रास प्रांतातील दलितांच्या चळवळीला एक तर्कसंगत भूमिकेचा पाया मिळाला. त्याचप्रमाणे बहुतेक दलित पुरोगामी संघटनांमध्ये व्यापक ब्राह्मणेत्तर एकजुटीचे धोरण निर्माण होऊ लागले.

या सर्व विचार प्रवाहांचे फुले यांच्या भूमिकेशी बरेच साधर्म्य असले तरी त्यांच्यामध्ये फुले यांच्या कालखंडापेक्षा काही महत्त्वाचे फरकसुद्धा होते. असे फरक १९२०च्या दशकातील ब्राह्मणेत्तर--दलित चळवळींच्या आर्येतर-आशयसूत्रात पाहायला मिळतात. महात्मा फुलेनंतर मधला काळ हा हिंदुत्ववादी विचार प्रवाह आकाराला येण्याचा काळ होता. या काळात हिंदुत्ववादाचा विचार अधिक सुस्पष्टपणे तयार झाला. त्याला हिंदू राष्ट्रवादाचे रूप मिळाले आणि व्यापक पाया मिळाला. या काळात हिंदू महासभा आणि राष्ट्रीय स्वयंसेवक संघ तयार झाले. आरएसएस ही संघटना राजकारणापासून अलिप्त आणि अंतर्मुख स्वरुपाची, श्रेणीबद्ध कार्यकर्त्यांची (केडर बेस्ड) संघटना होती. मात्र हिंदू महासभा आणि आर्य समाज या संघटनांनी हिंदू धर्मातील खालच्या जातीतील लोकांना आकर्षित करण्यासाठी मोहिमा सुरू केल्या होत्या. यासाठी मुस्लिम धर्म स्वीकारलेल्या खालच्या जातींमध्ये शुद्धी मोहिम राबविण्यात आली होती. या मोहिमेत धर्मांतर केलेल्या मुस्लिमांचे शुद्धीकरण करून, त्यांना परत हिंदू धर्मात आणले जात असे. अशी मोहीम प्रामुख्याने पंजाब आणि उत्तर भारतात चालवली गेली. या मोहिमेचा वैचारिक प्रभाव भारतात सर्वत्र होता. या दलित जातींना 'हिंदू धर्म चौकटीत' सामावून घेण्यासाठी या जातींचे मूळ वाल्मिकी आणि व्यास यांच्यासारख्या धार्मिक व्यक्तीमत्वांशी जोडण्यात आले. असे करण्यामुळे या दलितांनाही हिंदूधर्म साहित्यात महत्व आणि प्रतिष्ठा आहे असा (खोटा) अभिमान मिळू शकतो

अशी अनेक उदाहरणे देता येतात. उदाहरणार्थ, उत्तर भारतातील आणखी एक जात चुहाड (मेहतर) हे पारंपारिकरित्या चमार / चांभार या जातीचे शत्रू मानले

जातात. चुहाड जातीतील लोक संडास साफसफाई करण्याचे भंगीकाम करतात. या जातीचे बाल्मिकी किंवा वाल्मिकी असे नवे नामकरण करण्यात आले. त्यांना नवी अस्मिता देण्यात आली. याचबरोबर उच्च जातीय हिंदू राष्ट्रवादी मंडळी त्यांच्या वंश श्रेष्ठत्वाच्या अस्मितेचे पुनरुज्जीवन करत होते. त्या अस्मितेचा नव्याने अर्थ लावत होते. या नव्या अस्मितेत जातीय उतरंड सामावून घेतली जात होती. हिंदू राष्ट्रवादाच्या या नव्या अस्मितेला १९३० च्या दशकात चांगला पाया मिळू लागला होता. या काळात अनेक ब्राह्मणेत्तर जाती स्वतःला हिंदू म्हणवू लागल्या होत्या. आपल्या जातीच्या परिषदा घेऊन आपली ओळख क्षत्रिय म्हणून स्वीकारू लागल्या होत्या. इतकेच नव्हे तर तामिळनाडूमधील एम. एस.राजा आणि नागपूरचे जी.ए. गवई यांच्यासारखे महत्त्वाचे दलित नेते हिंदू महासभेत सामील झाले होते. या प्रक्रियेमुळे चळवळीतील दलित नेत्यांमध्ये फूट पडली होती. वैर निर्माण झाले. हे ब्राह्मणी हिंदू धर्माच्या नेत्यांचे मोठे यश होते.

याच काळात दुसऱ्या बाजूला दलित कार्यकर्ते, शेतकरी आणि कामगार हे पुरोगामी वर्गसंघर्षाचे तत्त्वज्ञान मांडणाऱ्या नव्या डाव्या चळवळीशी जोडले जात होते. भारतातील तरुण समाजवादी आणि कम्युनिस्टांनी याच काळात शोषित जनतेचे मोठे लढे उभारायला सुरूवात केली होती. या लढ्यांमध्ये शोषित समाजातील मोठा वर्ग सामील झाला होता. या लढ्यांनी शोषित समाजाला समतावादी समाजावादाची दृष्टी दिली. परंतु समाजवादी आणि कम्युनिस्ट गटांनी जातीचा प्रश्न टाळून केवळ यांत्रिक पद्धतीच्या वर्ग लढ्याची कल्पना मांडली होती. या दृष्टिकोनामुळे शोषित समाजाच्या पारंपारिक जातीय उतरंडीचा मुद्दा किंवा ओळख केवळ झाकली गेली. या संदर्भात दुसऱ्या गोलमेज परिषदेनंतर आंबेडकर आणि गांधी यांच्यामध्ये झालेल्या वेदनादायी संघर्षाचे उदाहरण पाहता येईल. दुसऱ्या गोलमेज परिषदेनंतर गांधीवादी आणि हिंदू महासभेच्या लोकांनी जातीच्या प्रश्नावरील त्यांची भूमिका स्वीकारली जावी, यासाठी आंबेडकरांच्या अनुयायांविरुद्ध मोहीम सुरू केली होती. या काळात डाव्या प्रवाहातील कोणत्याही महत्त्वाच्या विचारवंताला किंवा नेत्याला जातीच्या प्रश्नांशी काही घेणे देणे ही नव्हते. तर नेहरूंनी आपल्या आत्मचरित्रात असा वारंवार उल्लेख केला आहे की गांधींची हरीजन मोहिम हे फूट पाडण्यास प्रोत्साहन देणारी आहे''. तर ''या मोहिमेमुळे पूर्ण स्वातंत्र्याच्या आपल्या उद्दिष्टापासून सर्वसामान्य लोकांचे लक्ष पूर्णपणे विचलित होत आहे आणि हरिजनांच्या उद्धाराच्या भलत्याच मुद्द्याला महत्त्व दिले जात आहे'' असा उल्लेख नंबुद्रीपाद यांनी केला होता. (नंबुद्रीपाद, १९८६,४९२)

जातीचा प्रश्न हाताळण्यास विविध प्रकारचा विरोध त्या काळात दिसत होता. आदि-आंध्र अशा प्रकारची स्वतंत्र ओळख किंवा अस्मिता दलित समाजाची आहे, हेच मान्य केले जात नव्हते. त्या काळात कम्युनिस्टसुद्धा दलितांचा उल्लेख सरसकट

गांधीवाद्यांप्रमाणेच हरीजन असा करत असत. हरीजन ही संज्ञा वापरणे दलित समाजातील लोकांना कितपत मान्य असेल, याविषयी कसलाही विचार त्यांनी केलेला नव्हता. हरीजन म्हणजे शेतकरी नसलेले दुय्यम दर्जाचे अस्पृश्य (सहसा भूमिहीन) कामगार असे त्यांनी गृहीत धरले होते. इतकेच नाही तर या हरिजनांना हिंदू समजण्यात काही गैर आहे, याची त्यांना कसलीही जाणीव नव्हती. या काळातील कम्युनिस्ट मंडळींना आपल्या कुटुंबातील लोकांना पारंपारिक ब्राह्मणी हिंदू प्रथा आणि परंपरा टाकून देण्यासाठी तयार करणेसुद्धा जमले नव्हते. याचे मूळ कारण कम्युनिस्टांनी व्यक्तिगत पातळीवर या मुद्द्याचा(जातीयता, परंपरा,इ.) विचारच केलेला नव्हता. कम्युनिस्टांच्या वर्गीय वैचारिक भूमिकेत औद्योगिक कामगार हा प्रगत कष्टकरी वर्ग होता. तर शेतकरी हा वर्ग(महात्मा फुले यांच्या दृष्टिकोनातून सर्वात महत्त्वाचा होता) कम्युनिस्टांच्या दृष्टिकोनात मागासलेला आणि सरंजामी समाज किंवा मध्यमवर्गीय होता. कम्युनिस्टांच्या विश्लेषणानुसार शासनातर्फे केले जाणारे शेतकऱ्यांचे शोषण (उदाहरणार्थ, कर आणि शेतसारा या माध्यमातून होणारे शेतकऱ्यांचे शोषण) फारसे महत्त्वाचे नव्हते. सावकार आणि जमीनदार यांच्यातर्फे होणारे शेतकऱ्यांचे शोषण हा मुद्दा वर्गीय लढ्याचा मध्यवर्ती मुद्दा होता. असे वर्ग लढे हेच राष्ट्रीय आंदोलनाला विरोध करण्यासाठी मुख्य लढे आहेत, असा कम्युनिस्टांचा दृष्टिकोन होता.

गो.पु. देशपांडे म्हणतात त्याप्रमाणे फुले एक वैश्विक विचारधारा निर्माण करण्याच्या प्रयत्नात होते. दडपलेले आणि शोषित शूद्र, अतिशूद्र जाती तसेच शेतकरी समाज म्हणजे, एक शोषित गट आहे, अशा पद्धतीने महात्मा फुले पाहत नव्हते किंवा एक वांशिक गट म्हणूनही पाहत नव्हते. आर्येतर असा उल्लेख ही एकप्रकारे नकारात्मक ओळख आहे. १९२० च्या दशकात कम्युनिस्ट एक स्वतंत्र वैश्विक तत्त्वज्ञान मांडत होते. त्या तत्त्वज्ञानात समाज 'जात' हा घटक शोषितांचा एक घटक आहे, हेच मान्य करत नव्हते. या तत्त्वज्ञानांमध्ये वर्ग व्यतिरिक्त अन्य सर्व प्रकारचे शोषित समूह किंवा गट म्हणजे या व्यवस्थेच्या डोलाऱ्याचा भाग आहे, असे मानले जात होते. त्यामुळे हे मुद्दे म्हणजे दुय्यम महत्त्वाचे मानले जात होते. या मुद्द्यांना सांस्कृतिक प्रश्न म्हणून तत्त्वज्ञानाच्या परिप्रेक्ष्यात पाहिले जात होते. कम्युनिस्टांची अशी भूमिका होती, की अशा प्रकारचे वर्गीय तत्त्वज्ञान आकाराला येत असताना असे विशिष्ट प्रकारचे जातीय तत्त्वज्ञान आकाराला येणे ही प्रतिक्रिया असून यामुळे जात म्हणजे वर्गाला पर्याय म्हणून पाहिला जातो. जात हा सांस्कृतिक/ सामाजिक घटक आहे. मुख्य म्हणजे, जात हा आर्थिक मुद्दा नाही, तर बिगर आर्थिक प्रश्न आहे.

या परिप्रेक्षात दलित चळवळ 'आदि' अशी आपली ओळख सांगत होती, त्याच काळात भारतात हिंदू राष्ट्रवादाचे वारे (गांधीवादातर्फे मांडला जाणारा सौम्य हिंदुत्ववाद) जोरदार वाहत होते. तसेच वर्ग संघर्षाचे वारेही वाहत होते. अशा काळात

दलित पुरोगामी नेत्यांनी मांडलेली 'आदि' ही अस्मिता वंशवादी ठरली. वर नमूद केलेल्या अवतरणात हे स्पष्ट दिसते की आर्यवंशीय लोक म्हणजे एकाच हिंदू धर्माचे लोक. त्यांचा संघर्ष मुख्यतः येथील बिगर आर्यवंशीय लोकांवर विजय मिळवणे आणि त्यांना आपले गुलाम करणे यासाठी आहे. या आर्यवंशीय लोकांचा धर्म वेगळा आहे. अशी भूमिका दलित चळवळी मांडत होत्या. कधी कधी या स्थानिक लोकांवर विजय मिळवणाऱ्या आर्यवंशीय जात समाजांना एकत्रितपणे (सर्व जातींचा समावेश असलेला हिंदू धर्म) पाहिले जात असे. तर कधी केवळ उच्च जातीय लोकांचा हिंदू धर्म अशी संज्ञा वापरली जाई. मात्र हिंदू धर्म म्हणजे वंश आणि धर्म म्हणून एक भक्कम गट आहे असा दृष्टिकोन वेगाने विकसित होत गेला. फुले यांनी तर हिंदू धर्माला उच्च जातीय लोकांचा धर्म म्हणून मान्यता देण्यासही नकार दिला होता. त्यांच्या मते हिंदू धर्म म्हणजे, शोषणाचे साधन होते. नंतरच्या काळातील पुरोगामी विचारवंतांनी हिंदू धर्माचा धिक्कार केला होता. परंतु हिंदू धर्माचे वास्तविक आकलन समजून घ्यायलासुद्धा सुरुवात केली होती. या कालखंडात कम्युनिस्ट प्रवाह स्वातंत्र्य चळवळीकडे एक आवश्यक बिगरवर्गीय आंदोलन म्हणून पाहत होते. या आंदोलनाला देशात लोकशाहीवादी क्रांती घडवण्यासाठी वसाहतवादाविरुद्ध संघर्ष करणे भाग आहे, म्हणून हे आंदोलन पुरोगामी आहे, अशी कम्युनिस्टांची धारणा होती.

राष्ट्रीय चळवळीमुळे देशातील औद्योगिकीकरणाला चालना मिळून उत्पादन शक्तींचा विकास होत आहे; म्हणूनच राष्ट्रीय चळवळीला कम्युनिस्ट पाठिंबा देत होते. या भूमिकेमुळे अप्रत्यक्षपणे दलित आणि ब्राह्मणेत्तर चळवळी ब्रिटिश धार्जिण्या ठरवल्या जात होत्या. भारतातील अभिजन वर्ग किंवा सरंजामशाही विरुद्ध संघर्ष महत्त्वाचा मध्यवर्ती राजकीय संघर्ष आहे, असे कम्युनिस्टांनी मानले नाही.

अशा रीतीने या कालखंडात भारतातील कष्टकरी समाजात दोन प्रकारच्या परस्परविरोधी विचारधारा होत्या. एका विचारधारेचा दृष्टिकोन होता, की या देशातील दडपलेले समूह हे येथील मूळनिवासी आहेत किंवा बिगर आर्य वंशीय आहेत. तर दुसरा विचारप्रवाह वर्ग लढ्याच्या तत्त्वज्ञानाशी जोडलेला होता. एका वैश्विक वैचारिक प्रवाहाचे प्रतिनिधित्व करणाऱ्या भारतातील मार्क्सवादी प्रवाहने भारतातील जात समस्या ओळखणे आणि त्यावर विचार करणे नाकारले होते. परिणामी, दडपलेल्या वर्गाच्या एका व्यापक चळवळीत वर्गीय चळवळ आणि जात विरोधी चळवळ अशी फूट पडली होती. या दोन्ही चळवळीत आणि या दोन्ही दृष्टिकोनात कोणत्याही प्रकारचा वैचारिक संवाद होत नव्हता. या दोन्हींच्या एकात्मिकतेतून नवीन विचारधारा तयार होऊ शकली नाही. परिणामी राष्ट्रीय चळवळीकडे ओढले न गेलेले आणि डाव्या चळवळीतील कष्टकरी आंदोलनात सामील न झालेल्या खालच्या जातीतील आणि खालच्या वर्गातील लोकांवर याचा नकारात्मक परिणाम झाला.

या लोकांच्या जातीविरोधी दृष्टीकोनाची आणि लढ्याची धार बोथट झाली. त्या काळातील जवळजवळ सर्व राजकीय चळवळी काँग्रेसच्या पंखाखाली सामावल्या जात होत्या. अशा काँग्रेसच्या गोटात अनेक अस्मितांचे समूह सामावले गेले होते. त्यांच्या अस्वस्थ अस्मिता खदखदत असल्या तरी त्यांच्यात परस्पर संपर्क संवाद नव्हता, त्यामुळे त्यांचा परिणाम झाला नाही.

१९३० आणि १९४० च्या दशकात या दलित चळवळीच्या फाटाफुटीतही दलित चळवळीचे आव्हान उभे करण्याचा सर्वात महत्त्वाचा प्रयत्न डॉक्टर बाबासाहेब आंबेडकर यांनीच केला होता. म्हणूनच विसाव्या शतकातील भारतातील महान लोकशाहीवादी नेते डॉ. बाबासाहेब आंबेडकर हेच ठरतात.

***

प्रकरण सात

हिंदुत्ववाद एक प्रतिक्रांती बाबासाहेब आंबेडकर

भारतात ऐतिहासिकदृष्ट्या कधीही एक समान, सामायिक भारतीय संस्कृती अस्तित्वात नव्हती, हे ठामपणे लक्षात घेण्याची गरज आहे. भारतात तीन भारत अस्तित्वात आहेत. एक ब्राह्मण्यवादी भारत, बौद्धवादी भारत आणि हिंदू भारत या प्रत्येक भारताची स्वतंत्र संस्कृती आहे... त्याचप्रमाणे मुस्लिम आक्रमक भारतात येण्यापूर्वीच्या इतिहासात भारतात बौद्ध धर्म आणि ब्राह्मणी धर्म यांच्यात सतत अटीतटीचे संघर्ष सुरू होते. (आंबेडकर १९८७,२७५)

डॉ. भीमराव रामजी आंबेडकर म्हणजेच बाबासाहेब (१८९१ ते १९५६) राजकारणात उतरले तेच मुळी ब्राह्मणेत्तर चळवळीचा वारसा सांगत. सन १९१७ ते १९२० या काळात ते अमेरिकेमधून कायद्याची पदवी प्राप्त करून भारतात परतले होते. त्यांना अस्पृश्य म्हणून मिळालेल्या अपमानास्पद वागणुकीमुळे त्यांनी बडोदा येथील आपली नोकरी सोडून दिली होती. बाबासाहेबांनी मुंबईतील सिडन्हॅम कॉलेजमध्ये प्राध्यापक म्हणून नोकरी स्वीकारली होली. याच काळात आपल्या राजकीय संघटना बांधणीच्या आरंभीच्या काळात त्यांच्या कोल्हापूरच्या शाहू महाराजांबरोबर(शाहू महाराजांना भारतातील त्याकाळचे राष्ट्रवादी मंडळी खोडसाळपणे ब्राह्मण विरोधी आणि ब्रिटिश धार्जिणे म्हणत) संबंध आला. दलित चळवळीचे स्वातंत्र्य आणि स्वायत्तता याबाबत बाबासाहेब अत्यंत आग्रही होते. अशीच स्वायत्तता ब्राह्मणेतर चळवळीबाबतही त्यांना अपेक्षित होती. सन १९२० मध्ये नागपूर येथे झालेल्या डिप्रेस्ड क्लासेस या संघटनेच्या पहिल्या अधिवेशनामध्ये आंबेडकरांबरोबर शाहू महाराजही उपस्थित होते. या अधिवेशनात त्यांनी राष्ट्रवादी प्रवाहावर तीव्र टीका केली. त्या

काळातील अस्पृश्य उद्धाराचे काम करणारे महत्त्वाचे असे दलितेतर समाज सुधारक विठ्ठल रामजी शिंदे यांच्यावरही कडक टीका केली होती.

आंबेडकरांचा राजकारण प्रवेश अतिशय सावधपणे झाला होता. त्यांनी हळूहळू आपल्या शिक्षित आणि अर्धशिक्षित महार समाजातील सहकाऱ्यांबरोबरच उच्च जातीतील सहानुभूतीदार सहकाऱ्यांचा बहिष्कृत हितकारणी' या नावाने एक गट बांधला. या गटातर्फे मुंबई प्रांतात ठिकठिकाणी परिषदा आयोजित करण्यात आल्या. या गटाच्या मोहिमेमुळे १९२६मध्ये कोकणातील महाड येथे पिण्याच्या पाण्याचा हक्क मागणारा स्फोटक ठरलेला चवदार तळ्याचा प्रसिद्ध सत्याग्रहाचा लढा उभा राहिला. महाड येथील 'चवदार तळ्याचा सत्याग्रह' म्हणजे भारतातील पहिली ''अस्पृश्यता मुक्ती चळवळ होती''. या लढ्याला यश मिळाले नसले, तरी या लढ्यात मनुस्मृतीचे जाहीरपणे दहन करण्यात आले होते. हा लढा काही अंशी उत्स्फूर्त होता. काही प्रमाणात पूर्वनियोजितसुद्धा होता. या लढ्यासाठी महाडची निवड करण्यात आली होती. याचे महत्त्वाचे कारण म्हणजे, महाड परिसरात डॉ. आंबेडकर यांना पाठिंबा देणाऱ्या हिंदू धर्मातील उच्च जातीतील लोकांची संख्या लक्षणीय होती. महाड येथेच कुळ म्हणून शेती करणाऱ्या कुणबी आणि महार शेतकरी यांची एकत्रितपणे जमीनदारी विरोधी चळवळ सुरू झाली होती(हीच चळवळ पुढे १९३० च्या दशकात, जमीनदारी विरोधी मोठ्या लढ्यात रूपांतरित झाली होती) त्याचप्रमाणे चवदार तळ्याच्या सत्याग्रहापूर्वी महाड नगरपालिकेत अस्पृश्य समाजासाठी सार्वजनिक ठिकाणे खुली करण्याचा ठराव पारित करण्यात आला होता.

सायमन कमिशनच्या आगमनापूर्वी आंबेडकर हे देशातील दलित समाजाचे सर्वात महत्त्वाचे नेते म्हणून उदयाला आले होते.आंबेडकरांना दलित समाजात मोठा पाया प्राप्त झाला होता. त्यामुळेच गोलमेज परिषदेसाठी भारतातील दलितांचे प्रतिनिधी म्हणून आंबेडकरांना आमंत्रित केले जाणे अतिशय स्वाभाविक होते. या परिषदेतच आंबेडकरांचा गांधीजींबरोबर अस्पृश्यांसाठी स्वतंत्र मतदार संघ या प्रश्नावरून मोठा खटका उडाला होता. अस्पृश्यांसहित एकसंध हिंदू समाज हा मुद्दा गांधींसाठी मध्यवर्ती महत्त्वाचा आणि भावनिक प्रश्न होता. गांधीं बरोबरचा हा संघर्ष आणि त्यानंतर झालेला पुणे करार(१९३२) यामुळे हिंदू सुधारणा वादाविषयी डॉक्टर आंबेडकरांचा कायमचा भ्रमनिरास झाला होता. (गांधींनी अस्पृश्यांना स्वतंत्र मतदार संघ देण्याच्या विरुद्ध १९३२मध्ये उपोषण केले होते. त्यामुळे आंबेडकरांना आपली भूमिका सोडून द्यावी लागली होती आणि पुणे करार मान्य करावा लागला) या अनुभवातून गेल्यावर आंबेडकरांची भूमिका अधिकाधिक कडवी होत गेली. त्यामुळेच १९३५मध्ये आंबेडकरांनी असे घोषित केले, की मी हिंदू म्हणून जन्माला आलो असलो, तरी हिंदू म्हणून मरणार नाही. त्याचबरोबर आंबेडकरांनी स्वतंत्र मजूर पक्ष स्थापन केला.

१९३६मध्ये स्थापन करण्यात आलेला हा कामगार-शेतमजुरांचा पक्ष होता. पक्षाचा झेंडा लाल बावटा होता. आंबेडकरांनी केलेल्या धर्मांतराच्या घोषणेमुळे संपूर्ण देशात वादळी प्रतिक्रिया उमटली होती. तर त्याचबरोबर दुसऱ्या बाजुला स्वतंत्र मजूर पक्षाने मुंबई प्रांतिक परिषदेत सर्वात मोठा विरोधी पक्ष म्हणून स्थान पटकावले.हा लक्षणीय राजकीय विजय होता.

वाढता राष्ट्रीय स्वातंत्र्याचा लढा आणि त्याच बरोबर कामगार आणि शेतकऱ्यांचे संघर्ष, यामुळे १९३० चे दशक म्हणजे राजकीय असंतोषाचे दशक ठरले. याच काळात स्वतंत्र मजूर पक्षही वाढत होता. भारतातील भांडवलदार आणि जमीनदारांविरुद्ध संघर्ष करणारा आणि त्याचबरोबर जातीय दडपणुकीविरुद्ध संघर्ष करणारा स्वतंत्र मजूर पक्ष हा एकमेव पक्ष होता. स्वतंत्र मजूर पक्षाने ब्राह्मण्यवादी आणि भांडवलदारवादी कॉंग्रेस विरुद्ध कडवे आव्हान उभे केले होते. त्याच वेळेस देशातील ब्राह्मणेत्तर आणि दलितांना एकत्रित आणण्याचे प्रयत्न सुरू केले होते. दलित शूद्र-अस्मितेविषयी मांडला जाणारा अनार्य सिद्धांत आंबेडकरांना मान्य नव्हता. आंबेडकरांनी चालवलेल्या 'जनता' या साप्ताहिकात प्रसिद्ध झालेल्या अनेक कविता आणि गाणी पाहिली तर लक्षात येते, की त्या काळात जातीविरोधी, कडव्या पुरोगामी चळवळीत दलित शूद्रांची अनार्य अस्मिता कल्पना व्यापक प्रमाणावर रुजली होती . ही अनार्य सिद्धांताची कल्पना थेटपणे जातीविरोधी लढ्याशी आणि वर्ग संघर्षाच्या चळवळीशी जोडलेली होती. त्याचेच हे उदाहरण पहा :

भिल,गोंड,द्रविडांचा होता भारत सुंदर.
संस्कृती अन् नियमांमध्ये नव्हते त्यांच्या अंतर ;
आर्यांनी करून लूट देश केला गिळंकृत ,
अन् द्रविडियन झाले शोषित.
ब्राम्हण,क्षत्रिय,वैश्य हे सर्व मालकांचे नवे तंत्र
रक्त पिऊन गुलामांचे, शूद्रांना यंत्र बनविले यंत्र.
ब्राम्हण,क्षत्रिय, आणि बनियांना मालकी हक्क
कामगार शुद्रांमध्ये पाडिती ते फूट .
''कॉंग्रेस'',''हिंदू महासभा'', ''मुस्लिम लीग'' हे सारे श्रीमंतांचे एजंट आहेत.
''स्वतंत्र भारत पक्ष'' हेच आपले खरे घरटे....
''जनता'' हे आपले शस्त्र हाती घ्या
मालकांच्या या रक्तपिपासू कारवाया उलथून टाका,
उठा कामगारांनो ! उठा शेतकऱ्यांनो ! हा हिंदुस्थान आपला आहे,
संपूर्ण विश्व मानवी श्रमांवर उभे राहणार आहे,
हा आपला जन्मसिद्ध हक्क आहे !
(कमलसिंग बळीराम रामटेके, जनता .२१ जून, १९४१)

स्वतंत्र मजूर पक्षाने या काळात असे वर्गसंघर्ष आणि जातीविरुद्ध संघर्षाचे काही महत्त्वाचे संयुक्त लढे एकत्रित लढले होते. त्यापैकी एक महत्त्वाचा लढा म्हणजे कोकणातील कुणबी आणि महार खंडकरी शेतकऱ्यांचा लढा होता. हे लढे मुख्यतः ब्राह्मण जमीनदानारांविरुद्ध(यात काही उच्चवर्णीय मराठा जमीनदारही होते.) उभारले गेले होते. १९३८मध्ये मुंबईत निघालेला २५००० शेतकऱ्यांचा विशाल मोर्चा, म्हणजे या लढ्याचे अत्युच्च शिखर ठरले. या लढ्या पाठोपाठ काँग्रेस सरकारने आणलेल्या काळ्या कायद्याविरुद्ध मुंबईतील कापड कामगारांच्या संयुक्त आघाडीने पुकारलेला एक दिवसाचा मुंबई बंद, हे आंदोलन होते. या दोन्ही लढ्यात कम्युनिस्ट सहभागी झाले होते. या लढ्यात मुंबईमध्ये महाप्रचंड अशी शेतकऱ्यांची सभा घेतली गेली. या सभेमध्येआंबेडकरांनी अतिशय नि:संगदिग्ध शब्दात मार्क्सवादाची भलामण केली होती. या सभेत आंबेडकर म्हणाले :

येथे जमलेल्या सर्व कम्युनिस्ट नेत्यांपेक्षा मी निश्चितच कम्युनिस्ट तत्त्वज्ञान विषयक अधिक पुस्तके अत्यंत बारकाईने वाचली आहेत. त्या पुस्तकात मांडण्यात आलेले कम्युनिस्ट तत्वज्ञान कितीही चांगले असले, तरी ते किती उपयुक्त आहे हे याची प्रत्यक्षात तपासणी होणे आवश्यक आहे. या तत्त्वज्ञानाची परीक्षा वास्तवातच करावी लागेल. अशा दृष्टिकोनातून काम झाले तर मला वाटते, की कम्युनिस्ट व्यवस्था यशस्वी होण्यासाठी रशियात जितके प्रयत्न करावे लागतील आणि जेवढा वेळ लागेल तेवढे श्रम व वेळ भारतात लागणार नाही. म्हणून मी म्हणतो, की कष्टकऱ्यांच्या संघर्षाचा विचार करता कम्युनिस्ट तत्त्वज्ञान आम्हाला नक्कीच जवळचे वाटते.(रामटेके १९३८)

अशा रीतीने १९३० च्या दशकात आंबेडकरांनी कामगार ,शेतकऱ्यांची आणि दलित व अन्य ब्राह्मणेतर यांची एकजूट आणि काँग्रेस विरोधी राजकीय भूमिका निश्चित केली. तेव्हापासूनच आंबेडकरांच्या राजकारणाची दिशा निश्चित झाली. त्या सर्व कालखंडात सवर्ण शेतकरी प्रभुत्वात होते. खेड्यामध्ये दलितांवर जातीय अत्याचार हेच सवर्ण शेतकरी करत असत, हे लक्षात घ्यायला हवे. आंबेडकरांच्या नेतृत्वाखाली या अत्याचारांविरुद्ध मोठे संघर्ष केले गेले. आंबेडकरांनी दलित आणि कुणबी मराठा यांच्यात एकजूट करण्याचे आवाहन केले. त्याचप्रमाणे ब्राह्मणेत्तर पक्षाबरोबर आघाडी केली. त्याचप्रमाणे शाहू महाराजांच्या आणि फुले यांच्या भूमिकेला पाठिंबा दिला. या ठिकाणी असे दिसते की, ज्याप्रमाणे वर्गलढ्याध्ये भांडवलशाही आणि सरंजामशाही हे मुख्य शत्रू असतात, त्याप्रमाणे जातीयता विरोधी लढ्यामध्ये ब्राह्मण्यवाद हा मुख्य शत्रू आहे, असे आंबेडकर मानत. डावे आणि ब्राम्हणेतर/दलित यांच्यात एकजूट होणे आवश्यक आहे; त्यातूनच भारतीय सत्ताधारी वर्ग आणि साम्राज्यवादी सत्ताधाऱ्याविरुद्ध राजकीय पर्याय निर्माण होईल, असे आंबेडकर सतत मांडत होते. या त्यांच्या भूमिकेचे ठळक उदाहरण म्हणजे, १९३८ च्या शेतकरी आणि कामगारांच्या संघर्षानंतर आंबेडकरांनी पेरियार आणि बिहारमधील शेतकरी नेते स्वामी सहजानंद यांची भेट घेतली होती. त्यांच्यासह एक व्यापक आघाडी बांधण्याचा आंबेडकरांचा

प्रयत्न होता. त्याचप्रमाणे आंबेडकरांनी महाराष्ट्रातील ब्राह्मणेत्तर नेत्यांना त्यांची संघटना काँग्रेसमध्ये विलीन करण्यापासून रोखण्याचा खूप प्रयत्न केला. आंबेडकरांनी महाराष्ट्रातील या ब्राह्मणेत्तर नेत्यांना इशारा दिला होता, की तुम्ही काँग्रेसमध्ये विलीन झालात, तर तुम्हाला काँग्रेसच्या ब्राह्मणी नेतृत्वाचे हमाल व्हावे लागेल.

भरपूर प्रयत्न करूनही आंबेडकरांना १९३० च्या दशकात काँग्रेसला सशक्त पर्याय निर्माण करण्यात यश आले नाही. महात्मा गांधींच्या नेतृत्वाखालील काँग्रेसला सर्वसामान्य जनतेमध्ये फार मोठा पाया मिळाला होता, हे या अपयशामागचे एक कारण होते. परंतु मुख्य अडचण किंवा अडथळा साम्राज्यशाहीचा होता. काँग्रेस पक्ष साम्राज्यशाहीविरोधी संयुक्त आघाडीचे मुख्य प्रतिनिधित्व करत होता. दुसऱ्या महायुद्धाच्या काळात या सर्व चळवळी विरून गेल्या. कम्युनिस्टांनी फॅसिस्टविरोधी युद्ध म्हणून ब्रिटिश सरकारला पाठिंबा दिला. तर आंबेडकरांनी आपली आक्रमक भूमिका सोडून दिली. ते पुन्हा एकवार स्वतंत्र मजूर पक्षाच्या कामाकडे वळले. स्वतंत्र मजूर पक्षाचे कार्यक्षेत्र केवळ महाराष्ट्रापुरते मर्यादित होत गेले. यानंतरच्या काळात, म्हणजे १९४२मध्ये आंबेडकरांनी ''ऑल इंडिया शेड्युल कास्ट फेडरेशन''ची स्थापना केली. याचा अर्थ, आंबेडकरांनी आपली राजकीय भूमिका अधिक अरुंद मुद्द्यावर केंद्रित केली. देशाला नजीकच्या काळात स्वातंत्र्य मिळणार असे स्पष्टपणे दिसत होते. त्यामुळे त्यापूर्वी अधिकाधिक सवलती ब्रिटिशांकडून आपल्या समाजासाठी प्राप्त करण्याचे मूळ उद्दिष्ट आंबेडकरांचे होते. त्यांनी ब्रिटिश सरकारमध्ये मजूर मंत्री म्हणून ताबडतोब जबाबदारी स्वीकारली होती. पुढे ते नेहरू सरकारच्या मंत्रिमंडळात कायदामंत्रीही झाले. असे असले तरी आंबेडकर काँग्रेस ब्राह्मणी आणि भांडवली पक्ष आहे असेच मानत होते. परंतु त्याविरुद्ध कोणतीही मोठी कृती करणे आंबेडकरांना शक्य नव्हते. म्हणूनच त्यांनी आपल्या समाज गटाचे हितसंबंध राखण्यासाठी एक दबाव गट म्हणून काम करण्याची भूमिका स्वीकारली.

दलितांच्या मुक्तीसाठी पोषक अशी आर्थिक आणि सामाजिक धोरणे आवश्यक आहेत, अशी आंबेडकरांची भूमिका होती. आंबेडकरांनी यांत्रिक पद्धतीची मार्क्सवादी विचार चौकट स्वीकारल्यामुळे आर्थिक आणि सामाजिक मुद्दे स्वतंत्र आहेत, अशी त्यांची धारणा होती. आर्थिक आणि सामाजिक प्रश्न हे एकमेकात गुंफलेले आहेत, असा फुल्यांसारखा एकात्मिक दृष्टिकोन आंबेडकरांचा नव्हता. आर्थिक धोरणावर आंबेडकरांनी नेहरूवादी डावी भूमिका स्वीकारली होती. १९२० च्या दशकात आंबेडकरांनी आर्थिक आणि मुद्रा धोरण याविषयी आपले दोन महत्त्वाचे ग्रंथ प्रसिद्ध केले होते. या ग्रंथांमध्ये आंबेडकरांची भूमिका ही सर्वसाधारणपणे अभिजात नव-आर्थिक धोरण व्यक्त करणारी होती. परंतु १९३० आणि ४० च्या दशकात आंबेडकरांनी ब्रिटिश सत्याधाऱ्यांच्या आर्थिक धोरणांवर अतिशय तीव्र टीका केली होती. तेव्हापासून ते

समाजवादी विचार चौकटीकडे आले. आंबेडकरांनी आर्थिक धोरणात शासन नियंत्रित औद्योगिक विकासाची आवश्यकता असल्याचे ठामपणे मांडण्यास सुरुवात केली. परंतु शासन यंत्रणेत असलेल्या उच्च जातींच्या वर्चस्वाच्या प्रश्नावर आंबेडकरांनी संघर्षाची भूमिका घेतली नाही. आंबेडकरांनी आपल्या शेड्युल कास्ट फेडरेशन तर्फे घटनासभेसमोर सादर केलेल्या आपल्या राज्ये आणि अल्पसंख्याक या पुस्तकात याविषयी त्यांनी आपली भूमिका स्पष्ट केली आहे. या कालखंडात आर्थिक धोरण हा राजकारणातील मुख्य विषय नव्हता. या काळात आंबेडकरांनी आपली बौद्धिक ताकद मुख्यतः भारतातील जातीव्यवस्थेचे मूळ शोधणे आणि भारताची सांस्कृतिक ओळख निश्चित करणे या विषयावर केंद्रित केली होती.

आंबेडकरांनी मार्क्सवादातील वर्ग सिद्धांत तर नाकारलाच होता. परंतु त्याचबरोबर त्यांनी अन्य पुरोगामी दलित विचारवंतांतर्फे मांडला जाणारा जात-सिद्धांतसुद्धा नाकारला होता.आंबेडकरांच्या काळात मांडल्या जाणाऱ्या या जात सिद्धांतात अनार्य अस्मितेचा दावा करण्यात आला होता.आंबेडकरांनी तो पूर्णपणे नाकारला होता. ही त्यांची भूमिका त्यांनी लिहिलेल्या दोन महत्त्वाच्या ग्रंथातून स्पष्ट होते. ते दोन ग्रंथ म्हणजे, *'शूद्र पूर्वी कोण होते?'* आणि *'अस्पृश्य'* मात्र आंबेडकरांच्या जीवनकालत अप्रकाशित असलेले *प्राचीन 'भारतातील क्रांती आणि प्रतिक्रांती'* तसेच *'अस्पृश्य : भारतातील घेट्टोंमधील मुले'* हे दोन ग्रंथ म्हणजे आंबेडकरांना व्यापक ऐतिहासिक सिद्धांत मांडण्याचा प्रयत्न होता. क्रांती आणि प्रतिक्रांती या ग्रंथात त्यांनी आपले महत्त्वाचे ऐतिहासिक विश्लेषण मांडले आहे, या विश्लेषणाची सुरुवातच त्यांनी जाती व्यवस्था विषयी आर्य सिद्धांत नाकारून केली आहे आंबेडकर म्हणतात, ''आर्य हा वंश नव्हता. आर्य म्हणजे जनसमूह होते, या समूहाला एकत्र बांधून ठेवणारा मुख्य घटक म्हणजे आर्य संस्कृती या नावाने ओळखली जाणारी संस्कृती टिकून ठेवून हितसंबंध रक्षण करणे.''(आंबेडकर १९८७ ४१९) आंबेडकरांनी त्यापूर्वीही आपली भूमिका स्पष्टपणे मांडली होती :

> भारतातील विविध वंशांच्या रक्ताची आणि संस्कृतींची सरमिसळ झाल्यानंतर खूप काळानंतर जाती व्यवस्था अस्तित्वात आली, ही वस्तुस्थिती आहे.त्यामुळे विविध जाती म्हणजे वेगवेगळे वंश आहेत असे मानणे हा वस्तुस्थितीचा मोठा विपर्यास ठरेल.पंजाबमधील ब्राम्हण आणि मद्रासमधील ब्राम्हण यांच्यात काय संबंध? बंगालमधील अस्पृश्य आणि मद्रासमधील अस्पृश्य यांच्यात काय संबंध?.....पंजाबमधील ब्राम्हण आणि चांभार आणि मद्रासमधील ब्राम्हण आणि चांभार हे एकाच वंशातील आहेत? जाती व्यवस्था वांशिक वेगळेपणाचे किंवा विभागणी निदर्शक नाही. (आंबेडकर १९७९,४९)

आंबेडकरांनी आपल्या मांडणीत वंश हा घटक पूर्णपणे नाकारला नव्हता. उदाहरणार्थ, त्यांनी सुरुवातीची मगध आणि मौर्य साम्राज्ये म्हणजे नागा वंशाचे कर्तृत्व आहे, असे म्हटले होते. आंबेडकरांचे साधे म्हणणे होते, की जाती व्यवस्थेच्या

स्पष्टीकरणासाठी नागांना प्राधान्याने पाहू नये. आंबेडकरांच्या मते, सर्व वर्णांमध्ये कोणत्या ना कोणत्या प्रकारचे वांशिक मिश्रण झालेले आहे. उदाहरणार्थ, शूद्र हे मूळचे क्षत्रिय आर्य जमातींचे होते. ब्राह्मणांशी झालेल्या संघर्षानंतर त्यांना खालच्या पायरीवर ढकलण्यात आले. शुद्र हे त्यानंतर अधिक अनार्यांच्या गडद त्वचेचे होत गेले. अनार्यांमध्ये शूद्रांचे सात्मीकरण(Assimilation) होत गेले. अशाच प्रकारे आंबेडकरांनी आर्थिक घटकांचे विश्लेषणसुद्धा नाकारले होते यासंबंधी, त्यांचे ''जात म्हणजे श्रम विभागणी नसून, श्रमिकांची विभागणी आहे'', हे विधान अतिशय प्रसिद्ध आहे.

जाती, वांशिक घटक किंवा आर्थिक घटकाच्या आधारे निर्माण झाल्या नाहीत. तर मग प्रश्न तयार होतो, की लोकांची 'सामाजिक विभागणी करणारी जात' आणि जाती व्यवस्था निर्मिती या ऐतिहासिक परिवर्तनामागील मुख्य हेतू कोणते? या विश्लेषणात आंबेडकरांनी वंश आणि वर्ग हे दोन घटक नाकारले आहेत. तसेच हिंसेचा मुद्दाही दुर्लक्षित केला आहे. त्यांचा मुख्य भर वैचारिक आणि धार्मिक घटकांवर आहे. आंबेडकर आपल्या विश्लेषणात असे म्हणतात, की ही प्रक्रिया 'सांस्कृतिकीकरण' घटकांतर्गत विणलेली होती. त्यातून भारतीय समाजात अनेक संघर्ष झाले आणि बदल घडले. सिंधू खोऱ्यातील संस्कृतीच्या वास्तविक माहितीशिवाय आंबेडकरांनी वरील तीन मुख्य टप्पे अधोरेखित केले होते. त्यानुसार हिंदुत्ववादी संस्कृतीमधील विषमतावादी आणि दडपणूककारक घटक आणि बौद्धवादामध्ये अधिक प्रगत समतावादी घटक आणि विवेकवादी पद्धत असे दोन फरक दिसतात :

(१) ब्राह्मण्यवाद (म्हणजे वैदिक कालखंड. या काळात मुख्यतः जनसमुहाचे आदिवासी स्वरूप आणि वैदिक आर्यांमधील वर्णव्यवस्था असे बदल घडले. सदर वर्णव्यवस्था जन्मावर आधारित नव्हती); (२) बौद्धवादामधील क्रांतिकारी कालखंड. या काळात मगध आणि मौर्य साम्राज्य निर्माण झाली. वैदिक कालखंडाच्या अखेरच्या काळात अतिशय दुय्यम आणि कनिष्ठ स्थान दिलेल्या स्त्रिया आणि शूद्र यांचे स्थान मगध आणि मौर्य साम्राज्यांमध्ये उंचावले होते. (३) हिंदुत्ववादाच्या प्रतिक्रांतीच्या कालखंडात मनुस्मृतीच्या माध्यमातून वर्णाचे रूपांतर जातीमध्ये होत गेले. यामुळे शूद्र आणि स्त्रिया हे समाजाच्या तळाशी ढकलले गेले आंबेडकर (१९८७, ३१६ -१७)

ब्राह्मण्यवादाने सर्वांकष सत्ता प्रस्थापित केल्यावर, शूद्र आणि स्त्रियांवर आपल्या जुन्याच साधनाच्या आधारे हल्ला केला. हे साधन म्हणजे गुलामी लादणे. त्यांनी शूद्रांना त्यांच्यापेक्षा उच्च अशा तीन वर्णांचे गुलाम बनवले; तर स्त्रियांना त्यांच्या नवऱ्यांचे दास केले. ब्राह्मणी धर्माने बौद्ध धर्मावर विजय मिळवल्यावर केलेल्या सर्व कृष्णकृत्यांमध्ये हे सर्वात, तीव्र क्रौर्य निदर्शक कृष्णकृत्य म्हणावे लागेल. एखाद्या वर्गाने आपल्या अंकित असलेल्या दुसऱ्या वर्गावर आपले वर्ग वर्चस्व लादण्यासाठी इतक्या हीन दर्जाचे क्रौर्य लादण्याचे अन्य कोणतेही उदाहरण मानवी इतिहासात सापडणार नाही.(१९८७., ३३६)

आंबेडकर या ठिकाणी 'शूद्र' हा उल्लेख केवळ अस्पृश्य समाजासाठी वापरत नाहीत, हे लक्षात घ्यायला हवे. अस्पृश्य म्हणजे माणूसपण गमावलेले, खेड्याच्या वेशीबाहेर वस्ती करणारे लोक असे आंबेडकर म्हणतात; या ठिकाणी आंबेडकर अस्पृश्य समाजाबरोबरच जातीव्यवस्थेचे बळी ठरलेले ब्राह्मणेत्तर समूह आणि आदिवासी यांचाही उल्लेख करत आहेत. १९४० च्या दशकात या सर्वांच्या एकजुटीतील जातीव्यवस्था विरोधी संघर्ष संघटित करण्याचे त्यांचे प्रयत्न यशस्वी होणार नाहीत, अशा मताला आंबेडकर आले होते. आंबेडकर आपल्या राजकीय लिखाणात हिंदूंचा उल्लेख बहुसंख्य समाज असा करत असत. हा बहुसंख्य समाज म्हणजे ब्राह्मणेत्तर समाज आणि ब्राह्मण समाज असा एकत्रित समाज होता. असा बहुसंख्य हिंदू समाज मुस्लिम आणि दलित यांच्याविरुद्ध आहे, अशी मांडणी आंबेडकर करत होते.

आंबेडकरांचा दीर्घकालीन डावपेच असे होते, की बहुसंख्य हिंदू समाजात फूट पाडून त्यातील मध्यम जाती (ब्राम्हणेतर) आणि दलित यांच्यात एकजूट निर्माण केली जावी. अशी एकजूट म्हणजेच शेतकरी आणि कामगार यांची जात आणि वर्गीय एकजूट ठरेल. शेतकरी, कामगार वर्गांची अशी एकजूट ब्राह्मण्यवादी-भांडवलशाहीवादी काँग्रेस विरुद्ध उभे करावी असा आंबेडकरांचा दृष्टिकोन होता. आंबेडकरांच्या शेवटच्या वर्षात अशा पद्धतीची संयुक्त आघाडी उभी करण्याचे स्वप्न बाबासाहेब बाळगत होते. या दृष्टिकोनातूनच बाबासाहेबांनी आपल्या शेड्युल कास्ट फेडरेशनचे रूपांतर (बिगर जातीय) रिपब्लिकन पक्षात केले. या रिपब्लिकन पक्षाने मराठी भाषकांच्या स्वतंत्र राज्यासाठी तयार झालेल्या संयुक्त महाराष्ट्र समितीमध्ये सहभाग केला होता. संयुक्त महाराष्ट्र समिती म्हणजे महाराष्ट्रातील विरोधी पक्षांची खऱ्या अर्थाने पहिली डावी लोकशाही आघाडी होती. बाबासाहेब आंबेडकरांचा आग्रह होता, की मराठी भाषिकांचे महाराष्ट्र राज्य निर्माण झाल्यावरसुद्धा अशी डावी आणि लोकशाही आघाडी टिकली पाहिजे. राज्यातील गरीब नागरिकांच्या हितसंबंधांच्या रक्षणासाठी अशा आघाडीने काम करत राहिले पाहिजे. याच्याच परिणामी संयुक्त महाराष्ट्र च्या संघर्षानंतरही १९५६ आणि ६५मध्ये बाबासाहेब आंबेडकरांचे निकटचे सहकारी दादासाहेब गायकवाड आणि कम्युनिस्ट शेतकरी नेत्यांच्या नेतृत्वाखाली फार मोठे जमीन सत्याग्रह करण्यात आले.

तरीही आंबेडकरांच्या असंख्य दलित अनुयायांच्या मनात आंबेडकरांची प्रतिमा कामगार शेतकऱ्यांची वर्गीय एकजूट करणारे नेते किंवा व्यापक अशा रिपब्लिकन पक्षाची उभारणी करणारे नेते, अशी नाही, तर आपल्या दहा लाख दलित अनुयायांसह नागपूर येथे धर्मांतर करून बौद्ध धर्म प्रवेश करणारे नेते, अशीच आहे. याचे कारण आंबेडकर आणि त्यांच्या दलित अनुयायांसाठी हिंदू धर्म म्हणजे जातिव्यवस्थेचा धर्म होता. अशा धर्माचा त्याग करून तो धर्म नष्ट झाला तरच भारतातील सर्वसामान्य

जनतेची मुक्ती होऊ शकेल, असे हे विश्लेषण होते. आंबेडकरांनी १९३६मध्ये गांधी आणि पंजाब मधील जातीविरोधी पुरोगामी विचारवंतांबरोबर झालेल्या वैचारिक संघर्षात पुढील प्रमाणे मत व्यक्त केले होते. आंबेडकरांचे म्हणणे असे होते, की आपल्याला धर्माचा प्रश्न सोडवावाच लागणार आहे. भारतीय समाजवादांविषयी त्यांनी असे मत व्यक्त केले की :

> आपण क्रांतीपूर्वी विचार केला नाही तरी क्रांतीनंतर आपल्याला जातीचा प्रश्न विचारात घ्यावाच लागणार आहे. याचाच अर्थ तुम्ही कसाही विचार केलात तरी जात आणि जातिव्यवस्थेचा राक्षस तुमच्या मार्गात आडवा येणार आहे. हा राक्षस पूर्णपणे नष्ट केल्याशिवाय कोणतीही राजकीय किंवा आर्थिक सुधारणा करता येणार नाही. (आंबेडकर १९७९,४७)

यासंबंधी आंबेडकर पुढे जाऊन असेही विश्लेषण करतात, की यासाठी तुम्हाला श्रुती आणि शास्त्राधारित असा धर्म नष्ट करावा लागेल. त्याशिवाय कोणतेही यश मिळणार नाही. तुम्ही ब्राह्मण्यवाद नष्ट केला, तरच हिंदू धर्म टिकेल. आंबेडकरांच्या या युक्तिवादाचा आधार घेत भाजप आज आंबेडकरांना आपल्या विचारधारेत शोषून घेण्याचा प्रयत्न करत आहे. ते आंबेडकरांना हिंदू सुधारणावादी ठरवत आहेत. मात्र आंबेडकरांनी सुचविलेला हा धर्म सुधारणेचा मार्ग स्वीकारला, तर हिंदू धर्मियांना आपले सर्व पवित्र धर्मग्रंथ आणि राम कृष्ण ही प्रतिके टाकून द्यावी लागतील. परंतु असे कधीही घडणार नाही. आंबेडकरांच्या अप्रकाशित लिखाणामध्ये याविषयी समग्र तीव्र टीका मांडण्यात आली आहे. याविषयी आंबेडकर म्हणतात :

> मग याचा अर्थ, हिंदुत्वामध्ये असे कोणतेही तत्व नाही का, ज्या तत्त्वाच्या आधारे काहीही झाले तरी सर्व हिंदूंना एकत्र बांधून ठेवता येईल? मला असे वाटते की असे हिंदू धर्मात एकच तत्व आहे, ते म्हणजे जातीचे तत्व (आंबेडकर १९८७,३३६)

या पार्श्वभूमीवर मुक्तीचा मार्ग म्हणजे आर्थिक आणि वैचारिक संघर्ष हाच होता. आंबेडकरांनी आर्थिक मार्ग कधीही दुर्लक्षित केला नाही. मात्र त्यांचा मुख्य भर वैचारिक आणि सांस्कृतिक संघर्षावर होता. आर्थिक पर्याय निर्माण करण्यात आंबेडकरांना पूर्ण यश मिळाले नसले, तरी आंबेडकरांनी समाजवाद्यांसमोर एक महत्त्वाचे आव्हान उभे केले होते. समाजवादी चळवळीच्या मार्गात येणारे हे सर्वात मोठे राक्षसी आव्हान म्हणजे जात आणि जातीव्यवस्थेला दिले जाणारे धार्मिक समर्थन मोडून काढण्याचे आव्हान !

***

प्रकरण आठ

दिल्लीची हिंदू सत्ता ! पेरियार आणि राष्ट्रीय प्रश्न

वासाहतिक कालखंडाच्या अखेरीस भारतीय राजकारणात मुस्लिम आणि हिंदू अस्मिता हा मुख्य प्रश्न होत गेला. मवाळ पंथीय आणि उदारमतवादी प्रवाहातील काँग्रेसमधील नेते, असे सर्व हिंदू-अस्मिता ही स्वाभाविक अस्मिता आहे, असे गृहीत धरू लागले. किंवा असे म्हणता येईल की हिंदू अस्मिता आणि हिंदू राष्ट्रवाद वेगाने स्वीकारला जाऊ लागला. हिंदू राष्ट्रवादाची संकल्पना १९२० आणि १९३० च्या दशकात अधिकाधिक प्रमाणात विकसित झाली होती. हिंदू राष्ट्रवादाच्या या कल्पनेत केवळ हिंदू रक्त आणि भौगोलिक सीमा (वंश, धर्म आणि राष्ट्र) एवढेच मुद्दे नव्हते. तर त्याच्या जोडीला

संस्कृतप्रचुर शुद्ध हिंदी हीच खरी भारताची भाषा असे ठासून मांडले गेले. या भूमिकेमध्ये उत्तर भारतीय पूर्वग्रह स्पष्टपणे होता. हिंदी, हिंदू, हिंदुस्तान ही भावनिक घोषणा उत्तर भारतीय मूलतत्त्ववादाचा आधार होता. या भूमिकेला एक प्रभावी नकारात्मक बाजूसुद्धा होती. या भूमिकेमध्ये असे व्यक्त केले जात होते, की वेगळी धार्मिक आणि राष्ट्रीय अस्मिता मानणारे हे या राष्ट्रात परके आहेतच, पण त्यांच्याबरोबरच स्वतंत्र भाषिक अस्मिता मांडणारे लोकसुद्धा या राष्ट्राचे भाग नाहीत. या भूमिकामुळे हिंदू मूलतत्ववादाच्या केंद्रीकरण प्रक्रियेमध्ये अनेक जातीविरोधी चळवळी या प्रादेशिक आणि उत्तर भारत विरोधी, तसेच ब्राह्मणविरोधी चळवळी आपोआप राष्ट्रविरोधी ठरविल्या गेल्या.

जात ही वांशिक ओळख नाही, असे आंबेडकर नेहमी स्पष्टपणे आणि आग्रहपूर्वक मांडत होते. वंश आणि जात यामध्ये फरक करणे आवश्यक आहे, असा त्यांचा आग्रह होता. आंबेडकरांची ही भूमिका संपूर्ण भारतीय समाजाविषयी समग्र भूमिका होती. या ठिकाणी हे लक्षात घ्यायला हवे, की जात, समाज आणि वंश यामध्ये काही समान घटकसुद्धा आहेत. बोली भाषेत जात आणि कौम (जात आणि समाज) असा उल्लेख करताना या दोन्ही संज्ञांमध्ये परस्पर समान अर्थ सापडू शकतात. हा मुद्दा फुल्यांच्या काळापासून जातीविरोधी चळवळीमध्ये आग्रहपूर्वक मांडला जातो. विशेषतः ब्राह्मणी अभिजन स्वतःचा उल्लेख 'आर्य' असा करतात. ब्राम्हणेतर समाजाला 'अनार्य' म्हणजे वेगळ्या वांशिक गटाचे किंवा वेगळ्या वंशाचे म्हणतात. भारतीय समाजातील विशेषतः ब्राह्मणेत्तर आणि दलित जातींमध्ये दिसणारी विविधता लक्षात घेतली, तर देशाच्या विविध भागात स्वतंत्र सामाजिक, वांशिक अस्मिता व्यक्त होणे, हे आश्चर्यकारक नाही. यामुळेच ब्राह्मण आणि हिंदू या संकल्पनेला विरोध करणाऱ्या भूमिका कमी अधिक प्रमाणात बिगर हिंदी आणि कधीकधी उत्तर भारतीय राष्ट्रिकाच्या अस्मिता विरोधी स्वरूपात व्यक्त होत राहिल्या.

उदाहरणार्थ, १९३० च्या दशकात शीख आणि मुस्लिम धार्मिक अस्मिता काही प्रमाणात प्रादेशिक/ राष्ट्रीय अस्मितेच्या स्वरूपात व्यक्त झाल्या. या प्रक्रियेत त्यांनी हिंदुत्ववादी दृष्टिकोनाचे वर्चस्व असलेल्या काँग्रेसचे वर्चस्व आणि ब्राह्मण - बनिया सत्ता नाकारली.अशा पद्धतीने जातीय परिभाषित भूमिका मांडल्यामुळे त्यांना ब्राह्मणेतर आणि दलित चळवळी यांना एकत्र आणणे, त्यांच्यात सांधाजोड करणे शक्य झाले. तसेच या समाजात आघाडी करण्यासाठी पोषक पार्श्वभूमी तयार झाली. याचे उत्तम उदाहरण म्हणजे, १९३० च्या दशकात पंजाबमधील मंगू राम यांनी युनिअनिस्ट पार्टीबरोबर आघाडी केली होती. तर बंगालमध्ये नामशूद्रांनी कृषक प्रजा पार्टीबरोबर आघाडी केली. याच काळात उत्तर भारतात हिंदू विरुद्ध मुस्लिम असा तीव्र संघर्ष वेगाने वाढत होता. या तीव्र संघर्षामुळेच उत्तर भारतात काही भागात प्रादेशिक स्वातंत्र्य आणि स्वायत्ततेच्या मागण्या आकाराला येत होत्या. १९४० च्या दशकाच्या अखेरीस पाकिस्तानच्या मागणीभोवती चळवळ सुरू झाली होती. या चळवळीच्या प्रेरणेतून द्रविडस्थान आणि तत्सम प्रवाहसुद्धा निर्माण होत होते. हिंदुत्वविरोधी प्रवाह हा गुंतागुंतीच्या पद्धतीने व्यक्त होत होता. उत्तर भारत विरोधी आणि सत्तेचे केंद्रीकरण विरोधी प्रवृत्ती अशा स्वरूपात हा विरोध व्यक्त होत होता.

तामिळनाडूमधील घटनांचा विचार केला, तर या प्रक्रियेतील अनेक घटक पुढे येतात. तामिळनाडूमध्ये द्रविडी भाषिक अस्मिता अतिशय प्रभावी होती. या अस्मितेला दीर्घ इतिहास होता. हा प्रदेश म्हणजे भारतीय उपखंडातील दक्षिण केंद्र होते. हा प्रदेश उत्तर भारतीयांना कधीही जिंकून घेता आला नव्हता. या ऐतिहासिक काळात या

प्रदेशात अनेक दाक्षिणात्य साम्राज्ये हऊन गेली. या साम्राज्याचा विस्तार परदेशातही झाला होता. उत्तर भारतीय साम्राज्यांचा ज्याप्रमाणे पश्चिम आशियाई देशांशी संबंध होता, त्याचप्रमाणे अनेक दक्षिण भारतीय साम्राज्य दक्षिण पूर्व आशियात पसरली होती. एकोणिसाव्या शतकाच्या अखेरीस ब्राह्मण विरोधी चळवळींमध्ये हा प्रदेश म्हणजे 'अनार्य' वांशिक लोकांची भूमी असा दावा व्यक्त होत होता. या भूमिकेमधूनच प्राचीन तामिळ समाजाचे उदात्तीकरण; शैव मत किंवा शैव सिद्धांत तत्वज्ञान, हे स्थानिक तत्त्वज्ञान म्हणून सांगितले जाऊ लागले. हे तत्वज्ञान बिगर हिंदू धर्म म्हणून व्यक्त होऊ लागले. या भूमिकेमधून द्रविडी अस्मिता निर्माण होत गेली. यातूनच १९४० आणि १९५० च्या दशकात तामिळ राष्ट्रवाद उभा राहिला.

तामिळनाडूमध्ये सुरू झालेली पहिली जातीविरोधी चळवळ, ही काही वांशिकतेच्या आधारावर उभी राहिली नव्हती. किंबहुना या चळवळीचा आधार धार्मिक होता. या चळवळीचे नेतृत्व दलित होते. ते म्हणजे पेरियार, सिद्ध औषधप्रणालीचे वैद्य इयोथी थास. एकोणिसाव्या शतकाच्या अखेरीस इयोथी थास यांनी शाक्य बुद्धिस्ट सोसायटी किंवा दक्षिण भारतीय बौद्ध लीग स्थापन केली होती. या सोसायटीमध्ये त्यांनी दलित समाजातील अनेक जातीतील विचारवंतांना एकत्र आणले होते. अनेक अर्थाने ही चळवळ म्हणजे आंबेडकरांपूर्वीच्या काळातील बौद्धवादी चळवळीची अग्रदूत म्हटली पाहिजे.इयोथी थास यांनी प्राचीन भारत म्हणजे बौद्ध भारत अशी भूमिका मांडली होती. फुल्यांप्रमाणेच त्यांनीसुद्धा मूळचा प्राचीन भारतीय समाज हा शांततावादी आणि समृद्ध समाज होता, अशी भूमिका मांडली. या शांततावादी समाजावर आर्यांनी आपली ब्राह्मण्यवादी वैचारिक भूमिका आणि सामाजिक जातिव्यवस्था लादली, अशी भूमिका मांडली. थास यांनी आपला दृष्टिकोन स्वतंत्रपणे विकसित केला होता. फुले यांनी अशी भूमिका मांडली होती, की आर्यांनी आपली सत्ता हिंसेच्या मार्गापेक्षा कटकारस्थानाच्या मार्गाने भारतीय लोकांवर प्रस्थापित केली. तर थास यांची भूमिका अशी होती की आर्यांनी येथील 'अनार्यांना' फसवून त्यांच्यावर आपली सत्ता प्रस्थापित केली. तामिळनाडू मधील दलित हे जाती मुक्त भारतीय किंवा जाती मुक्त तामिळ नागरिक होते आणि ते गौतम बुद्धांच्या कुळातील म्हणजेच शाक्य आहेत.

मात्र १९२० च्या दशकात तामिळनाडूमध्ये सुरू झालेल्या ब्राह्मणेत्तर चळवळीने इयोथी थास यांचे महत्त्वाचे योगदान दुर्लक्षित केले. तामिळनाडूमधील ही ब्राम्हणेतर चळवळ महाराष्ट्रातील ब्राह्मणेत्तर चळवळीच्या तुलनेत अभिजन वर्गातीच्या वर्चस्वाखाली अधिक होती. या चळवळीत उच्च जातीतील वेल्लास समाज आणि अन्य ब्राह्मणेत्तर जातींमधील जमीनदार होते. तसेच तेलगू आणि मल्याळम भाषिक स्वतंत्र व्यावसायिक होते. या सर्वांचा ब्राह्मणांशी स्वतंत्रपणे संघर्ष सुरूच होता. त्यांनी ही चळवळ व्यापक जन संघर्ष म्हणून संघटित करण्याचा प्रयत्न केला नव्हता(संदर्भ :

इर्शिक १९६९; गीथा आणि राजादुराई १९९३) साउथ इंडियन लिबरल असोसिएशन या त्यांच्या पक्षाने १९२० च्या दशकात भारतातील सर्वात प्रभावी आणि यशस्वी ब्राम्हणेतर पक्ष म्हणून विधान परिषदेत स्थान मिळवले होते.

१९२० च्या दशकात आक्रमक आणि अधिक व्यापक जनाधार असलेली आणखी एक नवीन चळवळ उभी राहिली. इ.व्ही रामस्वामी 'पेरियार' (१८७९-१९७३) यांच्या नेतृत्वाखाली ही चळवळ सुरू झाली होती. इ.व्ही. रामस्वामी पेरियार इरोड येथील एका व्यापारी कुटुंबातील होते. त्यांनी सन १९१९ मध्ये काँग्रेसमध्ये प्रवेश केला होता. मात्र काँग्रेसमधील ब्राह्मण नेतृत्वाच्या वर्चस्वामुळे ते निराश झाले. १९२० च्या दशकाच्या सुरुवातीला त्यांनी वायकोम मंदिर सत्याग्रहात सहभाग केला होता. त्यावेळेस त्यांनी घेतलेल्या कडव्या भूमिकेमुळे त्यांचा गांधीजींबरोबर वाद झाला होता. पेरियार यांनी असे म्हटले होते, की गांधींना या प्रश्नावर तडजोड करायची असल्यामुळे गांधींनी त्यांना कट करून सत्याग्रहातून बाहेर काढले. एक मात्र खरे, की तामिळनाडूत पेरियार हेच वायकोम सत्याग्रहाचे नायक ठरले होते. पुढे सन १९२५ मध्ये विधिमंडळात ब्राह्मणेतर आणि अस्पृश्यांसाठी राखीव जागांच्या प्रस्थापित ठरावाच्या मुद्द्यावरून पेरियार यांचे काँग्रेसच्या नेत्यांबरोबर तीव्र मतभेद झाले. त्यामुळे पेरियार काँग्रेसमधून बाहेर पडले. गांधींनी आपल्या १९२७मध्ये केलेल्या दक्षिण भारतातील दौऱ्यात वर्णाश्रम धर्माचे समर्थन केले होते. या मुद्द्यावरून पेरियार यांचा गांधीं बरोबरच्या व्यक्तिगत भेटीमध्ये तीव्र वैचारिक संघर्ष झाला होता. पेरियार यांनी आपल्या कुडी आरासो या नियतकालिकात गांधींबरोबर झालेल्या भेटीविषयी लेख लिहिले होते.आपल्या लेखांमध्ये पेरियार यांनी असा दावा केला, की देशाला स्वातंत्र्य मिळण्यासाठी तीन पूर्वअटी आहेत. त्या म्हणजे काँग्रेस नष्ट करणे, हिंदू धर्म नष्ट करणे आणि ब्राम्हणी वर्चस्व नष्ट करणे (संदर्भ: मुरुगेशन आणि सुब्रमण्यम१९७५, ६४)

सन १९२६ मध्ये पेरियार यांनी सेल्फ रिस्पेक्ट लीगची स्थापना केली. या संघटनेची पहिली परिषद १९२९मध्ये घेण्यात आली. ही चळवळ तामिळनाडूमध्ये सर्वत्र पसरली. या चळवळीचे मुख्य मुद्दे फुले यांच्या सत्यशोधक समाजाच्या भूमिकेशी साधर्म्य सांगणारे आहेत. या चळवळीने ब्राह्मणी पुरोहितशाहीला विरोध करणे, जातिव्यवस्था नष्ट करणे आणि स्त्रियांच्या स्वातंत्र्याचा पुरस्कार हे मुद्दे महत्त्वाचे मानले. पेरियार यांनी सर्व धर्मांवर फुल्यांपेक्षा तीव्र शब्दात हल्ला चढवला. पेरियार यांनी नास्तिकतेचा पुरस्कार केला. नास्तिकतेचा ठाम पुरस्कार करत त्यांनी ब्राह्मणेत्तर अभिजन पुरस्कृत सुधारित शैवमतालासुद्धा विरोध केला होता.

देव नाही,
देव नाही,
देव कुठेही अस्तित्वात नाही.
ज्याने देवाचा शोध लावला तो एक मूर्ख होता.
जो देवाचा प्रचार करतो तो हरामखोर आहे.
जो देवाची भक्ती करतो तो रानटी आहे.

फुल्यांचा अस्तित्ववाद आणि पेरियार यांचा नास्तिकवाद यामधील द्वंद्व एका प्रकारे केरळ या छोट्या राज्यात वेगळ्या प्रकारे पाहायला मिळते. केरळमध्ये नारायण स्वामी गुरु यांच्या 'एक धर्म, एक जात, एक देव' या घोषणेला आव्हान देणारी प्रती घोषणा त्यांचाच नास्तिक भक्त अय्यप्पन याने दिली होती. ती घोषणा होती 'धर्म नाही, जात नाही आणि मानवासाठी कोणीही देव नाही.' सेल्फ रिस्पेक्ट किंवा आत्माभिमानाच्या चळवळीचा त्या काळात फार मोठा प्रभाव दिसून येतो. या पुरोगामी चळवळीमुळे अनेकांना प्रेरणा मिळाली होती. त्यामध्ये प्रसिद्ध कवी भारती दासन हेसुद्धा होते. त्यांचे पहिले काव्यसंकलन १९३८मध्ये प्रसिद्ध झाले होते. या काव्यातून त्यांनी मूळ तामीळ मूल्यांचा पुरस्कार केला होता. त्या आधारे कडव्या तामिळ राष्ट्रवादाची भूमिका मांडली होती. त्यामध्ये तामिळनाडूच्या प्राचीन सुवर्ण युगाकडे जाण्यासाठी पुनरुज्जीवनवादी भूमिका नव्हती, तर विकासाभिमुख स्वायत्त आधुनिकतेचा पुरस्कार केला गेला होता.

त्यासंबंधी पुढील उदाहरण पहा
स्त्रियांना हक्क नाकारणे हे काय मोठेपणाचे लक्षण आहे ?
का स्त्रियांचे प्रगती पाहून आनंद पावणे हा मोठेपणा ?
स्त्रियांना आपल्या आवडीच्या पुरुषाचे लग्न करण्याचा हक्क देणे,
हे योग्य?
का त्यांचा बालविवाह करून त्यांना ठार मारणे हे योग्य ?
र्हास पावलेले देव आणि वेद या गोष्टींवर श्रद्धा ठेवणे हे योग्य ?
का या पृथ्वीवर समाजवाद स्थापन करणे योग्य ?
आपण अशा भेदाभेदाच्या वातावरणात राहणे
हे योग्य आहे ?
का, त्या विरुद्ध बंड करून आपण आत्माभिमानाने जगणे योग्य?
(इर्श्चिक १९८६,२२४-२२५)

भारती दसन यांनी मांडलेल्या समाजवादी भूमिकेमध्ये एक नवी पुरोगामी भूमिका होती. त्यामध्ये १९३० च्या दशकातील जातीविरोधी आणि वर्गीय आशयाच्या

चळवळींनी एकत्र येण्याची भूमिका व्यक्त होत होती. एका बाजूला पेरियार आपल्या भाषणात समतावादी, कठोर जातीवाद विरोधी भूमिका आणि नास्तिकतावादी भूमिका अतिशय आक्रमक, प्रभावी भाषेत आणि तामिळ भाषेत भांडत असत. त्यामुळे खालच्या जातीतील लढाऊ तरुण त्यांच्याकडे वेगाने आकर्षित होत होते. त्यामुळे जुन्या ब्राह्मणेत्तर चळवळीला नवा जोम आणि कडवेपणा प्राप्त झाला होता. तर दुसऱ्या बाजूला मच्छिमार कामगार संघटनेचे नेते सिंगारवेलु यांनी (हे कामगार प्रामुख्याने कोळी समाजातील होते) या चळवळीला चेतना देण्याची भूमिका बजावली. सिंगारवेलू स्वतः कोळी समाजातीलच होते.त्यांना दक्षिण भारतातील पहिले कम्युनिस्ट मानले जाते. सिंगारवेलू हे इयोथी थास यांच्या साक्य बौद्धमताचे सहप्रवासी होते. सिंगारवेलू यांनी भारतातील पहिला कामगार पक्ष स्वतंत्रपणे स्थापन केला होता. या पक्षातूनच नंतर कम्युनिस्ट पक्षाची स्थापना झाली(संदर्भ : मुरुगेसन आणि सुब्रमण्यम १९७५)

सन १९३२ मध्ये पेरियर यांनी सोविएत युनियनचा दौरा केला होता. पेरियार यांच्यावर या दौऱ्याचा सकारात्मक परिणाम झाला होता. नास्तिकवादी समाजवादाच्या प्रत्यक्ष उभारणीमुळे पेरियार प्रभावित होते. सिंगारवेलू यांनी 'कुडी आरासो' या नियतकालिकात समाजवाद आणि इतिहासाचा भौतिकवादी अन्वयार्थ समजावून सांगणारी लेखमालिका लिहिली होती. पेरियार सोवियत युनियनहून परत आल्यावर डिसेंबर, १९३२ मध्ये त्यांनी आत्माभिमान संघटनेच्या कार्यकर्त्यांसमोर नवा कार्यक्रम मांडला. या कार्यक्रमात नवीन राजकीय पक्ष स्थापन करण्याचा प्रस्ताव होता. या पक्षाचे नाव 'समधर्म पक्ष' असे असावे असा तो प्रस्ताव होता. समधर्म हा शब्द तामिळ भाषेत समाजवाद या शब्दाचा समानार्थ व्यक्त करणारा शब्द होता. आत्माभिमानच्या मंचावरून आता समाजवादाचा पुरस्कार करण्यात येऊ लागला होता. त्याचप्रमाणे ब्राह्मणेत्तर कार्यकर्त्यांच्या पुढाकाराने आता जमीनदार विरोधी आणि सावकार विरोधी परिषदा आयोजित केल्या जाऊ लागल्या.

असे असले तरी डावे आणि जातीविरोधी चळवळीचे प्रवाह, त्यांच्यात एकजूट होणे हे सुरुवातीपासूनच अशक्य वाटत होते. एका बाजूला ब्राह्मणेत्तर चळवळीतील संकुचित विचाराचे लोक अशा एकजुटीला विरोध करत होते. सन१९३३ मध्ये पेरियार यांना अटक करून तुरुंगात टाकल्यावर एक स्पष्ट झाले की ब्रिटिश सरकारने या संघटनेवर दबाव आणण्याचे धोरण घेतले आहे. तर दुसऱ्या बाजूला, भारतातील मुख्यतः मुंबईत असलेले कम्युनिस्ट पक्षाचे नेते आपल्या वर्ग लढ्याच्या भूमिकेत कोणत्याही प्रकारचा बदल करण्यास तयार नव्हते. जातीवाद विरोधी भूमिका स्वीकारणे याचा अर्थ वर्गलढ्याची भूमिका सौम्य करणे, अशी कम्युनिस्टांची धारणा होती. त्यामुळे जातीविरोधी लढ्याकडे ते काहीशा संशयाने पहात. जातीविरोधी चळवळ आणि प्रादेशिक अस्मितांच्या चळवळी म्हणजे बिगरवर्गीय राजकीय प्रवाह आहे,

अशी त्यांची धारणा होती. हे दोन राजकीय मुद्दे कटाक्षाने दूर ठेवण्याचे त्यांचे धोरण होते. सन १९३४ पासून सिंगारवेलू (तेव्हा ते सत्तरीत पोहोचले होते) यांनी असा आग्रह धरला की आपण समधर्म ही संज्ञा न वापरता स्पष्टपणे समाजवाद असा शब्द वापरावा. प्रत्यक्षामध्ये या आघाडीत खरी फूट पडली ती अतिशय स्पष्ट राजकीय मुद्द्यांवरून. १९३४ च्या निवडणुकांमध्ये आत्माभिमान चळवळीने जस्टिस पार्टी किंवा काँग्रेस पक्षाला पाठिंबा द्यावा अथवा नाही, असा विषय होता. पेरियार यांना असे वाटत होते, की जस्टिस पार्टीचे पुनरुज्जीवन करून त्या पक्षाला ताकद द्यावी आणि अधिक आक्रमक बनवावे. तर डाव्यांची अशी भूमिका होती, की केवळ काँग्रेसच खऱ्या अर्थाने साम्राज्यशाही विरोधी संयुक्त आघाडी आहे. सन १९३६ मध्ये कम्युनिस्ट नेतृत्वाने सिंगारवेलू आणि अन्य नेत्यांना असे निर्देश दिले की त्यांनी काँग्रेस सोशालिस्ट पक्षात सामील व्हावे. हा गट अखिल भारतीय काँग्रेस पक्षात सहभागी होता. काँग्रेस पक्षांतर्गत घटक म्हणून कार्यरत होता. आत्माभिमान चळवळीच्या विसर्जनाच्या परिषदेमध्ये श्रीपाद अमृत डांग्यांनी जोरदार भाषण केले होते. आपल्या भाषणात त्यांनी भाषिक राष्ट्रवाद हा कसा धोकादायक आहे, याविषयी सविस्तर मांडणी केली होती '' त्यांनी या परिषदेत सर्वांना आठवण करून दिली होती, की केवळ तामिळनाडूच नव्हे, तर संपूर्ण भारत ब्रिटिशांच्या साम्राज्यशाही जोखडाखाली आहे. हे ब्रिटिशांचे साम्राज्यशाही वर्चस्व नष्ट भारतीय पातळीवर केल्याशिवाय आपण समाधर्म समाजवादाच्या स्वप्नाचा विचारही करू शकत नाही'' (मुरुगेसन आणि सुब्रमणियम १९७५,८३)

याचा परिणाम असा झाला की तरुण पुरोगामी कम्युनिस्ट पक्ष कार्यकर्ते चळवळीतून बाहेर पडले. त्यामुळे आत्मभिमान चळवळीच्या वर्गीय पायाला धक्का पोहोचला. पेरियार आणि त्यांच्या सहकाऱ्यांनी ब्राह्मणी डाव्यांशी संघर्ष केला. या संघर्षात त्यांनी अधिकाधिक भाषिक राष्ट्रवादी अस्मिता स्वीकारली. दक्षिण भारतात अनार्य समाजांना विशिष्ट वांशिक आणि राष्ट्रीय अस्मिता स्वीकारणे सोपे होते.या समाजाची भाषा ही युरोपियन भाषिक समूहातील नव्हती. हे समाज गट मूळचे तामिळ किंवा द्रविडी होते. त्यामुळेच विशिष्ट वांशिक आणि राष्ट्रीय अस्मिता स्वीकारणे त्यांना सोपे होते. महाराष्ट्रामध्ये फुल्यांनी 'विष्णू अवतार' कहाण्यांच्या विश्लेषणाच्या आधारे भारतीय उपखंडाच्या बाहेरून आलेल्या आर्यांनी येथील लोकांवर कसा कब्जा केला, हे दाखवून दिले; तर पेरियार यांनी दक्षिणेवर उत्तरेतील लोकांनी आपली सत्ता लादली अशी टीका केली. फुले यांनी आर्य वर्चस्वाविरुद्ध टीका करण्यासाठी बळीराजा या पौराणिक नायकाला उभे केले; तामिळ राष्ट्रवादाने रावणाला आपले प्रतिक केले. यामधून त्यांनी लोकप्रिय रामायणाच्या परंपरांचाच आधार घेतला होता. दक्षिण आणि पश्चिम भारतात, तसेच दक्षिण पूर्व आशिया आणि अगदी काश्मीरमध्येसुद्धा अनेक

बिगर वाल्मिकी रामायण महाकाव्यांमध्ये रावण हा नायक आहे. अशा कथांमध्ये रावणाच्या प्रेम आणि युद्ध,रावणाचे शौर्य आणि अंतिम शोकांतिका यावर भर दिला गेला आहे. तर उत्तर भारतीय आणि चिनी रामायणाच्या कथा सरंजामी, पितृसत्ताकवादी आणि श्रेणीबद्ध सामाजिक मुल्यांचे उदात्तीकरण करणाऱ्या आहेत. उत्तर भारतीय आणि चिनी रामायण कथांमध्ये रामाला नायक ठरवले गेले आहे.

१९४० च्या दशकात तामिळ/ द्रविडी राष्ट्रवादाच्या भूमिका या विरोधकांच्या राजकारणाचा मुख्य आधार ठरल्या होत्या. सन १९३६ मध्ये मद्रास प्रांतात काँग्रेसचे राजगोपालाचार्य यांच्या नेतृत्वाखालील सरकार सत्तेवर आले. भारतात बहुतेक प्रांतात काँग्रेसची सरकारे सत्तेवर आली होती. सुमित सरकार यांनी वर्णन केल्याप्रमाणे ही सरकारे म्हणजे ''काँग्रेसने उजव्या धोरणाकडे हळूहळू केलेली वाटचाल होती.केवळ अधून मधून ही काँग्रेसची सरकारे डाव्या भूमिकांचा मुखवटा बाळगत असत'' (सरकार १९८३,३५१) त्यामुळे या काळात शेतकरी आणि कामगारांच्या संघटनांनी देशाच्या अनेक भागात आक्रमक आंदोलने सुरू केली होती. मद्रासमध्येसुद्धा संप आणि प्रचार मोहिमा सुरू होत्या. परंतु पेरियार आणि कम्युनिस्ट यांच्या मधील फुटीमुळे या आंदोलनांमध्ये जात आणि वर्ग लढ्याची सुसूत्रता राहिली नाही. डावे प्रवाह आणि जातीविरोधी प्रवाह यामध्ये समन्वय साधण्यासाठी समान वैचारिक आधार शोधण्याचाही प्रयत्न झाला नाही. पेरियार स्वतः काही मोठे विचारवंत नव्हते आणि त्यांचा आर्थिक प्रश्नावरही फार भर नव्हता. समाजवादी विचारांच्या कार्यकर्त्यांचा गट सोबत नसल्यामुळे अन्य मुद्द्यांचा फारसा विचार त्यांनी केला नाही. पेरियार हिंदी भाषेच्या जबरदस्ती विरुद्ध सतत आंदोलन करत राहिले. त्याचबरोबर द्रविडी / तामिळ राष्ट्रवादाचा पुरस्कार करत राहिले. देशामध्ये स्वतंत्र पाकिस्तानच्या मागणीसाठी चळवळ सुरू झाल्यावर द्रविडी तामिळ राष्ट्रवादाच्या चळवळीला ताकद मिळाली.सन १९३९ मध्ये द्रविडनाडू परिषद घेतली गेली. या परिषदेत स्वतंत्र पाकिस्तान प्रमाणेच स्वतंत्र आणि वेगळ्या द्रविडस्थानाच्या मागणीचा पुरस्कार करण्यात आला (दाईल १९७७,६२)

भारताच्या विविध भागात प्रादेशिक राष्ट्रवाद वाढू लागला होता. स्वतंत्र पाकिस्तानची मागणी ही सुरुवातीला केवळ धार्मिकतेच्या आधारे करण्यात आली नव्हती. या मागणीला उत्तर पश्चिम भारतातील धार्मिक तसेच प्रादेशिक अस्मितेचाही आधार होता. सुरुवातीला पाकिस्तान, हिंदुस्तान आणि बंगाल अशी मागणी करण्यात आली होती. १९३८-३९ मध्ये हैदराबाद हे स्वतंत्र राज्य हवे असाही मुद्दा त्यात समाविष्ट होता. १९४० च्या दशकात जीना, द्रविडीस्थान हा चौथा प्रदेश म्हणून स्वीकारायला तयार होते (मूर १९९०) १९३८-३९ मधील प्रस्तावाच्या परिणामी हैदराबादमध्ये हिंदू-मुस्लिम दखखनी संस्कृतीच्या आधारावर अस्मितेच्या चळवळीला

जोर चढला होता. या चळवळीला तेथील संस्थानिक, निजामाचा पाठिंबा होता. या चळवळीत काही महत्त्वाचे दलित नेतेही आकर्षित झाले होते. ही चळवळ त्यातील स्थानिक हिंदू आणि मुस्लिम सरंजामदार सत्ताधाऱ्यांच्या हस्तक्षेपामुळे आणि त्यांच्या हिंदू आणि मुस्लिम मूलतत्त्ववादी भूमिकेमुळे मागे पडली.

अशाच प्रकारे शीख, पंजाबी अस्मिता ही प्रादेशिक आणि धार्मिक आधारावर उभी राहिली होती. विशेषतः ब्राह्मणेत्तर चळवळ म्हणून आकाराला आली. या चळवळीने ब्राह्मण आणि बनिया यांच्याविरुद्ध असंतोष व्यक्त केला होता. काश्मीरमध्ये काश्मिरी मुस्लिम आपली अस्मिता ही केवळ धार्मिक अस्मिता नसून प्रादेशिक/वांशिक अशी कश्मिरीयत अस्मिता आहे, अशी भूमिका घेत होते. याचप्रमाणे उत्तर पूर्व भागात शिक्षित आसामी हे आपले बंगाली भाषिकांपेक्षा स्वतंत्र अशी हिंदुत्ववादी (वैष्णव पंथाशी जोडलेली) आसामी अस्मिता आहे अशी भूमिका मांडत होते; तर त्याचवेळी पठारावरील आदिवासी उच्चजातीय आसामी अस्मितेला आव्हान देत होते. हे आदिवासी आपल्या विशिष्ट उत्तर-पूर्व अस्मितेचा आग्रह धरत होते. आसाम मधील उच्चजातीय आसामी हिंदू आणि मुस्लिम हे आर्यवंशीय होते. तर तेथील आदिवासी मंगोल वांशिक होते. या पार्श्वभूमीवर पहिले ऑल आसाम ट्राइब्ज अँड रेसेस फेडरेशन च्या(अखिल आसाम जमाती आणि वांशिक महासंघ) पहिल्या अधिवेशनात एकमताने पुढील ठराव पारित करण्यात आला होता ;

> ऐतिहासिक वस्तुस्थिती लक्षात घेता डोंगराळ असलेला आसाम प्रदेश आणि तेथील नागरिक कधीही भारताचा भाग आणि प्रांत नव्हते; विशेषतः या प्रदेशातील आदिवासी जमाती आणि वंशाचे लोक हे वांशिक आणि सांस्कृतिक दृष्ट्या उर्वरित भारतातील लोकांपेक्षा वेगळे आहेत. ही परिषद एकमताने असा ठराव करत आहे, की अखिल आसाम आणि डोंगराळ प्रदेश कोणत्याही प्रस्तावित पाकिस्तान किंवा हिंदुस्तान यांच्या विभागात समाविष्ट करण्याला विरोध करत आहे; तसेच ही परिषद आसाम आणि सीमेलगतचे जोडलेले डोंगराळ जिल्हे यांच्यासहित स्वतंत्र आसाम राज्य तयार केले जावे, अशी मागणी करत आहे (फुंकन १९८६)

अशाप्रकारे १९४० च्या दशकात उप-राष्ट्रिकांच्या अस्मिता या भारतीय राजकारणात महत्त्वाचे अंतःप्रवाह म्हणून कार्यरत होत्या. अशा अस्मितांचे मुद्दे हे नेहमीच स्वतंत्र राष्ट्रांचे मुद्दे नव्हते; स्वतंत्र राष्ट्रिकांचे मुद्दे हे सहसा सीमेलगतच्या प्रदेशात दिसून येत. अशा अस्मितांच्या चळवळीमध्ये अधिक स्वायत्ततेची आणि लवचिक संघ राज्य रचनेची मागणी होती. याचे उत्तम उदाहरण म्हणजे पंजाबमधील युनियनिस्ट पक्षाचे नेते सिकंदर हयात खान यांनी मुस्लिम राज पाकिस्तान अशा मागणीला ठाम विरोध दर्शवला होता. उलट त्यांनी स्वायत्तता असलेल्या त्रिस्तरीय रचनांच्या प्रांतांचा प्रस्ताव मांडला होता.अशा त्रिस्तरीय रचनांचे सात प्रदेशांचे स्वायत्त प्रांत असावेत आणि त्यांचे लवचिक असे संघराज्य असावे. या संघराज्याच्या केंद्रस्थानी असलेल्या केंद्र सरकारच्या अखत्यारीत केवळ संरक्षण, परराष्ट्र व्यवहार, चलन आणि जकात हे

विभाग असावेत (सरकार १९८३,३७८- ८०) पुढे अशाच प्रकारच्या स्वायत्ततेच्या मागणीच्या आधारावर नॅशनल कॉन्फरन्सच्या शेख अब्दुल्ला यांनी भारतीय संघराज्याशी काश्मीर जोडण्यास मान्यता दिली. स्वातंत्र्यानंतर अशाच मागण्यांभोवती पंजाब आणि काश्मीरमध्ये अधूनमधून स्वतंत्र राज्याची मागणी करणाऱ्या चळवळी होत राहिल्या.

दरम्यान पेरियार यांनी भारताच्या भवितव्याच्या प्रश्नावर आपले लक्ष केंद्रित केले आणि त्या आधारावर एक राजकीय संघटना यशस्वीरित्या उभी केली. ही संघटना पुढे तामिळनाडूमधील महत्त्वाचा राजकीय पक्ष म्हणून उभा राहिला. १९४४ मध्ये पेरियार यांनी जस्टिस पक्षाचे पुनरुज्जीवन केले. या पक्षाचे नाव बदलून द्रविड कळहम असे नाव त्यांनी घेतले. त्यांनी सार्वभौम स्वतंत्र द्रविडी रिपब्लिक हे आपले उद्दिष्ट ठरवले. या पक्षाचा झेंडा काळ्या रंगाचा आणि मध्यभागी लाल वर्तुळ असा स्वीकारला गेला. भारत स्वतंत्र होणे याचा अर्थ दक्षिण भारतीयांचे गुलामीकरण आहे. म्हणून भारताचे स्वातंत्र्य म्हणजे आमच्यासाठी शोक दिन आहे, असे घोषित करण्यात आले (दाइल, १९७७,६२-६३) द्रविड कळघमने विविध मुद्दे एकत्र गुंफून तामिळ राष्ट्रवादावर मुख्य भर दिला होता;

> आम्हाला आमचा देश हवा;
> तामिळनाडू असे नामकरण करा;
> अखिल भारतीय केंद्र सरकार म्हणजे हिंदू धर्माचे रक्षण करणारे सरकार आहे;
> आम्ही दिल्लीच्या हिंदू सत्तेतून बाहेर पडले पाहिजे.
> (दाइल १९७७, ६३)

तामिळ राष्ट्रवाद हा मुख्यतः जातीविरोधी चळवळीशी जोडलेला होता. त्यामुळे तो दक्षिणेतील अतिशय प्रभावी प्रवाह म्हणून उभा राहिला. स्वातंत्र्यानंतर आक्रमक द्रविडी चळवळ काही प्रमाणात सौम्य करण्यात काँग्रेस सरकारला यश आले. द्रविड कळहममधूनच द्रविड मुन्नेत्र कळहम (डीडिएमके)ची निर्मिती झाली. डीएमके ने स्वतंत्र राष्ट्राची मागणी सोडून दिली आणि नंतर त्यातूनच ऑल इंडिया अण्णा द्रविड मुन्नेत्र कळहम (एआयएडीएमके) निर्माण झाला.एआयएडीएमके या पक्षाने एका सुपरस्टार नेत्याच्या नेतृत्वाखाली आपली ताकद विस्तारित केली. काँग्रेस बरोबर आघाडी करून भारतीय पातळीवर आपली ओळख प्रस्थापित केली. पुढे जाऊन या पक्षाने या लोकप्रिय अभिनेत्याच्या तितक्याच लोकप्रिय परंतु अत्यंत हुकूमशाही प्रवृत्तीच्या नायिकेला आपला नेता निवडले. द्रविडीयन चळवळीला तामिळनाडूमधील दलितांचा पाठिंबा मिळवण्यात अपयश आले, ही त्यांची मुख्य अडचण होती. फुले यांनी दलितांचा पाठिंबा मिळविणे हे आपले मुख्य उद्दिष्ट ठरविले होते. तामिळनाडूमध्ये दलितांचा नेता

म्हणून कोणी पुरोगामी आंबेडकर नव्हते. एम. सी. राजा हे हिंदू महासभावादी दलित पुढारी सर्वात लोकप्रिय आणि प्रभावी नेते होते. त्यांनी द्रविडी चळवळीपासून अंतर राखले होते. त्यामुळेच तमिळनाडूमधील दलित या चळवळीपासून अलिप्त राहिले. तामिळनाडूमध्ये भारतातील अन्य कोणत्याही राज्यापेक्षा अतिशय प्रभावी ब्राह्मणेत्तर चळवळ होती. तसेच हिंदुत्ववादाला तीव्र विरोध करणारी चळवळसुद्धा होती. परंतु या ठिकाणी कम्युनिस्ट आणि द्रविडी आणि दलित आणि ब्राह्मणोत्तर प्रवाह यांच्यात कायम फुटीची आणि मतभेदाची लागण झाली होती.

अशा रीतीने वासाहतिक सत्तेच्या काळात प्रादेशिक किंवा उप-राष्ट्रवादी (भाषिक राष्ट्रे) अस्मिता या अतिशय महत्त्वाच्या ठरल्या होत्या. त्यांच्यातील परस्पर संबंध हे अतिशय गुंतागुंतीचे होते. या अस्मितांमध्ये बिगर हिंदू धार्मिक अस्मिता व्यक्त होत असे. या चळवळींनी बहुतेक वेळा ब्राह्मण, बनिया आघाडीच्या दिल्लीतील केंद्रीय सत्तेला विरोध केलेला दिसतो. याचा विचार करता असा तर्कशुद्ध निष्कर्ष निघतो, की या चळवळी म्हणजे अनिवार्यपणे स्वतंत्र राष्ट्राच्या मागणीसाठी उभ्या राहिल्या, असे नव्हते. अशाच चळवळींनी केलेली स्वातंत्र्याची मागणी अनेकदा नव्याने अस्तित्वात आलेल्या भारतीय संघराज्यांतर्गत प्रादेशिक स्वायत्तता देणारी, विकेंद्रीत संघराज्य रचनेची मागणी होती. या पार्श्वभूमीवर काँग्रेसने अंतिमतः मिळवलेल्या विजयाचा अर्थ हिंदू अस्मिता आणि दिल्ली स्थित भारतीय शासन ही उपखंडाची केंद्रीय सत्ता असाच होता.

***

प्रकरण नऊ

स्वतंत्र भारत ब्राम्हणी समाजवाद, ब्राह्मणी जागतिकीकरण

वासाहतिक कालखंडात भारतातील अभिजन ब्राह्मणांनी काहीसा प्रगत हिंदुत्ववाद लोकप्रिय केला होता. या हिंदुत्ववादांतर्गत भारतीय अस्मिता आणि भारतीय इतिहासाचे नव्याने अन्वयार्थ लावले गेले. अशा अन्वयार्थाच्या आधारे खालच्या जाती, स्त्रिया, आदिवासी आणि अन्य जातीजमाती यांची एक राष्ट्रीय समाज म्हणून मोट बांधण्यात आली. मात्र या हिंदुत्वाचा गाभा वैदिक आर्य ब्राह्मणी परंपरा हाच होता. टिळक आणि गणपती उत्सव, विवेकानंद आणि रामकृष्ण, किंवा दयानंद आणि आर्य समाज अशी सर्व प्रतिके ही मुख्यतः उच्च जातींची प्रतिके होती. त्यांच्या आधारेच ही परंपरा प्रस्थापित केली गेली. हिंदुत्ववादी सिद्धांतकार जरी असे म्हणत असले, की आर्य हे याच उपखंडात उगम पावले होते, तरी या दृष्टिकोनातसुद्धा आर्य हेच केंद्रस्थानी आहेत, हे लक्षात घ्यावे. तसेच रा.स्व.संघ आणि हिंदू महासभा यांनी मुस्लिम विरोधी विखारी भूमिका घेऊन, या हिंदू राष्ट्रवादाला भारतीय शासनाच्या केंद्रस्थानी नेले. रा.स्व.संघ आणि हिंदू महासभा यांच्या भारतीय इतिहासविषयक कल्पना आणि तथाकथित स्वतःला सेक्युलरिस्ट म्हणवणाऱ्या नेहरू आणि डांगे यांच्या कल्पनेत आढळणारी साम्ये धक्कादायक ठरावीत अशीच होती.

गांधींनी हिंदू परिभाषेचा भावनिक उपयोग करून रामराज्याची कल्पना मांडली. त्यायोगे हिंदू परंपरेशी स्वतःला पूर्णपणे जोडून घेतले. असे असले तरी गांधींनी हिंदुत्वाचा अन्वयार्थ स्वतंत्रपणे लावत त्याला अहिंसा आणि सत्य या मूल्यांभोवती

गुंफले. त्याचप्रमाणे गांधींनी आपल्या *'ग्राम-स्वराज्य'* या कल्पनेच्या माध्यमातून विकासाची स्वतंत्र संकल्पना मांडली होती. त्यांनी खेडे केंद्र धरून विकेंद्रीत अर्थव्यवस्थेची कल्पना पुढे आणली होती. ही विकासाची कल्पना अपरिहार्यपणे त्यांच्या रामराज्याच्या कल्पनेशी जोडलेली होती. गांधींच्या भूमिकेत तंत्रवैज्ञानिक विकासाला विरोध आणि लैंगिक हाव किंवा लैंगिक इच्छा मर्यादित ठेवणे, या कल्पनांमुळे आंबेडकरांसारख्या बुद्धिप्रमाण्यवादी विचारवंतांमध्ये गांधींची स्वीकारार्हता कमी झाली. प्रस्थापित वासाहतिक सत्तेमुळे निर्माण झालेल्या दारिद्र्यातून भारतीयांचे उत्थान करणे, या उद्दिष्टाने कार्यरत असणाऱ्या आंबेडकरांसारख्या बुद्धिप्रामाण्यवादी विचारवंतांना गांधींच्या कल्पना मान्य होण्यासारख्या नव्हत्या.

भारताच्या फाळणीला गांधी जबाबदार आहेत, या धारणांमुळे हिंदू राष्ट्रवादी गांधींविरुद्ध संतापले होते. परिणामी गांधी हिंदू राष्ट्रवाद्यांचे बळी ठरले. मात्र सुधारणावादी इतिहास विश्लेषक आणि विचारवंत असे म्हणतात की फाळणी करण्याचा निर्णय स्वीकारून काँग्रेसने हुशारी दाखविली आहे. भारत देश एकसंध राहिला असता तर विकेंद्रीत आणि संघराज्य रचना स्वीकारणे अनिवार्य ठरले असते. परिणामी मुस्लिम बहुलक्षेत्रात मुस्लिमांना अधिक सवलती देणे भाग पडले असते. विभाजित भारतामुळे सत्ताधाऱ्यांना अपेक्षित भक्कम केंद्रीय सत्ता असलेली रचना निर्माण करता आली (रॉय १९९१)

भारतीय समाज आणि भारतीय इतिहासाचे हिंदू बहुलदृष्टिकोनातून लावल्या जाणाऱ्या अन्वयार्थाला विरोध करणारा वैचारिक प्रवाह वासाहतिक सत्तेच्या काळातही अस्तित्वात होता. या विचारप्रवाहाने मुस्लिम समस्या अशा पूर्वग्रह दूषित संकल्पनेला फार पूर्वीपासूनच विरोध केला होता. या विचारप्रवाहाच्या हिंदूबहुल दृष्टिकोनाचे ठोस उदाहरण जोतिबा फुले यांनी आपल्या साहित्यातून उघड केले होते. परंतु एक गोष्ट खरी की हा प्रवाह कायम विखुरलेला आणि दुय्यम स्थानी राहिला. स्वतःला बुर्ज्वा काँग्रेस सत्ताधाऱ्यांचे मुख्य वर्ग शत्रू समजणाऱ्या कम्युनिस्टांनीही व्यापक वर्गीय पाया असूनही तेलंगणासारखे काही तुरळक लढे वगळता, जनआंदोलनाचा व्यापक रेटा उभा केला नाही. त्यातही सर्वात वाईट गोष्ट म्हणजे कम्युनिस्टांनी इतिहासाच्या हिंदुत्ववादी विश्लेषणाला कधीही वैचारिक विरोध केला नाही. उलट भारतीय इतिहासाचा अन्वयार्थ लावणाऱ्या डांगे यांच्या 'इंडिया : फ्रॉम कम्युनिझम टू स्लेव्हरी' या प्रबंधाची सुरुवातच आर्यांपासून होते. महाराष्ट्रातील ब्राह्मणेतर/ सत्यशोधक चळवळ १९३० च्या दशकात विरत गेली. तर तामिळनाडूमध्ये ब्राह्मणेत्तर द्रविडी चळवळ दीर्घकाळ टिकून राहिली असली तरी त्यातही डावे आणि दलित यांच्यातील फुटीचा क्रम चालूच राहिला. सुरुवातीच्या काळात उभे ठाकलेल्या आक्रमक स्त्री-मुक्तीवादी प्रवाहांना उच्चवर्गीय तडजोडवादी स्त्रियांच्या चळवळीच्या दबावाखाली दडपले गेले. भारताच्या सीमेवरील

उत्तर-पूर्व भाग दुर्गम होता. अखिल भारतीय राजकीय घडामोडींपासून हा भाग कायम आलिप्त होता. या पार्श्वभूमीवर १९२० च्या दशकात सुरू झालेल्या दलित चळवळीने भारतातील वर्चस्ववादी अभिजन वर्गांना सांस्कृतिक आणि आर्थिक आव्हान देण्याचे खूप प्रयत्न केले. यामध्ये आंबेडकर आणि त्यांच्यासारख्या अनेकांनी देशभरात चळवळी केल्या. परंतु केवळ आपल्या ताकदीवर त्यांना राजकीय प्रभुत्व मिळण्याची शक्यता नव्हती. फुले यांनी सांगितलेल्या शूद्रादिशूद्रांच्या मूलभूत एकजुटीविना असे राजकीय प्रभुत्व दुरापास्त होते. आंबेडकरांनी याच दिशेने प्रयत्न केले होते.

अशा सर्व घडामोडींमध्ये काँग्रेसनेच अखेर यश मिळविले. डाव्यांच्या नेहमीच्या सर्वसाधारण विश्लेषणानुसार काँग्रेस म्हणजे मोजक्या बुर्झ्वा सत्ताधारी (राष्ट्रीय मक्तेदार भांडवलदार) किंवा जमीनदार सत्ताधाऱ्यांचे प्रतिनिधित्व करणारा पक्ष आहे. या विश्लेषणात आंबेडकरांनी मांडलेल्या भांडवली सत्ताधारी आणि ब्राह्मण किंवा अधिक नेमकेपणाने म्हणायचे तर, व्यापारी बनिया आणि ब्राह्मण नोकरशाह यांच्या सत्तेचा मुद्दा पूर्णपणे दुर्लक्षित राहिला होता. महात्मा गांधींच्या खुनानंतर एका राजकीय संघर्षमय पर्वाचा अंत झाला. गांधींनंतर आकर्षक आणि आधुनिक व्यक्तिमत्त्वाचे नेहरू हे स्वाभाविकपणे काँग्रेस पक्षाचे नेते बनले. दुसऱ्या पंचवार्षिक योजनेत अवजड उद्योग विकास आणि सार्वजनिक उद्योग अशी समाजवादी विकासनीती स्वीकारण्यात आली. सोवियत युनियनच्या प्रयोगाचा आणि त्यातील यशोगाथेचा फार मोठा गाजावाजा होत होता. या प्रयोगाचा मोठा प्रभाव भारतीय विकासनीतिवर पडला होता. त्या काळात जगभरात नव्याने स्वतंत्र झालेल्या अनेक देशात अशा प्रकारच्या शासन नियंत्रित विकासाचे धोरण स्वीकारल्याचे दिसते. जगभरातील विकसनशील अर्थव्यवस्थेचे समर्थक असलेल्या बहुतेक अर्थतज्ज्ञांचा या धोरणाला पाठिंबा होता. मात्र, नेहरूंनी स्वीकारलेल्या या नेहरू प्रारूपामध्ये सुरुवातीपासूनच एक हिंदू गुणधर्म दिसतो. भांडवलशाहीपेक्षा समाजवादाचा स्वीकार करणे कसे आवश्यक आहे, याविषयी नेहरू म्हणतात,

> (या देशातील) प्राचीन संस्कृती अनेक वादळे आणि उलथापालथीमधूनही टिकून राहिली आहे. परंतु आज या संस्कृतीचे केवळ बाह्य आवरण शिल्लक आहे.मात्र या संस्कृतीचा गाभा हरवला आहे. आज ही संस्कृती शांतपणे आणि अटीतटीने आपल्या नव्या आक्रमकांविरुद्ध संघर्ष करत आहे. या संस्कृतीची आजची विरोधक म्हणजे, पाश्चिमात्य भांडवली बनिया संस्कृती होय. या पाश्चिमात्य बनिया संस्कृतीसमोर आपल्या संस्कृतीला पराभूत व्हावे लागण्याची शक्यता आहे. याचे कारण या पाश्चिमात्य संस्कृतीने आपल्या सोबत विज्ञान आणले आहे. विज्ञान हे लाखो भुकेल्या लोकांना अन्न पूरवू शकते परंतु हीच पाश्चिमात्य संस्कृती अतिशय जीवघेण्या स्पर्धेचे विषसुद्धा आपल्या सोबत घेऊन येते --- तर समाजवादाचे मुख्य तत्व सर्वांच्या हितासाठी परस्पर सेवा आणि सहकार्य हे आहे . समाजवादामधील सेवा म्हणजे जुन्या ब्राह्मणी आदर्श पद्धतीच्या सेवेपेक्षा वेगळी आहे या व्यवस्थेत सर्व वर्गांचे आणि समूहांचे ब्राह्मणीकरण (अर्थातच हे ब्राह्मणीकरण धार्मिक अर्थाने नाही) केले जाईल त्यामुळे वर्ग भेद

शिल्लक राहणार नाही यासाठी भारताला आपला जुना जीर्ण झालेला वेश बदलून नव्या प्रकारचा परिवेश स्वीकारावा लागेल त्यासाठी भारताला आपल्या जुन्या जीवनशैलीशी सुसंगत अशी आणि नवी जीवनशैली स्वीकारावी लागेल (नेहरू १९४१ ,२७४ -७५)

काँग्रेसच्या समाजवादावर डाव्यांची अशी टीका होती, की हा समाजवाद म्हणजे सुधारणावादी भांडवलशाही व्यवस्था आहे. या समाजवादी व्यवस्थेत कष्टकरी वर्गाला नेतृत्वाची संधी मिळू शकत नाही. माझ्या मते ही टीका अत्यंत अपुरी आहे. काँग्रेसचा समाजवाद आणखी धोकादायक होता. तो वास्तवात ब्राह्मण्यवाद होता. या ब्राह्मण्यवादाला नेहरूंनी सेवा आणि परस्पर सहकार्य हे दोन घटक चिकटवून काहीसे आदर्श रूप देण्याचा प्रयत्न केला होता. मात्र त्याचा संबंध व्यवस्थापनाशी होता. या समाजवादात नियोजन आणि सार्वजनिक क्षेत्र विकसित करण्याचे धोरण होते. बाकी सर्व व्यवस्था स्थितीवादीच होती. समाजवादी धोरणामुळे देशातील शूद्र समाजातील नागरिकांचा काही वेगळा विचार केला जाऊ शकतो,अशी कल्पनाही नेहरूंच्या दृष्टिकोनात नव्हती. नेहरूंच्या भूमिकेमध्ये गांधीवादी ट्रस्टिशिप संकल्पनेला म्हणजेच विश्वस्ताची भूमिका या संकल्पनेलाच केवळ विरोध होता. भारतातील भांडवलदार हे बनिया वृत्तीचे आहेत. त्या वृत्तीला नेहरूंचा ठाम विरोध होता. मात्र दुसऱ्या बाजूला नेहरूंनी सार्वजनिक उद्योग उभारून एक प्रकारे ब्राह्मणी विश्वस्त निर्माण करून त्यांच्या हातात हे सार्वजनिक उद्योग सोपवले, असे म्हणता येते.

अवजड उद्योगांच्या माध्यमातून आणि औद्योगीकरणातून विकास करण्याच्या धोरणाला गांधींचा ठाम विरोध होता. त्यांचा असा युक्तिवाद होता की, ‘‘आपण मँचेस्टर येथे उत्पादित केलेले कापड वापरतो, तेव्हा आपण आपल्या पैशाचा अपव्यय करतो. आपण भारतात मँचेस्टर कापड उत्पादित करतो, तेव्हा आपण आपल्या श्रमाने आपले पैसे वाचवतो आणि आपली नैतिक ताकद वाढते‘‘. गांधींच्या ‘‘मँचेस्टर कापडाची आपल्या देशात पुनर्निर्मिती‘‘ या धोरणाचा अंगीकार भारतातील नव्या अभिजन सत्ताधाऱ्यांनी शासकीय मालकीच्या उद्योगांना चालना देऊन प्रत्यक्षात आणला होता. गांधी किंवा इतर कोणी गांधीवादी अर्थतज्ज्ञाने विकेंद्रीत विकासाचा पाया कसा असावा याविषयी कोणतेही विश्लेषण मांडले नव्हते. त्यामुळे गांधीवाद हा मुख्यतः नैतिक विचार म्हणूनच उरला. खादीच्या कापडाचा पुरस्कार आणि कुटीर उद्योग हे मुख्यतः सरकारी आश्रयावरच टिकू शकले. त्यामधून स्वयंनिर्भरता निर्माण होऊ शकली नाही. औद्योकीकरण हे कोणत्याही तिसऱ्या जगातील देशाला नाकारणे शक्य नव्हते. किंबहुना तत्कालीन जागतिक परिस्थितीत अशा प्रकारच्या औद्योकीकरणाचे धोरण हे सर्व मान्य होते. भारतीय स्वातंत्र्यानंतर नेहरू-महालनोबीस यांच्या देशाच्या विकासासाठी तयार केलेल्या नियोजनबद्ध विकास आराखड्यात सार्वजनिक उद्योगांच्या उभारणीवर संपूर्ण भर दिला आणि तो अपरिहार्य होता. देशाच्या विकासाचा हा मार्ग

प्रत्यक्षात उतरवण्यासाठी द्यावी लागणारी किंमत या देशातील कष्टकरी समाजालाच मोजावी लागली होती. कष्टकरी वर्गाचे दारिद्र्य त्यांच्यासाठी कायमचे ओझे ठरले.

नेहरूवादी ब्राह्मणी समाजवादाचे विकास प्रारूपात अवजड औद्योगिक संरचनेच्या पायावर विज्ञान तंत्रज्ञानाच्या आधारे एक अत्यंत मजबूत डोलारा उभा राहिला. त्याचबरोबर विज्ञान आणि तंत्रज्ञान विषयक व्यापक विद्यापीठांचे जाळे उभे राहिले. या विकास धोरणामुळे आकर्षक सांस्कृतिक चित्र तयार होत गेले. राज कृष्णा या अर्थतज्ज्ञाने देशाच्या तत्कालीन विकास दराचे वर्णन अगदी योग्य शब्दात म्हणजे 'हिंदू अर्थवृद्धीचा दर' असे केले होते.याचे कारण पूर्वीच्या दीड टक्के आर्थिक विकासदराच्या तुलनेत वार्षिक विकास दर हा तीन पूर्णांक पाच टक्के असा वाढला होता. स्वातंत्र्यानंतरच्या पहिल्या तीन दशकात विकास दरात किंचित वाढ झाली होती. तर १९६५ ते १९९०या काळात दरडोई विकासदर एक पूर्णांक नऊ टक्के इतका होता. खरंतर हा विकासदर त्या काळातील अन्य अल्प उत्पादन देशांच्या दोन पूर्णांक नऊ टक्के या विकासदराच्या तुलनेत खूपच कमी होता. या कालखंडात चीनचा विकासदर ५.८टक्के होता याविषयी साउथ कमिशनने असे नोंदले आहे की :-

भारतातील आर्थिक विकास दर अतिशय क्षीण असल्यामुळे त्याचा सकारात्मक परिणाम समाजात खाली पाझरत नाही. महायुद्धानंतरच्या पहिल्या तीन दशकात भारताचा विकासदर अन्य विकसनशील देशांच्या सरासरी विकास दराच्या तुलनेत अतिशय कमी आहे. भारताचा विकासदर फक्त एक पूर्णांक पाच टक्के दर साल इतका आहे. या विकासदराने देशातील सर्वसामान्य नागरिकांच्या जीवनमानात कोणतीही लक्षणीय सुधारणा होणे अवघड आहे.

(दि चॅलेंज टू द साउथ १९९२,८४- ८५ आणि आयबीआरडी १९९२, टेबल एक २०१८ -१९)

आयात मालावरील निर्भरता कमी करण्यासाठी अधिक भांडवली गुंतवणुकीचे उद्योग सरकारी क्षेत्रात उभे केले गेले. त्याचबरोबर या उद्योगांमध्ये गुंतवणुकीच्या प्रमाणात कमी रोजगार निर्माण झाले होते. या विकासाचा भार सर्वस्वी शेतीक्षेत्राला सहन करावा लागला होता. भारतातील प्राथमिक क्षेत्र म्हणजे शेती व्यवसाय आहे. ब्रिटिश राजवटीच्या अखेरीस देशातील सुमारे ७५ टक्के लोकसंख्या शेती क्षेत्रावर रोजगारासाठी अवलंबित होती. या क्षेत्रात देशाच्या एकूण उत्पन्नापैकी ५४टक्के इतके उत्पादन केले जात होते (लाल १९८८ २२१) साधारण हाच ढाचा आपल्याला १९९१ मध्ये ही दिसतो. १९९१मध्ये देशातील एकूण रोजगारांपैकी ६७ टक्के रोजगार शेती क्षेत्रात होता. तर सकल गृह उत्पादनापैकी केवळ ३१ टक्के उत्पादन शेती क्षेत्रात केले जात होते. याचा अर्थ एकूण सकलगृह उत्पन्नापैकी अतिशय कमी उत्पादन शेती क्षेत्रात होत होते(भारताची जनगणना १९९१; जागतिक विकास अहवाल १९९२ टेबल दोन) अशा दयनीय अवस्थेत असलेल्या या देशाच्या प्राथमिक उत्पादन क्षेत्रामधून अतिरिक्त कामगार शहरातील उद्योगांमध्ये ढकलले गेले.शेती क्षेत्रातून आलेल्या कामगारांना

शहरातील कारखान्यांमध्ये योग्य आणि सुरक्षित नोकऱ्या उपलब्ध नव्हत्या. त्यामुळे याच कामगारांमधून देशातील असंघटित कामगार क्षेत्र निर्माण झाले.शहरांमधील आणि लहान गावांमध्ये झोपडपट्ट्यात हे असंघटित क्षेत्रात काम करणारे कामगार राहू लागले.

सामाजिक स्वास्थ्य आणि मानवी कल्याण या दृष्टीने विचार केला, तर औद्योगिक आणि शेती क्षेत्रातील विकासामुळे समाज कल्याणच्या व्यापक पातळीवर फारशी सुधारणा झाली नाही. बहुसंख्य समाजाची सामाजिक स्थिती फारशी उंचावली नाही. सन १९६५ मध्ये स्त्री आणि पुरुषांचे सरासरी आयुष्यमान अनुक्रमे ४४ आणि ४६ इतके होते. त्यात किंचित सुधारणा होऊन १९९०मध्ये भारतातील पुरुषांचे सरासरी आयुष्यमान ६० इतके होते तर स्त्रियांचे सरासरी आयुष्यमान ५८ होते. स्वातंत्र्यपूर्व काळात म्हणजे १९४१ पर्यंत भारतातील नागरिकांचे सरासरी आयुष्यमान जेमतेम ३० पर्यंत पोहोचले होते, हे लक्षात घेता भारतातील सर्व सामान्य नागरिक सरासरी कुपोषित स्थितीत जगत होते. नागरिकांची सरासरी वाढ खुरटलेली होती. १९९२ सालतील जागतिक विकास अहवालात असे नोंदले गेले आहे, की भारतातील नागरिकांच्या आहारात सरासरी दर दिवशी केवळ २२२९ इतक्या कॅलरीज समाविष्ट असतात (जागतिक विकास अहवाल १९९२,टेबल २२,२८०- ८१) या अहवालात असेही म्हटले आहे की भारत हा जगातील एकमेव असा देश आहे, जिथे स्त्रियांचे सरासरी आयुष्यमान पुरुषांपेक्षा कमी आहे. १९८० आणि १९९० दरम्यान जागतिक पातळीवर भूक-निर्देशांकाचे आंतरराष्ट्रीय सर्वेक्षण केले गेले. या सर्वेक्षणात भारतातील चार वर्षाखालील ४१ टक्के मुले कमी वजनाची आढळली. नुकत्याच जन्मलेल्या मुलांमधील ३० टक्के मुले ही कमी वजनाची होती. भारतातील २० टक्के नागरिकांना १९८० च्या दशकापर्यंत आरोग्य सुविधा उपलब्ध नव्हत्या. तसेच भारतातील शहरांमधील एकूण लोकसंख्येच्या २४ टक्के नागरिकांना आणि ग्रामीण भागातील ५० टक्के नागरिकांना सुरक्षित पेयजल उपलब्ध नव्हते. शहरातील २८ टक्के आणि ग्रामीण भागातील ४० टक्के नागरिक पूर्णपणे दारिद्र्यात जगत असल्याचे या अहवालात नोंदले आहे *(हंगर १९९२,टेबल क्रमांक दोन आणि तीन ,१८०- ८३)* जागतिक बँकेच्या अहवालाप्रमाणे निव्वळ आकडेवारी असे सांगते, की देशातील एकूण ४२ कोटी नागरिक दारिद्र्य रेषेखाली आहेत. २५ कोटी नागरिक अतिदरिद्री आहेत. भारताच्या ग्रामीण भागातील ७७ टक्के नागरिक दारिद्र्यात आहेत *(जागतिक विकास अहवाल ; १९९०, दारिद्र्य ,३१)* जागतिक बँकेच्या नोंदणी नुसार १९७२ पासून भारताची स्थिती काही प्रमाणात निश्चित सुधारत होती. परंतु आकड्यांचा विचार करता भारत अजूनही जगातील सर्वात गरीब देश होता. जगातील एकूण गरिबांच्या एक तृतीयांश गरिबांचे लोकसंख्या भारतात होती.

ही परिस्थिती म्हणजे, भारताच्या स्वातंत्र्य लढ्यात लढलेल्या स्वातंत्र्य सैनिकांनी पाहिलेल्या स्वप्नांच्या विपरीत परिस्थिती होती. स्वातंत्र्य सैनिक केवळ देशाच्या स्वातंत्र्यासाठी लढले नव्हते. या देशात समृद्धी आणि समानता प्रस्थापित व्हावी, याची स्वप्ने त्यांनी उराशी बाळगली होती. त्याचप्रमाणे या देशातील दलित आणि ब्राह्मणेत्तर जनसमूहांनी या देशात समानता प्रस्थापित व्हावी, यासाठी संघर्ष केले होते. त्यांची स्वप्नेही प्रत्यक्षात येऊ शकली नव्हती. १९६० च्या दशकाच्या उत्तरार्धात ही परिस्थिती अधिक अरिष्टकारक झाली होती. या काळात परिवर्तनासाठी दबाव वाढत गेला होता. १९८० च्या दशकात आर्थिक उदारीकरणाची सुरुवात झाली आणि १९९० च्या दशकात नवीन आर्थिक धोरण देशात आणले गेले. भारताने उदारीकरण , खाजगीकरण आणि जागतिकीकरण अशा एका नव्या पर्वात प्रवेश केला. या देशातील भांडवलदारांचा खा-उ-जा(खाजगीकरण उदारीकरण आणि जागतिकीकरण) हा नवा मंत्र झाला.

या कालखंडात व्यापाराचे उदारीकरण करण्यात आले. परदेशी भांडवल देशात आणण्यासाठी अधिक मुभा देण्यात आली. भारतीय चलन जागतिक विनिमय दराशी मुक्त करून तरंगते चलन धोरण स्वीकारण्यात आले. देशातील अकार्यक्षम महाकाय सार्वजनिक उद्योग खाजगी भांडवलदारांना विकण्यात आले. हळूहळू देशातील लायसन्स-परमिट-राज मोडीत काढण्यात आले. पूर्वी हिंदू विकास धोरण म्हणून ओळखल्या जाणाऱ्या धोरणाशी फारकत घेत, नवीन वेगवान आर्थिक विकासाचे धोरण स्वीकारले गेले. भारताला जगातील आर्थिक महासत्ता म्हणून ओळखले जाऊ लागले. जणू काही भारत म्हणजे जागतिक आर्थिक जंगलातील एक नवा गर्जना करणारा सिंह ठरला होता.

या परिस्थितीचे विश्लेषण असेही करता येते, की हा देशातील सत्ताधारी वर्गाच्या दोन गटातील संघर्ष होता. सत्ताधाऱ्यांचा एक गट म्हणजे मुख्यतः बनिया प्रवृत्तीचे औद्योगिक भांडवलदार(या गटात आयटी क्षेत्रातील काही ब्राह्मणी उद्योगपती ही सहभागी होते) आणि ब्राह्मणांचे वर्चस्व असलेला नोकरशहांचा एक गट यांच्यातील हा संघर्ष होता. या काळात हिंदू विकास दर बदलत गेला.हा विकासदर ९ ते १० टक्क्यांपर्यंत वाढलेला दिसतो या काळात स्टॉक एक्सचेंज वेगाने वाढले. सन २००८ च्या अखेरीस जगभरात सुरू झालेल्या मंदीच्या काळातही भारतातील शेअर मार्केट वाढतच होते. यामागचे एक कारण म्हणजे सर्व जगातील काळा पैसा भारतामध्ये आणला जात होता. या काळात जागतिक अर्थतज्ज्ञ आणि आर्थिक नेतृत्व करणाऱ्यांनी आपला काळा पैसा सुरक्षित ठेवण्यासाठी निर्माण केलेली जगातील छोटी छोटी 'करमुक्त स्वर्ग'(Tax Havens) किंवा 'कर अभय क्षेत्रे' बंद करण्याच्या तयारीत होती. ही क्षेत्रे त्यांना आता असुरक्षित वाटू लागली होती. या पार्श्वभूमीवर भारतातील

अंतर्गत मार्केट हे अधिक सुरक्षित आणि भक्कम वाटत होते. एका अर्थाने खरोखरच हा भारताचा 'शायनिंग इंडिया' कालखंड होता.

असे असले तरी देशातील अधिक चिवट आणि पारंपारिक स्थितीवादी कालखंडापासून चालत आलेल्या काही विषमता अजूनही घट्ट होत्या. पूर्वी साउथ कमिशनने वर्णन केल्याप्रमाणे आता आर्थिक विकास दर अत्यंत कमी राहिला नव्हता. आता भारताचा आर्थिक विकास दर इतका वाढला होता, की त्याचे सकारात्मक परिणाम खालच्या थरापर्यंत पाझरणे शक्य होते. मात्र तरीही आर्थिक विकासाचे सकारात्मक परिणाम समाजात खालच्या थरापर्यंत पोहोचले नव्हते. अजूनही भारतात मानवी विकासाचे सर्व घटक जगातील अन्य विकसनशील देशांच्या तुलनेत अत्यंत खालच्या थरावर होते. देशातील गरिबी कमी झाली होती; पण गरिबी कमी होण्याचे प्रमाण अतिशय कमी होते. देशातील लाखो लोक अजूनही भुके कंगाल होते. देशातील शेतीक्षेत्र मागास राहिल्यामुळे शेतकरी आत्महत्या करत होते. देशातील शेतकऱ्यांना मुक्त व्यापार पुरस्कर्त्या सत्ताधाऱ्यांच्या राजवटीत अनेक प्रकारे भेदभावाची वागणूक दिली जात होती.

यातही भर म्हणजे, आर्थिक विकासाबरोबर जातीय तणाव वाढत गेले. पूर्वीच्या ब्राह्मणी समाजवादाच्या कालखंडाचा असा युक्तिवाद केला जात असे, की हिंदू विकास दर हे धोरण यासाठी आवश्यक आहे, की त्यामुळे समाजात आर्थिक अभिसरण होऊ शकेल. वास्तविक वाढत्या विषमतेमुळे समाजात अभिसरण किंवा उलथापालथी घडून आल्या होत्या. देशातील वाढत्या विषमते विरुद्ध पहिला उठाव १९६० च्या दशकात सुरू झाला. तो १९७० च्या दशकापर्यंत चालू राहिला. १९७० च्या दशकात नक्षलवाद्यांचा उठाव आणि जातीअंताच्या संघर्षाला सुरुवात झाली. १९९० च्या दशकात मंडल आयोगाच्या अहवालाच्या परिणामी दलित आणि ओबीसी म्हणजेच अन्य मागासवर्गीय समाजसमूहांनी देशातील हिंदुत्ववादी ब्राह्मणी जागतिकीकरण आणि सामाजिक आर्थिक विषमते विरुद्ध एल्गार पुकारला. या उठावाचा विचार आपण पुढील प्रकरणात करणार आहोत.

***

प्रकरण दहा

हिंदुत्ववाद म्हणजे सरंजामी मागासलेपण दलित पँथर

ज्या हिंदू सामंतशाहीने दलितांना हजारो वर्षे सत्ता, संपत्ती, प्रतिष्ठा या गोष्टींपासून वंचित ठेवले होते, तेच सरंजामदार आहेत आजच्या काँग्रेस सरकारमध्ये मोठ्या संख्येने आहेत... सत्तेची सर्व यंत्रणा या सामंतशाहीने व्यापून टाकली आहे. धर्माने सत्ता,संपत्ती,शक्ती संपादन करण्याची ज्यांना परवानगी दिली होती, त्याच हजारो वर्षांच्या प्रस्थापित वर्गाच्या हातात पूर्वीप्रमाणेच शेती आहे. आता कारखानदारी आहे, संपत्ती आहे, सत्ता साधने आहेत......

दलित म्हणजे कोण?

अनुसूचित जाती जमाती, बौद्ध, कष्टकरी जनता, कामगार, भूमीहिन शेतमजूर, गरीब शेतकरी, भटक्या जमाती, आदिवासी तसेच स्त्रिया आणि राजकीय आर्थिक आणि धर्माच्या नावाखाली शोषण केले जाणारे सर्व

आमचे मित्र कोण?

वर्णव्यवस्था वर्ग व्यवस्था मोडणारे क्रांतिकारक पक्ष. खऱ्या अर्थाने डाव्या विचारांचे असलेले डावे पक्ष. आर्थिक आणि राजकीय दडपणुकीखाली भरडले जाणारे अन्य सर्व सामाजिक घटक.

आमचे शत्रू कोण?

सत्ता, संपत्ती, प्रतिष्ठा. जमीनदार, बडे भांडवलदार, सावकार, साम्राज्यशहांचे दलाल आणि नोकरशहा, धार्मिक किंवा जातीय राजकारण करणारे पक्ष आणि त्यांच्यावर अवलंबून असलेले सरकार...

आम्हाला ब्राह्मण गल्लीतील जागा नको. आम्हाला साऱ्या देशाचे राज्य पाहिजे. आमचे लक्ष केवळ व्यक्ती नसून व्यवस्था आहे. हृदय परिवर्तनाने शिक्षणातील उदारमतवादाने आमच्यावरला अन्याय, आमचे शोषण थांबणार नाही. आम्ही क्रांतिकारक समूह जागे करू. संघटित करू. या प्रचंड समूहातील संघर्षामधून क्रांतीची लाट येईल.

(दलित पँथर एक संघर्ष या नामदेव ढसाळ यांच्या मलिका अमर शेख ढसाळ संपादित ग्रंथातील दलित पँथर जाहीरनामा मधून उधृत)

- दलित पँथर या तरुण दलित युवकांनी स्थापन केलेल्या आक्रमक संघटनेच्या जाहीरनाम्यातील ही भूमिका आहे. दलित पँथरची स्थापना १९७२मध्ये मुंबईत झाली. या संघटनेचे नेतृत्व दलितांच्या नव्या पिढीतील तरुण कवी आणि लेखक करत होते. महाराष्ट्राच्या ग्रामीण आणि शहरी भागात वेगाने निर्माण झालेल्या तणावाच्या पार्श्वभूमीवर दलित पँथरची स्थापना झाली होती. या काळात खेड्यापाड्यात आणि ग्रामीण भागात दलितांवरील अत्याचार वाढले होते. या अत्याचारांचे स्वरूप अत्यंत निर्घृण आणि अमानुष स्वरूपाचे होते.
- दलित पँथरच्या स्थापनेमुळे महाराष्ट्रात एक नवी राजकीय लाट निर्माण झाली. दलित पँथरने शिवसेनेविरुद्ध आव्हान उभे केले.दलितांना ऊर्जा दिली.दलित पँथरमुळे भारतात ठिकठिकाणी नवीन दलित संघटना उभ्या राहिल्या.
- कर्नाटकात एका सांस्कृतिक मुद्द्यावरून (कर्नाटकातील एका दलित मंत्र्याने 'प्रस्थापित पारंपारिक कन्नड साहित्य म्हणजे निव्वळ जनावरांचा कडबा आहे,' असे विधान केले होते. म्हणून त्यांना राजीनामा देणे भाग पाडण्यात आले होते.) तीव्र संघर्ष उभा राहिला होता. त्यावरून संपूर्ण कर्नाटक राज्यात दलित आणि सवर्ण हिंदू यांच्यामध्ये ठिकठिकाणी संघर्ष झाले. या आंदोलनात दलितांनी ब्राह्मण आणि गीता दोघांना गटारात फेकून द्याअशी घोषणा दिली होती. या संघर्षानंतर कर्नाटक राज्यात दलित संघर्ष समिती स्थापन करण्यात आली होती. या समितीच्या राज्यभर शाखा स्थापन झाल्या.
- बिहारमध्ये पुनर्जीवित नक्षलवादी चळवळ दलित समाजात उभी राहिली. या चळवळीत दलितांची इज्जत किंवा प्रतिष्ठा (दलित स्त्रियांचे जमीनदारांच्या लैंगिक अत्याचारापासून संरक्षण करणे, हा मुद्दा प्रामुख्याने पुढे आला होता.) आणि शेती क्षेत्रातील शेतमजुरांच्या वेतनाचे प्रश्न हे मुख्य मुद्दे उपस्थित केले गेले होते.
- तामिळनाडूतील अनेक गावांमध्ये आंबेडकरवादी संघटना स्थापन करण्यात आल्या होत्या.

देशाच्या इतर भागात दलित पँथर स्थापनेचा प्रभाव काहीसा उशिरा झाला होता. गुजरातमध्ये १९८० मधील उच्च जातीच्या लोकांनी केलेल्या राखीव जागा विरोधी आंदोलनानंतर दलित पँथरची स्थापना झाली होती. आंध्रमध्ये करमचेडू या

खेड्यात दलितांची निर्घृण हत्या झाल्यानंतर १९८४मध्ये आंध्र दलित महासभा स्थापन करण्यात आली. या सर्व ठिकाणी स्थापन झालेल्या दलित संघटनांची रचना आणि मुद्दे वेगवेगळे होते. मात्र तरीही ही एक नवी चळवळ संपूर्ण भारतात उभी राहिली हे निश्चित. जात विरोधी आणि जातीयता विरोधी असलेले हे आंदोलन वर्गसंघर्षात रुपांतरीत होणार का? असा प्रश्न उपस्थित होऊ लागला. अशाच प्रकारचा प्रश्न जगात हरितक्रांतीच्या चळवळीच्या कालखंडात उपस्थित झाला होता. तो म्हणजे ही हरितक्रांती लाल क्रांती ठरणार का?

त्याचबरोबर जात, वर्ग संघर्षाचे नवे सिद्धांत विकसित करण्यासाठी प्रयत्न सुरू झाले होते. या प्रश्नाचा विचार बेंगलोर मधील 'दलित व्हॉइस' या साप्ताहिकाचे संस्थापक, संपादक व्ही. टी. राजशेखर यांनी सुरू केला होता. त्यांनी आपल्या मांडणीत जातीय संघर्ष हाच महत्त्वाचा आहे, अशी भूमिका घेतली होती. त्यांची वैचारिक मांडणी अतिशय सुसूत्र, आक्रमक आणि अनेक वेळा विखारी पद्धतीची होती. पण तरीही देशभरातील आणि परदेशातील दलित समाजातील वाचकांचा मोठा प्रतिसाद मिळाला होता. पुढील अनेक दशके 'दलित व्हॉइस' हे साप्ताहिक म्हणजे भारतातील दलित आणि ओबीसी समाजाचे इंग्रजी भाषेतील महत्त्वाचे नियतकालिक ठरले. या साप्ताहिकमुळे अनेक महत्त्वाच्या प्रश्नांना चालना मिळाली. दलित चळवळीत मुस्लिम समाजाला जोडून येण्याविषयी अनेक लेख प्रसिद्ध झाले. विविध तऱ्हेने या प्रक्रियेची विश्लेषणात्मक मांडणी होत राहिली. त्याचप्रमाणे साम्राज्यवादाविरुद्ध कठोर टीकाही करण्यात आली होती.

दलित प्रश्न आणि मार्क्सवाद याचे एकात्मिक मांडणी करण्याचा आणखी एक गंभीर प्रयत्न महाराष्ट्राच्या आदिवासी पट्ट्यात जिल्हा संघटक म्हणून काम करणाऱ्या शरद पाटील यांनी केला होता. शरद पाटील यांनी भारतीय इतिहासाचे विश्लेषण करण्यासाठी नियमित पक्ष कार्यापासून अलग होऊन संस्कृत भाषेचा अभ्यास केला होता. आपल्या अभ्यासातून त्यांनी मार्क्सवाद, फुलेवाद आणि आंबेडकरवाद (माफुआ) अशी नवी भूमिका आणि नवा दृष्टिकोन विकसित केला होता. या भूमिकेच्या आधारावर त्यांनी सत्यशोधक कम्युनिस्ट पक्ष स्थापन केला. त्यांच्या पक्षाकडे तरुण केडर मोठ्या प्रमाणात आकर्षित झाले. परंतु काही काळानंतर शरद पाटील यांच्या एकाधिकारशाहीमुळे पक्षातील तरुणांचा एक गट पक्षातून बाहेर पडला. या नव्या गटाने शरद पाटील यांच्यात सैद्धांतिक भूमिकेवर काम सुरू ठेवले. शरद पाटील यांनी इंग्रजी आणि मराठी भाषेत अनेक पुस्तके लिहिली आहेत. यातील महत्त्वाचे पुस्तक म्हणजे 'दास-शूद्रांची गुलामगिरी' हे पुस्तक इंग्रजी आणि मराठी दोन्ही भाषेत प्रसिद्ध झाले आहे. शरद पाटील यांनी आपल्या माफुआ (मार्क्स-फुले-आंबेडकर) या वैचारिक भूमिकेतून भारतीय इतिहासाचा नव्याने अर्थ लावण्याचा

प्रयत्न केला आहे.

आंध्र प्रदेशमधील कांचा इल्लय्या या दलित विचारवंतानी पुरुष सत्ताकता आणि जात या दोन्ही घटकांचे नव्याने सैद्धांतिक विश्लेषण करण्याची सुरुवात केली. कांचा इल्लय्या खालच्या जातीतील होते. त्यांनी आपल्या आयुष्यात जातीय दडपणुकीचे प्रत्यक्ष अनुभव घेतले होते. वैचारिकदृष्ट्या नक्षलवादी भूमिकेकडे झुकलेल्या नागरीहक्क संरक्षण चळवळीतही त्यांना स्वत:ला जातीय दडपणकीचे अनुभव आले होते. मी हिंदू का नाही? या त्यांनी लिहिलेल्या पहिल्या पुस्तकात दलित आणि पूर्वाश्रमीच्या शूद्र समाजाच्या देव,देवता कशा वेगळ्या आहेत, या समाजाच्या जगण्याच्या पद्धती वेगळ्या आहेत आणि उत्पादनाच्या पद्धती उच्च जातींपेक्षा कशा वेगळ्या आहेत हे आग्रहपूर्वक मांडले. त्यांनी हिंदू धर्मातील उच्चवर्णीय 'द्विज' जाती बांडगुळाप्रमाणे परजीवी जाती आहेत; तर दलित आणि पूर्वाश्रमीच्या शूद्र जाती या उत्पादक जाती आहेत अशी मांडणी केली आहे. त्यांनी बौद्धवादाविषयी मांडणी केली आहे. तसेच कांचा इल्लय्या यांनी 'म्हशीचा राष्ट्रवाद'(भारतात गाईला पवित्र का मानले जाते? याचे कारण गाय पांढरी असते. गाय युरोपमध्ये आढळणारा प्राणी आहे. याउलट म्हैस किंवा रेडा हा भारतात आणि आशिया खंडात सहजपणे सापडणारा काळ्या रंगाचा प्राणी आहे. म्हैस गाईपेक्षा कितीतरी अधिक दूध उत्पादन देते.) अशी संकल्पना मांडली. कांचा इल्लय्या यांनी हिंदूनंतरचा भारत अशी कल्पना मांडली आहे.

प्रत्येक सैद्धांतिक मांडणीमुळे अंतिमतः राजकीय कृती आणि राजकीय चळवळ सुरू होत असते. दलित पँथरची निर्मिती पारंपारिक आंबेडकरवादी रिपब्लिकन पक्षाविषयी भ्रमनिरास झाल्यामुळे केली गेली. १९७४मध्ये झालेल्या निवडणुकीत पँथरनी निवडणुकींवर बहिष्कार घालण्याची भूमिका घेतली होती. या भूमिकेचा सर्वाधिक फायदा मुंबईमध्ये कष्टकरी कामगार वस्तीतील कम्युनिस्ट पक्षाच्या उमेदवारांना झाला होता. दलित पँथरच्या चळवळीचा मुख्य भर निवडणुकांप्रमाणेच क्रांतिकारी राजकारणावर होता. यापैकी सर्वात महत्त्वाचा ठरला तो कांशिराम यांनी स्थापन केलेला पंजाब मधील दलितांचा पक्ष. कांशीराम महाराष्ट्रातील वास्तव्यामुळे आंबेडकरवादी झाले होते. याबाबत आपण पुढील प्रकरणांमध्ये अधिक विचार करणार आहोत. कांशिराम यांनी त्या काळात प्रकाशझोतात असलेल्या पँथरच्या चळवळी बरोबर फार संपर्क ठेवला नाही. त्यांनी या काळात सरकारी नोकरीत असलेल्या दलित, मागास जाती आणि अल्पसंख्य समाजातील कर्मचाऱ्यांना संघटित करण्यास सुरुवात केली. या प्रयत्नांमधून त्यांनी १९८० मध्ये बहुजन समाज पक्षाची स्थापना केली. या पक्षाचा मुख्य पाया उत्तर आणि उत्तर पश्चिम भारतात होता. या पक्षाने थेट काँग्रेसच्या मतपेढीला धक्का दिला होता. काँग्रेस पक्षाची मते मोठ्या प्रमाणात कमी करण्यात यश मिळविले. याच काळात बसपला समांतर डॉ. बाबासाहेब आंबेडकर

यांचे नातू प्रकाश आंबेडकर यांनी भारतीय रिपब्लिकन पक्षाची स्थापना केली. यात दलित समाजात बौद्धवादाच्या नव्याने होणाऱ्या पुनरुज्जीवनाचे आणि इस्लाममध्ये होणाऱ्या धर्मांतराचा देशातील हिंदुत्ववादी शक्तीने मोठा गाजावाजा केला होता. हा हिंदू धर्माला निर्माण झालेला मोठा धोका आहे असा प्रचार सुरू केला.

या व्यापक असंतोषाला पँथरच्या चळवळीने तोंड फोडले होते. दलित अस्मिता म्हणजेच कष्टकरी चळवळीची अस्मिता अशी भूमिका पँथरने घेतली होती. ही भूमिका म्हणजे, त्या काळातील आंबेडकरी चळवळीपासून स्वतंत्र दृष्टिकोन दर्शवणारी भूमिका होती. त्या काळातील आंबेडकरी चळवळीने वर्ग आणि जात ही स्वतंत्र आर्थिक आणि सांस्कृतिक क्षेत्रे असल्याचे मान्य केले होते. परंतु अनेक वेळा आंबेडकरी चळवळीने आर्थिक धोरणाकडे पूर्णपणे दुर्लक्ष केले होते. आंबेडकरी चळवळीने भारतातील नक्षलवादी चळवळीच्या माध्यमातून केल्या गेलेल्या डाव्या विचार प्रवाहाच्या पहिल्या उठावाला विरोध केला होता.नक्षलवादी उठाव म्हणजे मुख्यतः ग्रामीण भागातील शेती क्षेत्रातील माओवादी भूमिकेतून करण्यात आलेला क्रांतिकारी उठाव होता.आता मुंबईत नक्षलवाद्यांना (किमान तात्पुरते तरी) चिरडून टाकण्यात आले आहे. मुंबई म्हणजे भारतीय भांडवलशाहीचे आर्थिक शोषणाचे आणि सांस्कृतिक दडपणुकीचे मुख्य केंद्र आहे. याच केंद्रात दलित चळवळीचा उठाव झाला होता. या उठावाला भक्कम सामाजिक आर्थिक विश्लेषणाचा आधार नसला, तरी दलित पँथरची चळवळ म्हणजे नक्कीच एक प्रतिकात्मक क्रांतिकारी उठाव होता, हे नक्की.

दलित पँथरची चळवळ म्हणजे अनेक घटकांचा एकत्रित परिणाम होता. १९६० च्या दशकाच्या मध्यापासून एक आर्थिक आरिष्ट आकाराला येत होते. आंबेडकरांनी स्थापन केलेल्या ऐतिहासिक पक्षात भ्रष्टाचार आणि संधीसाधू वृत्ती वाढत गेली होती. समाजात शिक्षणाचे प्रमाण वाढले होते. तसेच मुंबई या भांडवली शहरात संपर्क साधने वेगाने वाढली होती. अशा सर्व घटकांच्या परिणामी दलित पँथरची चळवळ आकाराला येत गेली. दलित चळवळीतील कार्यकर्ते आणि कवी मुख्यतः त्या समाजातील मध्यमवर्गातून आले होते. परंतु हे लक्षात घ्यायला हवे की या मध्यमवर्गाचे गुणधर्म बदलले होते. दलित समाजातील मध्यमवर्गाचे प्रमाण वाढले होते. आंबेडकरांच्या काळात दलित समाजात शिक्षित मध्यमवर्ग अतिशय अल्प प्रमाणात होता. अशा मध्यमर्गातून दलित कार्यकर्ते चळवळीत येण्याचे प्रमाण खूपच कमी होते. १९७० च्या दशकात राखीव जागांमुळे शिक्षणाचे प्रमाण वाढले होते. शिक्षित दलित समाजातील काही लोक सरकारी नोकरशाहीत उच्चपदापर्यंत पोहोचले होते. तसेच दलित समाजातील काही लोक राजकीय क्षेत्रातही वरच्या पदावर पोहोचले होते. ग्रामीण भागातही राजकीय क्षेत्रात दलित समाजातील कार्यकर्त्यांनी प्रवेश मिळवला होता. त्याचप्रमाणे खेड्यांत आणि ग्रामीण भागात दलित समाजात शिक्षण घेण्याचे

प्रमाणे वाढले होते. विशेषतः ही जागृती दलित समाजातील महार,चांभार अशा जातींमध्ये वाढलेली दिसत होती. यामध्ये दलित समाजातील मुलींनाही शिकवण्याची सार्वत्रिक पद्धत दिसून येत होती. एकंदरीत समाजातील शिक्षण घेण्याचे प्रमाण लक्षणीय होते. भारतातील शिक्षण व्यवस्थेत मुलांना आधुनिक हिंदुत्ववादी विचारांचा प्रभाव असलेले शिक्षण घ्यावे लागत होते. या शिक्षण व्यवस्थेतील पाठ्यपुस्तके तशाच विचाराने भरलेली होती. परंतु या शिक्षणाने वाचन आणि लिखाणाचे चांगले कौशल्य दलित समाजातील मुलांना प्राप्त झाले. पुढील काळात हेच कौशल्य म्हणजे दलित चळवळीचे प्रभावी शस्त्र ठरले.

या शिक्षणाच्या मर्यादांसह मिळालेले शिक्षण आणि त्या काळात उपलब्ध असलेल्या संपर्क संवाद साधनांच्यामुळे गरीब दलित समाजाचे त्या काळात घडणाऱ्या जगातील घडामोडींचे आणि ऐतिहासिक काळात घडलेल्या घटनांच्या आकलन मोठ्या प्रमाणात वाढले. व्हिएतनाममधील क्रांती, चीनमधील क्रांती, कृष्णवणीयांची चळवळ आणि कृष्णवर्णीय साहित्य, मार्क्सवाद, स्त्रियांची चळवळ आणि नव डावा विचार या घटकांच्या मिळून एकत्रित संस्कृतिक घडामोडीचे आकलन या नवशिक्षित समाजाला होऊ शकले. दलित चळवळीतील सर्वात महान कवी आणि पँथरचा संस्थापक नामदेव ढसाळ. मुंबईतील रेड लाइट

एरियामधील संस्कृती आणि जीवन आपल्या काव्यातून नामदेव ढसाळांनी जगासमोर आणले. त्या काव्यातील ढसाळांची भाषाआणि प्रतिमा बघितल्या तर त्या काळाच्या त्यांच्या आकलनाचा अंदाज येऊ शकतो. या प्रतिमांमधून भारतातील प्राचीन युगातील प्रतिमांपासून आजच्या कालखंडाच्या क्रांतिकारक बदलातील प्रतिमांमधील फरक स्पष्टपणे उभा राहतो. आज अभिजात औद्योगिक समाजामध्ये तयार झालेल्या जाणिवा या खेड्यातील अत्याचार आणि यातनांना कंटाळून शहराकडे स्थलांतरित झालेल्या माणसाच्या आहेत. त्याच्या जीवनातील अभावग्रस्तता नामदेव ढसाळ आपल्या आई वरील कवितेत व्यक्त करतो. तो म्हणतो,

ज्या अठराव्या शतकात सबंध मानव जातीत उलथापालथी झाल्या
त्या अजूनही तुझ्यापर्यंत आलेल्या नाहीत.....
तुझा पोर हा पोर नाही---
या युगातला तो क्रांती पुत्र आहे! त्याला चक्क दिसते आहे:
स्वतःची मिरवणूक नि बळी जाणं,
शासकीय यंत्रणा: चरितार्थाची साधन : श्रमशक्ती,
कोळशाच्या पोलादाच्या खाणी वखारी कारखाने शेतं,
संरक्षण जीवनाची वित्ताची हमी
त्या सर्वांपासून छिनावून धुळीत पडलेला माझा चेहरा.
ढसाळ १९९२ ६० - ६१)

दलितांच्या सुरुवातीच्या उठावाला नक्षलवादी चळवळीचा बाज होता. दलित स्वतःची ओळख आधुनिक आणि कष्टकरी वर्गाचे प्रतिनिधी अशीच सांगत होते. त्यांना हिंदुत्ववादी हे सरंजामी, मागास वाटत होते. आक्रमक लढाऊबाणा हे दलित चळवळीचे अंगभूत वैशिष्ट्य होते. त्या काळातील मुंबईच्या झोपडपट्टीतील एका दलित कार्यकर्त्याच्या भाषेत सांगायचे तर ''आम्हाला दलित पँथरच्या जाहीरनाम्यात काय लिहिले आहे, हे अजिबात माहीत नसे. आम्हाला एवढेच कळत होते, की आमच्या बहिणीच्या अंगावर कोणीही हात टाकला, तर तो हात तोडायचा!'' ही भूमिका म्हणजे उच्छेदवादाचा (nihilist) उघड पुरस्कार करणारी होती. या भूमिकेत दलित पँथरच्या चळवळीत संपूर्ण समाजाविरुद्ध तीव्र संताप व्यक्त होत होता. अशाच प्रकारची पँथरच्या चळवळीसारखी आक्रमक संतापाची भावना संपूर्ण देशातील दलित चळवळीत व्यक्त होत होती. हीच भावना नवीन डाव्या प्रवाहात जगभरातील चळवळीने केलेल्या उठावात दिसून येत होती. याच काळात १९३० च्या आणि १९४० च्या दशकात ब्रिटिशांनी वर्णन केलेल्या डिप्रेस्ड क्लासेस या वर्गाचा उल्लेख व्यापक प्रमाणात दलित असा केला जाऊ लागला. दलित ही ओळख म्हणजे गांधीवाद्यांच्या हरीजन या शब्दाचा दिलेला प्रतिवादी शब्द आहे. सरकारी भाषेत दलितांचा उल्लेख अनुसूचित जाती या अर्थहिन संज्ञेमधून व्यक्त होतो.

त्या काळातील अनेक नव्याने उभ्या राहिलेल्या डाव्या चळवळींमध्ये अशा प्रकारचा आर्थिक आणि सांस्कृतिक जहालमतवाद व्यक्त झालेला दिसतो. या काळातील पारंपरिक भारतीय डावे आणि अगदी नक्षलवादी प्रवाह सांस्कृतिक प्रश्नावर उघडपणे हिंदुत्ववाद विरोधी भूमिका घ्यायला कचरत होते. मात्र दलित कवी आर्थिक आणि सांस्कृतिक शोषणाच्या परस्पर गुंतलेल्या मुद्द्यांवर उघडपणे टीका करत होते. दलित पँथरच्या जाहीरनाम्यात (हा जाहीरनामा नक्षलवादी विचार प्रवाहाच्या प्रभावाखालीच लिहिला गेला होता) हिंदुत्ववाद म्हणजे सरंजामी व्यवस्था अशी टीका स्पष्टपणे केली गेली होती. मात्र त्यापलीकडे जातीच्या प्रश्नावर फारसे काही म्हटले गेले नव्हते. असे असले तरी दलित काव्यांमध्ये जात, बौद्धधर्म, ब्राह्मण, शंबूक आणि एकलव्य यांच्याविषयी खूप काही लिहिले गेले. तसेच दलित समाजाच्या दारिद्र्यविषयी आणि भारतातील पोकळ ठरलेल्या संसदीय लोकशाहीवर कडक टीका केली गेली होती. भारताच्या इतिहास आणि पुराणांवर व्यापक टीका करण्यात आली होती. दलित चळवळीने भारतीय इतिहास नव्याने मांडला. भविष्यावर आपला हक्क सांगितला. दलित कवी आणि साहित्यिकांनी देव आणि आधुनिक विद्यापीठ (शिक्षण व्यवस्था) यावर भेदक टीका करून देशातील भांडवलशाही उघडी पाडली होत

एक दिवस मी परमेश्वराला
आई वरून शिवी दिली :
तो लेकाचा फक्कन हसला.
हा माझा शेजारी जन्मजात बोरुबहाद्दर उगीचच हिरमुसला,
एरंडोली चेहरा करून मला म्हणाला. .....
पुन्हा एकदा मी कचकून शिवी दिली,
आणि विद्यापीठाची इमारत कमरेपर्यंत खचली,
माणसाला राग का येतो या विषयावर
तेथे संशोधन सुरू आहे.
(मेश्राम १९९२ ११७)

त्यांची आधुनिकता जातिव्यवस्थाविरोधी जशी होती तशीच ती आर्थिक विषमतेला आणि शोषणाला आव्हान देणारीसुद्धा होती.

आज मी उभा आहे विसाव्या शतकाच्या
शेवटच्या टोकाला.
माझा सारा भवताल पेटलेला आहे.
एका हातात सूर्य घेऊन,आणि दुसऱ्या हातात चंद्र,
मी एक ठाम निश्चय केलाय की
मी एकलव्याच्या मोडलेल्या आंगठ्याच्या
रक्ताची किंमत कायमची लक्षात ठेवणार आहे
(निंबाळकर,१९७६)

भारतातील मार्क्सवादी विचारांमध्ये वर्गीय शोषण आणि जातीय शोषण हे वेगळे करण्यात आले होते. आता या दोन्हींची एकत्रित सांगड घालणे आवश्यक होती. या गरजेतूनच १९७० आणि ८० च्या दशकातील उठाव झाले होते. पँथरचा उठाव एखाद्या विजेची लकीर उमटावी त्याप्रमाणे उमटला आणि विरुन गेला. दलित पँथरमध्ये पहिल्या दोन वर्षातच फाटाफूट झाली. ही फूट बौद्धवाद विरुद्ध मार्क्सवाद या दोन भूमिकेबाबत मतभेदामुळे झाली. बौद्धवादी भूमिकेचा पुरस्कार करणारा नेता राजा ढाले यांनी अशी टीका केली, की त्यांचा विरोधक नामदेव ढसाळ हा मार्क्सवाद्यांच्या हातातील बाहुले झाले आहे. या काळातील पँथरमधील वादविवाद अतिशय असभ्य भाषेत होत होते. (उदाहरणार्थ, तुझा बाप कोण आंबेडकर का मार्क्स?) या वादविवादांमध्ये एक अदृश्य भीतीसुद्धा व्यक्त होत होती. ती म्हणजे, प्रभावी शब्द कौशल्यांच्या आधारे दलित चळवळीचे नियंत्रण ब्राह्मण पुरोगामी करतील. त्या काळातील पुरोगामी उच्चवर्णीय

नेतृत्वाने दलित प्रश्नाकडे आणि जातीवाद विरोधी भूमिकेकडे इतके दुर्लक्ष केले होते की ते डाव्या पुरोगामी चळवळी कायम टीकेचे लक्ष्य ठरल्या होते. (उदाहरणार्थ, म्हटलं तर अगदीच किरकोळ चूक परंतु अत्यंत प्रतिकात्मक ठरावी अशी चूक म्हणजे, फुले यांच्या नावाचा उच्चार आणि उल्लेख ब्राह्मणी भाषेत 'ज्योतिबा' असा करत. खरंतर त्यांचे नाव जोतिबा या ग्रामीण दैवतावरून ठेवण्यात आले होते. परंतु उच्चवर्णीय डावे हे त्यांचा उल्लेख वारंवार ज्योतिबा असाच करत)

असे असले तरी पँथरमधील फूट हे दीर्घकाळ सुरू असलेल्या दलित उठावातील एक केवळ उपकथानक होते. त्यानंतरही दलित संघटित होत राहिले आणि आपला संघर्ष पुढे नेत राहीले त्यांनी वेळोवेळी अनेक नवे मुद्दे उपस्थित करून बंडाचे निशाण फडकत ठेवले. क्रांतिकारी कामगार वर्ग दलितांची नवी ओळख बनली. यातूनच खालच्या जातीतील दलितांनी भारतीय क्रांतीमध्ये नायकाची आणि संरक्षकाची नवी भूमिका आणि नवी प्रतिमा निर्माण केली. आम्हीच क्रांतिकारी कामगार वर्ग आहोत असा आशय अनेक कवितांमधून आणि दलित चळवळीतील अनेक वक्त्यांच्या भाषणातून सतत व्यक्त केला जात होता. त्या काळातील दलित चळवळीत अशी भूमिका नेहमीच व्यक्त होत होती. पँथरचे नेते अरुण कांबळे यांनी विषमता निर्मूलन समितीच्या १९८० मधील अधिवेशनात या विषयी भाष्य करताना असे विधान केले होते की मराठा समाजाचे कुणबीकरण होणे आवश्यक आहे (याचा अर्थ मराठ्यांनी खेड्यातील सत्ताधारी या भूमिकेतून बाहेर पडून कष्टकरी शेतकऱ्यांच्या अस्मितेशी नाते जोडावे) या भाषणात ते शेवटी म्हणाले की आम्हाला दलितस्थान नक्कीच हवे आहे, परंतु दलितस्थान म्हणजे स्वतंत्र देश नव्हे. या देशात आमची संख्या ९८.५टक्के आहे. आमची बहुसंख्या आहे. आम्हाला भारताचे दलितस्थानात रूपांतर करायचे आहे!''

अशा विचारमंचावरून दलितांनी आपली अस्मिता नव्याने उभी करायला सुरुवात केली होती. आपल्या वर्गाची म्हणजेच शोषित वर्गाची, नवी विचारधारा प्रस्थापित करायला सुरुवात केली होती.

१९७० च्या दशकात केवळ खालच्या जातींच्या उठावाला सुरुवात झाली नाही, तर दलितांच्या जाणीव विकासाला व्यापक स्वरूप येत होते. याचा परिणाम अन्य चळवळीवरही पडला होता. यामुळे सामाजिक आणि आर्थिक अशा दोन्ही आघाड्यांवर नवी एकजूट उभी राहू लागली होती. उदाहरणार्थ, ए .के. रॉय या खाण कामगार आणि झारखंड चळवळीत काम करणाऱ्या स्वतंत्र मार्क्सवादी नेत्यांच्या भाषणातही याचा परिणाम दिसतो. १९८०मध्ये प्रसिद्ध झालेल्या 'दि न्यू दलित रेवोल्युशन' या ए.के.रॉय यांच्या पुस्तकात रॉय यांनी डाव्या चळवळीतील उच्च जातीच्या नेत्यांवर कडक टीका केली होती. त्यांनी भौगोलिक आणि सामाजिकतेच्या

आधारावर भारतीय समाजातील उतरंडीचा मुद्दा ठळकपणे पुढे आणला होता. डोंगराळ भागातील आदिवासी क्षेत्रातील समाज आणि नदीकिनारी विकसित झालेला सरंजामी समाज आणि बंदर शहरांमध्ये विकसित झालेल्या वसाहतवादी संस्कृती यांच्यातील परस्पर उतरंडीचे संबंध या सूत्राभोवती एक सिद्धांत मांडण्याचा प्रयत्न ए. के. रॉय यांनी केला होता. ए. के. रॉय यांनी या घटकांचा विचार करून 'नव्या भारताचा शोध' घ्यायला पाहिजे, असे आव्हान चळवळीतील विचारवंतांना केले होते. ते म्हणतात :

भारतीय भांडवलदार काळा असो अथवा गोरा, मोठा असो वा छोटा याचा देशाच्या राजकारणावर अगदी थोडा परिणाम होतो. राजकारणावर परिणाम करणारे सर्वात महत्त्वाचे घटक म्हणजे जातिव्यवस्था आणि इतिहासातील असमतोल विकास. तसेच या घटकांचा आधाराने लादल्या गेलेल्या भांडवलशाहीचा झालेला परिणाम. .... भारतातील कम्युनिस्टांनी क्रांतीचे निरनिराळे आराखडे तयार केले होते. राष्ट्रीय लोकशाही क्रांती, जनतेची लोकशाही क्रांती, नवीन लोकशाही क्रांती आणि अशा अनेक प्रकारचे आराखडे तयार केले गेले होते. यामध्ये अशा अनेक अनाकलनीय संज्ञा वापरल्या गेल्या होत्या, की त्यांचा अर्थ त्या त्या पक्ष, संघटनांच्या अनुयायानाही नीटपणे समजला नव्हता. या संज्ञा आज अनेक जण विसरूनही गेले असतील. देशातील कोट्यावधी कष्टकऱ्यांना त्या संज्ञांचा अर्थ समजणे ही तर दूरची गोष्ट. भारताला अतिशय सुस्पष्ट असे सोप्या भाषेतील नवीन दलित क्रांतीचे धोरण आणि आर्थिक शोषणापासून सामाजिक मुक्तीचे धोरण हवे आहे. ज्याच्या आधारे आर्थिक शोषणावर मात करून देशातील वसाहतवादी सत्याधारांची सत्ता उलथून टाकता येईल.

ए.के. रॉय यांनी देशातील डाव्या चळवळीत सांस्कृतिक क्रांतीची गरज असल्याचा आग्रह धरला होता. त्यांचे असे म्हणणे होते, की भारतीय डाव्यांनी राम आणि कृष्ण ही प्रतिके नाकारून खालच्या जातीतील बिरसा मुंडा किंवा वीर नारायण सिंह (या आदिवासी नेत्याने औरंगजेबाशी संघर्ष केला होता) यांच्यासारख्या आदिवासी जमातींचे आणि शेतकऱ्यांच्या नेत्यांची प्रतिके पुढे आणली पाहिजेत. यासंबंधी ए के रॉय म्हणतात :

आम जनतेची संस्कृती आणि संघर्षातील छोटा नागपूर प्रदेशातील बिरसा मुंडा आणि छत्तीसगडमधील वीर नारायण सिंग यांच्यासारखे आज विस्मृतीत गेलेल्या जनतेच्या नेत्यांना पुन्हा एकदा भारतीय इतिहासात त्यांचे स्थान सन्मानपूर्वक अधोरेखित केले पाहिजे. आजवरच्या इतिहासात सरंजामी राजे आणि वासाहतिक सत्ताधाऱ्यांमधील संघर्ष याचाच उदोउदो करण्यात आला आहे. गौतम बुद्धापासून लेनिनपर्यंत असा एक नवा वैशिष्ट्यपूर्ण शोध घेतला जाणे आवश्यक आहे. त्यातून कोट्यावधी लोकांच्या मुक्तीची चेतना निर्माण होईल. त्यातूनच एक नवा पक्षच नव्हे तर शोषणमुक्त आणि न्याय समाजाचा नवा धर्म निर्माण होईल. (संदर्भ रॉय १९८०,४ ,१०,१८)

अशारितीने १९७० च्या दशकाच्या अखेरीस नव्या सामाजिक चळवळी देशभरात सर्वत्र वाढत होत्या. या चळवळींनी जातींचे प्रश्न, शेतकऱ्यांचे शोषण, पर्यावरणाचा ऱ्हास आणि त्याचे गरीब, कष्टकरी दलित आणि अन्य उत्पादक जातींवर होणारे परिणाम हे विषय हाती घेतले. आपले हक्क प्रस्थापित करण्यास सुरुवात केली. त्यातून निर्माण होणारे राजकारण पुढे उलगडत जाणार होते.

***

प्रकरण ११

दलित राजकारणाचे तर्कशास्त्र

ए.के.राय ज्याचे वर्णन 'अनन्य प्रवास' (Unique Journey) असे करतात, त्या प्रवासाची सुरुवात १९७० च्या दशकाच्या सुरुवातीलाच झाली होती. आर्थिक आणि सामाजिक दबावामुळे समाजातील उलथापालथ वाढली होती. त्यामुळे शहरातील असंख्य तरुण खेड्यामध्ये जाऊ लागले होते. स्थानिक लोकांबरोबर आवाज उठवू लागले. त्याचबरोबर खालच्या जातीतील दडपलेल्या दलित समाजातील लोक संघटित होऊ लागले. शहरातील लोक त्यांना मदत करू लागले.

दलितांप्रमाणेच आदिवासी समाजही संघटित होऊ लागले. उदाहरणार्थ, उत्तर महाराष्ट्रातील भिल समाजातील, मार्क्सवादी विचारपरंपरेतून आलेले कवी कार्यकर्ते वाहरू सोनवणे यांनी उत्तर महाराष्ट्रातील आदिवासी शेतमजूर आणि शेतकऱ्यांना संघटित करण्यास सुरुवात केली. वाहरू सोनवणे हे सुरुवातीपासूनच सांस्कृतिक प्रश्नांवर अत्यंत संवेदनाशील कार्यकर्ते होते. १९८० च्या दशकाच्या अखेरीस सांस्कृतिक प्रश्न अतिशय महत्त्वाचे प्रश्न म्हणून पुढे आले होते. या सांस्कृतिक भूमिकेतून वाहरू सोनवणे यांनी बिगर आदिवासी कार्यकर्त्यांच्या वर्चस्वाखालील चळवळी विषयी प्रश्न उपस्थित केले. त्यांनी अशी भूमिका घेतली, की धार्मिक अस्मिता आणि राजकीय पक्षांच्या छावण्यांमध्ये आदिवासी समाज विखुरला आहे. अशा आदिवासी समाजाने एकजूट केली पाहिजे. या आपल्या आवाहनात त्यांनी भारतीय जनता पक्षाच्या आदिवासी राजकारण्यांनाही या एकजुटीत येण्याचे आवाहन केले. असे आवाहन करताना वाहरू

सोनवणे यांचे म्हणणे होते, की आमची सांस्कृतिक नाळ एक आहे. आम्ही राक्षस आहोत,अशी भूमिका घेताना त्यांनी राम हा शोषक होता, असेही ठामपणे मांडले होते. ही भूमिका म्हणजे, नवा आदिवासी आपल्या भूमिकेत नव्या परिप्रेक्ष्यात मांडला होता. त्यांनी हा आदिवासी पूर्णपणे अनार्य परिप्रेक्ष्यात मांडला होता. यासंबंधी वाहरू सोनवणे यांनी अशी भूमिका मांडली :

> अल्पसंख्य ब्राह्मण आणि मूठभर राजे यांनी आघाडी करून आक्रमकपणे आणि हिंसकपणे एकापाठोपाठ एक आदिवासी जमाती आपल्या नियंत्रणाखाली आणल्या. त्यांनी आदिवासींना आपले गुलाम केले. या आदिवासींना नि:शस्त्र करून राजाला कर देणारे कष्टकरी शेतकरी बनविले. त्यांनी आदिवासींना आपल्या राज्यातील खेड्यांमध्ये शेती करण्यासाठी वसविले. आपले राज्य विस्तारित केले. इसवीसनपूर्व सहाव्या शतकापासून म्हणजेच गौतम बुद्धाच्या काळापासून आणि इसवीसन पाचवे शतक हा कालखंड म्हणजे जाती उतरंड आणि जाजमनी व्यवस्था प्रस्थापित होण्याच्या काळात बहुतेक मुक्त असलेल्या आदिवासी जमातींचे रूपांतर कष्टकरी जातींमध्ये झाले. या जाती राजा आणि ब्राह्मण यांच्या वर्चस्वाखालील सरंजामी समाजात आपल्याकडील अतिरिक्त उत्पादन राजाकडे जमा करू लागले. या समाजाने हळूहळू आदिवासी जमातींना परावर्तित करून आपल्या जातीय उतरंडीत सामावून घेतले. आम्ही या सर्व प्रक्रियेतून गेलेलो आणि तरीही आदिवासी म्हणून अजूनही मुक्त आणि टिकून राहिलेले आहोत त्या काळातील आदिवासींनी या प्रक्रियेला जेव्हा विरोध केला तेव्हा आर्य संतापले. आर्य त्या वेळच्या सत्ताधाऱ्यांकडे म्हणजे श्री रामचंद्राकडे गेले आणि आपले या राक्षसांपासून संरक्षण करावे, आम्हाला आमच्या गुराढोरांसाठी शेती खुली करून द्यावी, अशी मागणी केली. रामाने त्यांना तसे वचन दिले. त्यानुसार त्या काळातील आदिवासी समाजांना राक्षस ठरवून त्यांचे शिरकाण केले गेले आणि आदिवासींना चिरडून टाकण्यात आले.
>
> (वाहरू सोनवणे यांनी दलित ग्रामीण साहित्य संमेलनात केलेल्या भाषणातून)[१]

पुढील काळात १९९० च्या दशकात वाहरू यांनी महाराष्ट्र, गुजरात, राजस्थान आणि मध्य प्रदेश या राज्यांमधील आदिवासींसह आदिवासी एकता संघटित केली. ही संघटना म्हणजे आदिवासी जमातींची अतिशय मजबूत आणि स्वायत्त संघटना होती.

१९८० चे दशक हे केवळ दलित आणि अन्य खालच्या जातींच्या उठावाचे दशक नव्हते; तर त्याचबरोबर अन्य नव्या सामाजिक चळवळीही याच दशकात उभ्या राहिल्या. यामध्ये सरकार आणि भांडवली बाजारामध्ये केल्या जाणाऱ्या आपल्या शोषणाविरुद्ध संघर्ष करणारी शेतकऱ्यांची चळवळ होती. त्याचबरोबर स्त्रियांची, आदिवासींची आणि पर्यावरणीय ऱ्हासाविरुद्ध आणि विस्थापनाविरुद्ध संघर्ष करणाऱ्या सवर्ण हिंदू शेतकऱ्यांची चळवळ याच काळात उभी राहिली. या सर्व चळवळींनी सुरुवातीचा काही काळ निश्चितपणे हिंदुत्ववादाविरुद्ध टीका केली होती. या चळवळीने

तळटीप (१) : वाहरू सोनावणे यांचे पालघर,महाराष्ट्र येथे दि.२३ डिसेंबर,१९९० रोजी झालेल्या पाचव्या आदिवासी साहित्य संमेलनात केलेले अध्यक्षीय भाषण. मूळ भाषण संजय पेठे यांनी आदिवासी साहित्य संमेलनासाठी मराठीत प्रसिद्ध केले होते.

काही प्रमाणात नवा सांस्कृतिक आशय मांडला होता. म्हणूनच या चळवळी दलित आणि जातीविरोधी चळवळी यांच्यात काही प्रमाणात समन्वय दिसत होता.

याचे उत्तम उदाहरण म्हणजे १९७५ मध्ये सुरू झालेल्या नव्या स्त्री मुक्ती चळवळीने सुरुवातीच्या काळात धर्म ठामपणे नाकारला होता. या चळवळीचे असे म्हणणे होते की सर्व धर्म हे 'पितृसत्ताकतावादी' आणि 'स्त्री विरोधी' आहेत. सर्व धर्म स्त्रियांची दडपणूक करतात. यासाठी सीता आणि सावित्री अशा स्त्रीत्वाचे उदात्तीकरण करणाऱ्या प्रतिकांचा आदर्श म्हणून वापर करतात. सुरुवातीला बराच काळ ही धार्मिक सांस्कृतिक टीका बऱ्याच प्रमाणात अमूर्त स्वरूपात होती. पुढे १९८० च्या दशकात धार्मिक मूलतत्त्ववादाच्या प्रभावामुळे अनेक स्त्री कार्यकर्त्यांनी आपल्याच परंपरांतील चांगले घटक शोधण्याचा प्रयत्न केला. यापैकी काही स्त्री कार्यकर्त्या स्वभाविकपणे हिंदुत्ववादकडे वळल्या. यापैकी एक ठळक उदाहरण म्हणजे मानुषी या मासिकाच्या संपादक मधु किश्वर. हिंदू मूलतत्त्ववादी रामाची आक्रमक योद्धा अशी एकांगी प्रतिमा उभी करतात,अशी टीका मधु किश्वर यांनी केली होती. परंतु त्यांचे असे म्हणणे होते, की हा एक आदर्श म्हणून त्याकडे पाहिले पाहिजे. तर अन्य काही स्त्रीमुक्तीवादी कार्यकर्त्यांनी केवळ रामच नाही तर इतरही देवतांच्या प्रतिमा या आपला आदर्श म्हणूनच उभ्या करण्याचा प्रयत्न केला. त्यांनी धार्मिक परंपरांमध्ये देवी म्हणजेच स्त्री देवतांना गिळंकृत करण्यात आले आहे, अशी भूमिका मांडली. अशा अर्थाचे कमला भसीन यांचे एक गीत प्रसिद्ध आहे :

या देशातील प्रत्येक स्त्री अपमानित आणि आणि अवनीत आहे,
आपल्या हृदयावर हात ठेवून सांगा की असा देश कसा स्वतंत्र असू शकेल?
ते सांगतात या देशात असंख्य देवता आहेत,
मला सांगा मग आमच्या पायातील या शृंखला अजूनही का भक्कम आहेत?
पडदा प्रथा पाळून आम्हाला काही मिळते का?
या पडद्याच्या आडच आम्ही गुदमरतो, या पडद्याच्या आडच आम्हाला जाळले जाते. ....
या पडद्याचाच आता झेंडा करा आणि तो फडकवा सर्वत्र,
आम्हीच आणणार आहोत मानवतेचे राज्य या देशात.
आता यापुढे तुम्ही स्त्रियांच्या सत्तेला आव्हान देऊ शकणार नाही.
आम्ही आमच्या शत्रूशी लढण्यासाठी धारण करणार आहोत काली मातेचे रूप.

१९८० च्या दशकात दक्षिण भारतातील खालच्या जातीच्या स्त्रिया आणि स्त्रीवादी कार्यकर्त्या आपली वेगळी भूमिकाही मांडत होत्या. त्यांनी आपल्या मांडणीतून अनार्य आणि ब्राह्मणेतर परंपरा पुन्हा जागृत करण्याचा प्रयत्न केला होता. सीता हे पौराणिक पात्र म्हणजे आदर्श स्त्री प्रतिक नसून, ते स्त्री दडपणुकीचे प्रतिक

आहे, तसेच रामायण म्हणजे पितृसत्ताकतेने मातृसत्ताकतेवर मिळवलेल्या विजयाचे प्रतिक आहे.अशी मांडणी केली गेली. रूथ मनोरमा या दलित ख्रिश्चन स्त्री मुक्तीवादी कार्यकर्तीने स्त्रियांच्या तिहेरी दडपणुकीचा मुद्दा पुढे आणला. रुथ मनोरमा या बंगळूर मधील बेघरांना आणि झोपडपट्टीतील लोकांना संघटित करत होती. तिने अशी भूमिका मांडली की ब्राह्मणीसत्ता हाच स्त्रियांच्या दडपणुकीमधील सर्वात महत्त्वाचा घटक आहे. असे मांडताना तिने स्त्रियांच्या दडपणुकीतील दलित पुरुषांचा सहभाग तितक्याच तीव्रतेने मांडला होता. रूथ मनोरमा आणि तिच्या अन्य सहकाऱ्यांनी नॅशनल फेडरेशन ऑफ दलित वुमेन या आघाडीची स्थापना केली. १९९१मध्ये कलकत्त्यातील नॅशनल वुमन्स स्टडीज कॉन्फरन्समध्ये फ्लेव्हिया ॲग्नेस आणि रजिया पटेल या दोघी अल्पसंख्या समाजातील स्त्रीवादी कार्यकर्त्यांनी उघडपणे स्त्रियांच्या चळवळीतील हिंदू वर्चस्ववादाचा प्रभावाविषयी टीका केली होती.

पर्यावरणवादी चळवळीतही अशाच प्रकारच्या घडामोडी घडत होत्या. या चळवळीतील प्रस्थापित भूमिकांना आव्हान देत, पुरोगामी सांस्कृतिक आशय व्यक्त करणाऱ्या भूमिका मांडल्या जात होत्या. त्या काळातील प्रस्थापित पर्यावरण चळवळीत गांधीवादी मध्यमवर्गीय पर्यावरणवादी भूमिका प्रभावी होती. या भूमिकेमध्ये औद्योगिक संस्कृतीला आणि 'पाश्चिमात्य विज्ञान-तंत्रज्ञानाला' तीव्र विरोध केला जात होता. या भूमिकेच्या आड पारंपारिक भारतीय संस्कृतीचे उदात्तीकरण केले जात होते. त्यातूनच अप्रत्यक्षपणे जातीव्यवस्थेलाही आदर्श ठरवले गेले होते. अशा प्रकारचे वैचारिक मांडणी करणारे अनेक अभ्यास मांडले गेले होते. अशा प्रकारचा एक प्रसिद्ध महत्त्वाचा अभ्यास म्हणजे 'इकॉलॉजिकल हिस्टरी ऑफ इंडिया.' या सैद्धान्तिक मांडणीत पर्यावरणीय अनुकूलनासाठी(Adaption) जाती व्यवस्थेला व्यावहारिक समर्थन दिले गेले होते (गाडगीळ आणि गुहा, १९९२ ९१- ११०) वंदना शिवा यांच्यासारख्या स्त्रीवादी पर्यावरणवाद्यांनी माता देवता या निसर्गाच्या संरक्षक असून त्यांना 'प्रकृती' अशी प्रतिमा दिली (शिवा, १९८९). तर शेतकरी आणि खालच्या जातीतील लोकांनी उभारलेल्या पर्यावरणाच्या जनचळवळींनी यांनी मुख्यतः ब्राह्मणेत्तर परंपरांचा पुरस्कार केला होता. उदाहरणार्थ, गंगा नदीच्या पाण्यावरील आपल्या हक्कांच्या चळवळीसाठी तेथील मासेमारी करणाऱ्या कोळी समाजाने प्राचीन महाकाव्यातील एकलव्य या आदिवासी नायकाचा प्रतिक म्हणून वापर केला. दक्षिण महाराष्ट्रात स्थानिक शेतकऱ्यांनी संघर्षाकडून एक छोटे धरण बांधले होते. त्यांनी आपल्या धरणाला 'बळीराजा स्मृती धरण' हे नाव दिले. बळीराजा हे महात्मा फुले यांच्या परंपरेतील एक प्रतिक आहे.

बळीराजा हे महाराष्ट्रातील अनेक जनचळवळींचे अतिशय महत्त्वाचे प्रतिक ठरले आहे. महाराष्ट्रातील विदर्भ भागातील अन्यमागासवर्गीय जातीतील शेतकऱ्यांच्या

चळवळीने आणि त्यांच्या भक्कम शेतकरी संघटनेने बळीराजाच्या वार्षिक उत्सवाची परंपरा सुरू केली. शेतकरी संघटनेचे नेते शरद जोशी हे स्वतः ब्राह्मण जातीमधील होते. त्यांनी देशातील भारत विरुद्ध इंडिया असा सामाजिक विरोधाभास ठळकपणे पुढे आणला. त्यासाठी त्यांनी शेतकऱ्यांच्या पारंपरिक प्रतिकांचा अतिशय प्रभावीपणे केला होता. या मांडणीमुळे भारतातील ग्रामीण कष्टकरी समाजाचे देशातील शहरी विभागाकडून होणारे शोषण अतिशय ठळकपणे पुढे आणले जात होते. गांधीवादी विकास प्रारूपामध्ये खेडे आणि शेती केंद्रित विकासाची कल्पना, हा मुख्य आधार होता. गांधीवादी प्रारूपात 'नियंत्रित उद्योग केंद्रित विकास' संकल्पनेला प्राधान्य नव्हते. मात्र गांधीवादी विकास प्रारुपात बळीराजा किंवा बळीचे राज्य ही संकल्पना नव्हती. सन १९८९ च्या नांदेड येथील शेतकरी संघटनेच्या परिषदेमध्ये 'इडा पिडा टळो आणि बळीचे राज्य येवो' अशी सकारात्मक म्हण संघटनेचे घोषवाक्य म्हणून स्वीकारले गेले. कर्नाटकातील आणखी एका मजबूत प्रादेशिक शेतकऱ्यांच्या चळवळीने लोहिया परंपरेतील जातीविरोधी भूमिका स्पष्टपणे घेतली होती. या चळवळीने कर्नाटकातील दलित चळवळीबरोबर आघाडी करण्याचा प्रयत्न केला होता. दुसऱ्या बाजूला उत्तर भारतीय हिंदी पट्ट्यात जाट समाजाचे नेते महेंद्रसिंग टिकैत हे आपल्या भाषणात ब्राह्मणेत्तर भूमिका मांडत होते. परंतु त्याचवेळी पारंपारिक लोकप्रिय हिंदुत्ववादी भूमिकासुद्धा घेत होते.

अशा रीतीने १९८० च्या दशकात लोकप्रिय ठरलेल्या चळवळींमध्ये विविध प्रकारची सांस्कृतिक असमानता आढळून येत होती. या काळात पारंपारिक हिंदू प्रथा-परंपरांना विविध प्रकारे आव्हान देण्यात आले. परंतु त्याचवेळी दलितकेंद्री दृष्टिकोनातून विचार केला, तर काही चळवळींनी ब्राह्मण्यवादाशी काही प्रमाणात तडजोडसुद्धा केल्याचे दिसते. याच काळात देशातील काही भागात इतर धार्मिक आणि सांस्कृतिक मूलतत्त्ववादी भूमिका घेऊन हिंदुत्ववादाला विरोध करण्याचा प्रयत्न झाला. अशा प्रकारच्या अन्य धार्मिक मूलतत्त्ववादी देशाच्या परिघावरील राष्ट्रीय अस्मिता अशी चळवळ पंजाबमधील शिखांची चळवळ होती. पंजाब, दिल्लीतील ब्राह्मण बनिया सत्ताधारी विरोधी प्रवाहाने आपल्या शीख परंपरांच्या आधारे सुरु झालेल्या चळवळींला पाठिंबा देऊन ती उभी केली. ही अतिशय आक्रमक मूलतत्त्ववादी चळवळ होती. या चळवळीने स्त्रियांवर, त्यांच्या पोशाख आणि इतर सांस्कृतिक वर्तनावर कठोर बंधन आणण्याचे प्रयत्न केले. त्याचप्रमाणे त्यांचे बौद्धिक दमन करण्याचा प्रयत्न केला. काश्मीरमध्ये अशाच चळवळीत इस्लामी आणि समाजवादी प्रवृत्ती एकत्रितपणे गनिमी सशस्त्र संघर्षात प्रगट झाल्या. यामध्ये इस्लामी मूलतत्त्ववादी गटाने वर्चस्व मिळवले तेव्हा ही मूलतत्त्ववादी चळवळ थोड्या 'अधिक सेक्युलर' असलेल्या भारत सरकारच्या सैन्याने १९८१मध्ये चिरडून टाकली. अशाच प्रकारची चळवळ

आसाममध्ये १९८०मध्ये उच्चवर्णीय विद्यार्थी गटाच्या नेतृत्वाखाली उभी राहिली. या काळात आसाममध्ये युनायटेड लिबरेशन फ्रंट ऑफ आसाम म्हणजेच उल्फा या नावाने चळवळ उभी राहिली होती. या चळवळीने उत्तर-पूर्व सांस्कृतिक अस्मिता हा मुद्दा आग्रहपूर्वक लावून धरला होता. या चळवळीवर मुस्लिम किंवा हिंदू अशा एका धार्मिक गटाचे वर्चस्व कधीही प्रस्थापित होऊ शकले नाही, या चळवळीने आपल्या सांस्कृतिक अस्मितेच्या माध्यमातून भारताच्या मुख्य भूभागावरील आर्य-द्रविडीयन वर्चस्ववादी संस्कृतीला विरोध केला होता. या चळवळीमध्ये मुख्यतः मंगोलाइड, तिबेटो मंगोलाइड आणि ऑस्ट्रिक या वांशिक अस्मितेचे गट सामील होते. या चळवळीने संयुक्त राष्ट्रांच्या सर्वसाधारण सभेसमोर सादर केलेल्या आपल्या प्रस्तावात तसा स्पष्टपणे उल्लेख केला होता.

या सर्व घटकांचा नीटपणे अभ्यास केला तर लक्षात येते, की १९८० च्या दशकात भारतीय राजकारणाच्या पृष्ठभागावर जरी हिंदुत्वाची वाढ आणि काँग्रेसच्या भ्रष्टाचाराचे मुद्दे गाजत असले, तरी या पृष्ठभागाच्या खाली भारतीय समाजात गुंतागुंतीचे सांस्कृतिक मुद्दे तयार झाले होते. वासाहातिक सत्तेच्या तुलनेत भारतीय शासन व्यवस्थेला तीव्र विरोध करणारे विविध स्वरुपातील हे मुद्दे होते. भारतीय राजकारणाच्या पृष्ठभागाखाली या घडामोडींमध्ये डावे प्रवाह विविध प्रकारे जोडलेले होते.

असे असले तरी हा कालखंड म्हणजे, अनेक विरोधाभासी राजकीय मुद्देदर्शक आणि समग्र मुक्तीचे सिद्धांत निर्माण करण्यात अपयश आलेला कालखंडच म्हणावा लागेल.

दलित राजकारणाच्या तर्कशास्त्राला तीन मुख्य मुद्द्यांचा आधार होता. ते मुद्दे असे म्हणता येते :--

१. हिंदुत्व म्हणजे मुख्य धर्म आणि मुख्य भारतीय संस्कृती या संकल्पनेला आव्हान देणे; विशेषत: अभिजन वर्गातील हिंदुत्ववादी गटाच्या माध्यमातून स्थापन केल्या गेलेल्या ब्राह्मणी हिंदुत्ववादाचे वर्चस्व नाकारणे आणि ते वर्चस्व उखडून टाकणे.
२. देशातील विविध दडपलेल्या राष्ट्रीय अस्मिता, शेतकरी, स्त्रिया, अन्य मागासवर्गीय, आदिवासी आणि दडपलेल्या जाती यांच्यासह दलित जातींच्या पलीकडे सर्व समाजातील दडपलेल्या शोषित आणि वंचित समाज घटकांच्या प्रश्नांवर जागृती करणे.
३. देशातील नवे आर्थिक धोरण आणि राजकीय दिशा याच्याशी सांस्कृतिक प्रश्नांची सांगड घालणे.

दलित राजकारण यशस्वी होण्यासाठी वरील सर्व घटकांची विचार करणे आवश्यक आहे. गेल्या तीन दशकातील राजकारण पाहता, देशात अतिशय गुंतागुंतीचे प्रश्न निर्माण झाले. परस्पर विरोधी हक्कांचे प्रश्न निर्माण झाले. त्यामध्ये मूळ हेतू विसंगत ठरू लागले आणि कधी कधी परस्पर शत्रुत्व निर्माण झाले. या सर्व परिस्थितीच्या केंद्रस्थानी अनेकदा बहुजन समाज पक्ष होता. या पक्षाने देशात प्रथमच सर्व प्रकारच्या शोषित समूहांना एकत्र आणण्याचा प्रयत्न केला. त्यानंतर दलितांचा पक्ष म्हणून दिल्लीतील केंद्रीय सत्तेला थेट आव्हान दिले.

१९८० आणि १९९० च्या दशकात काँग्रेस पक्ष हा देशातील प्रमुख राजकीय वर्चस्व असलेला पक्ष म्हणून ढासळत गेला. इंदिरा गांधी यांच्या हत्येनंतर निर्माण झालेल्या सहानुभूतीमुळे आणि स्पष्ट तंत्रवैज्ञानिक धोरणांच्या आधारे मुक्त आर्थिक धोरणाचा पुरस्कार करणाऱ्या राजीव गांधी यांच्या नेतृत्वाखालील काँग्रेस पक्षाच्या प्रभाव काही काळ वाढला होता. तरीही एकूण काँग्रेस पक्षाचा प्रभाव उतरणीला लागला होता. या काळात देशांमध्ये पर्यायी राजकीय प्रवाह तयार झाला नव्हता. १९८० च्या अखेरच्या काळात काँग्रेसबाह्य नवी राजकीय ताकद निर्माण होत आहे, अशी काही चिन्ह दिसत होती. ही नवी ताकद देशातील वेगवेगळ्या भागात निर्माण झालेल्या चळवळींच्या पायावर तयार होत होती. यामध्ये दलितांची नवी चळवळ, शेतकऱ्यांची आणि पर्यावरणाची चळवळ, दत्ता सामंत यांच्यासारख्या अपारंपारिक कष्टकरी नेत्यांच्या माध्यमातून कामगार चळवळ आणि शरद जोशी यांच्या नव्या शेतकरी चळवळ या सर्वांच्या आधारावर व्ही. पी. सिंग यांच्या नेतृत्वातील राष्ट्रीय सरकार केंद्रात सत्तेवर आले होते. या आघाडीच्या केंद्रस्थानी समाजवादी जनता दल हा पक्ष होता.

या आघाडीच्या माध्यमातून व्ही पी सिंग हे देशाचे पंतप्रधान झाले. त्यांचे सरकार अतिशय अल्पकाळ म्हणजे केवळ ११ महिने टिकले. व्ही.पी. सिंग यांनी अन्य मागासवर्गीयांसाठी मंडल आयोग अहवालाच्या आधारावर जाती आरक्षण लागू करण्याचा निर्णय घेतला. या निर्णयाविरुद्ध देशभरात तीव्र प्रतिक्रिया उमटली. देशातील उच्च जातींनी आंदोलन सुरू केले. या आंदोलनात एका तरुण विद्यार्थ्यांनी स्वतः ला आग लावून घेऊन आत्महत्या केली. त्यामुळे इतर मुलांनाही अशा पद्धतीच्या आत्महत्येसाठी प्रेरित केले. अशाप्रकारे अनेक विद्यार्थीने स्वत:ला जाळून घेतले. या आंदोलनापाठोपाठच ऑक्टोबर १९९० मध्ये हिंदुत्ववादी प्रवाहाने रथयात्रा मोहीम सुरू केली. लालकृष्ण अडवाणी यांच्या नेतृत्वाखाली भारतीय जनता पक्षाने रथयात्रा सुरू केली होती. आयोध्येमध्ये हिंदू मंदिर उभे करण्याच्या उद्देशाने या रथयात्रेचे आयोजन करण्यात आले होते. १९९२ मध्ये काढलेल्या अशाच पद्धतीच्या मोहिमेमध्ये सहा डिसेंबर रोजी आयोध्या येथील बाबरी मज्जिद उध्वस्त करण्यात आली. ही मशीद

भारतावर सत्ता प्रस्थापित करणाऱ्या मुघल सम्राट बाबर याच्या नावाने उभारण्यात आली होती. बाबरी मस्जिद पाडल्यावर उसळलेल्या दंगलीत सुमारे १०० माणसं मारली गेली. या घटनेनंतर मुस्लिमविरोधी तीव्र भावना देशात उसळली. या घटनांना पाठिंबा देणाऱ्या महाराष्ट्रातील शिवसेनेचे अत्याग्रही नेते बाळ ठाकरे यांनी टाइम या मासिकात असे उघडपणे विधान केले की ''भारतातील मुसलमानांनी जर्मनीतील ज्यूंसारखे वर्तन केले, तर त्यांनाही जर्मनीतील ज्यू सारखीच वागणूक दिली गेली तर त्यात चूक काय. .... आम्ही राजकारणात शिवाजीचे वारस आहोत.. तर धर्मात शिव म्हणजे शंकराचे वारस आहोत.आता आम्ही आमचा तिसरा डोळा उघडला आहे''(टाइम १९९३). या त्यांच्या विधानानंतरही त्यांना अटक करण्याची कोणालाही हिमंत झाली नाही. व्ही.पी. सिंग सरकार अपयशी ठरल्यावर, त्यांच्या जागी काही काळाकरता चंद्रशेखर यांच्या नेतृत्वाखालील काळजीवाहू सरकार सत्तेत होते. त्यानंतर राजीव गांधी यांची निर्घृण हत्या झाली. या हत्येनंतर मिळालेल्या सहानभुतीच्या लाटेवर काँग्रेस पक्ष पुन्हा सत्तेत आला होता. त्यावेळेस काँग्रेसमधील जुने राजकीय नेते नरसिंहराव हे काँग्रेस सरकारचे नेतृत्व करत होते.

या काळात भाजप हा पक्ष राष्ट्रीय पातळीवर एक महत्त्वाचा पर्यायी, पण वेगळा पक्ष म्हणून प्रस्थापित झाला होता. केंद्रीय सत्तेमध्ये महत्त्वाचा दावेदार ठरला होता. १९९८ मध्ये झालेल्या निवडणुकांमध्ये भाजपने चांगलीच मुसंडी मारली होती. तो पक्ष सत्तेवर आला परंतु २००४ आणि २००८मध्ये झालेल्या निवडणुकांमध्ये हिंदुत्ववादाचा प्रभाव कमी होत गेला,असे वाटले. किंबहुना २००९मध्ये झालेल्या निवडणुकांमध्ये भारतीय जनता पक्ष अगदीच विस्कळीत झाला होता. या पक्षाचे ज्येष्ठ नेते जसवंत सिंग यांना पक्षातून काढून टाकले गेले होते. तर अन्य अनेक नेते राजीनामा देऊन बाहेर पडले होते किंवा अनेक नेत्यांनी पक्षाच्या नेतृत्वाला आव्हान दिले होते.

देशातील दलितांनी काँग्रेस आणि भाजप या दोन्ही पक्षांवर कायम अविश्वास दर्शविला होता. दलितांच्या दृष्टिकोनातून गांधीवाद म्हणजे हिंदुत्ववादाचे थोडे पुरोगामी रूप होते. गुजरातमध्ये घडलेला भीषण मुस्लिम विरोधी दंगलींचा आगडोंब म्हणजे, गांधीवादाच्या केंद्रस्थानीच गांधींच्या रामराज्याचे जागी हिंदू रामराज्याचे पहिले केंद्र निर्माण झाले.

बाबुराव बागुल या मान्यवर लेखक आणि एकेकाळी कम्युनिस्ट पक्षाचे सदस्य असलेल्या लेखकानी राष्ट्रीय पातळीवर हिंदुत्ववादी राजकीय वर्चस्वाचा आणि हिंदुत्ववादी राष्ट्रीय चळवळीचा आपल्या लिखाणातून नेहमीच धिक्कार केला होता. त्यांनी असे म्हटले होते, की ''युरोपमध्ये राष्ट्रवादी आणि भांडवली क्रांतीमध्ये काही पुरोगामी आशय होता. तेथील जनतेने या क्रांतीच्या माध्यमातून धार्मिक वर्चस्वाविरुद्ध लढा दिला होता. परंतु भारतात राष्ट्रवाद म्हणजे केवळ 'आपल्या पूर्वजांचे उदात्तीकरण

आहे'. बागुल पुढे म्हणतात, ''येथे हिंदू बहुसंख्येने आहेत'' त्यामुळे या ठिकाणी अन्य भारतीय परंपरांशिवाय काहीही उभे राहणे अशक्य आहे:

> लोकशाहीवादी समाजवादाचा पाया उदारमतवाद, समता आणि बंधुता ही तत्वे आहेत. हे आधुनिक युगाचे तत्त्वज्ञान आहे. या तत्त्वज्ञानाला भारतीय मानसिकतेत आणि गुढ़तावादी मूल्यरचनेत मूलाधार नाही. या आदर्शांसाठी पोषक आणि आदर्श ठरतील अशी पर्यायी मांडणी संतांच्या साहित्यात सापडत नाही. तर दुसऱ्या बाजूला फॅसिझम, काल्पनिक कथा नायकांचे उदात्तीकरण, पोकळ गर्व, तिरस्कार, दुष्टावा आणि द्वेष यावर आधारित साहित्य आणि आणि अशा वांडमयाला मिळणारे विचारवंतांचे पाठबळ, हे भक्कमपणे उपलब्ध आहे(बागुल १९९२,२८३,२८८)

एक तरुण कवी विलास राशिनीकर यांनी हीच भूमिका अतिशय ठाम शब्दात मांडली आहे.

अत्यंत निबिड काळ्या बोगद्यातून
ते गोळा करताहेत राख
काळ्याशार पाण्यावर तरंगणारी
आणि तयार करताहेत
आपल्याच पूर्वजांचे सांगाडे,
आणि गाताहेत गाणी
त्यांच्याच विचारांच्या चिंध्यांची.
येथे प्रवेश नाही,
नव्या सूर्याला.
हे साम्राज्य आहे
पूर्वज-पूजकांचे,
काळ्या पडलेल्या अंधाराच्या
सांगाड्यांचे.
(विलास राशिनीकर,२८४-८५)

अशा रीतीने १९८० च्या आणि १९९० च्या दशकात दलित राजकारणानी मोठी झेप घेतली होती. या सर्व चळवळी म्हणजे वाढत्या हिंदुत्वादाला पर्याय निर्माण करण्याचा महत्त्वाचा प्रयत्न होता. १९८०च्या दशकात नव्या सामाजिक चळवळीतून निर्माण झालेला राजकीय पर्याय अपयशी ठरला. परंतु या दशकाच्या सुरुवातीला नवा राजकीय पर्याय आकाराला येत होता. तो म्हणजे बहुजन समाज पक्ष. हा पक्ष म्हणजे दलित राजकारणाच्या प्रवाहाची सर्वात नवी अभिव्यक्ती होती. परंतु त्याची वाटचाल काहीशी वेगळी आणि चमत्कारिक वाटावी अशी होती.

***

प्रकरण १२

बहुजन समाज पक्षाचा उदय

१९७० च्या दशकाच्या उत्तरार्धात मराठवाडा विद्यापीठाला डॉ. बाबासाहेब आंबेडकर यांचे नाव देण्याचा प्रस्ताव पुढे आल्यावर संपूर्ण मराठवाड्यातील सवर्ण हिंदूंनी हा मुद्दा म्हणजे आपल्या प्रादेशिक अभिमानाला दिलेले आव्हान आहे अशी भूमिका घेतली. संपूर्ण मराठवाड्यात सवर्ण हिंदूंनी दलित बौद्ध समाजावर हल्ले सुरू केले. याला प्रतिक्रिया देताना दलित आणि त्यांच्या पुरोगामी मित्रांनी एका लाँग मार्चचे आयोजन केले होते. नामांतरासाठी लाँग मार्च हे आंदोलन होते. हा लाँग मार्च काढला गेला. एक मोठे आंदोलन केले गेले परंतु त्यानंतर खूप वर्षांनी मराठवाडा विद्यापीठाचे नामांतर न होता, नामविस्तार केला गेला. डॉ. बाबासाहेब आंबेडकर मराठवाडा विद्यापीठ -- असे नाव देण्यात आले.

त्यावेळेस तरुण असलेले पंजाबमधील चर्मकार समाजातील कांशीराम, हे पुण्यातील संरक्षण खात्यात काम करणारे कर्मचारी होते. वरील सर्व घटनांचे ते निरीक्षक होते. कांशीराम यांना दलितांच्या संघटन क्षमतेचा अभाव अतिशय तीव्रतेने खटकला. आपल्याच समाजाविषयी एक तुच्छतेची भावना दाटून आली. त्याच काळात त्यांना आपल्या कामाच्या ठिकाणी मिळणाऱ्या भेदभावपूर्ण वागणुकीमुळे आंबेडकरवादी राजकारणात उतरण्याची तीव्र इच्छा झाली. त्यांनी आंबेडकरी चळवळीविषयी प्रचंड वाचन केले. कांशीराम यांनी रिपब्लिकन पक्षात प्रवेश केला होता. काही काळ या पक्षात त्यांनी कामही केले. परंतु रिपब्लिकन पक्षातील फटाफूट आणि केवळ

बौद्ध दलितांमध्ये पाया असलेल्या रिपब्लिकन पक्षाविषयी त्यांना तिटकारा वाटला. रिपब्लिकन पक्षाचा हा व्यवहार म्हणजे आंबेडकरांच्या उद्दिष्टांशी विपरीत असाच होता. रिपब्लिकन पक्ष हा केवळ दलितांचा पक्ष नव्हता. परंतु आता तर हा पक्ष दलितांमध्ये ही केवळ एका जातीचा पक्ष उरला होता. ती जात म्हणजे पूर्वाश्रमीचे महार. पक्षातून बाहेर पडल्यावर अनेक वर्षांनी कांशिराम असे म्हणाले होते की, '' मी महाराष्ट्रात राजकारणाचे धडे गिरविले. मी आंबेडकरांकडून राजकारण कसे करावे, हे शिकलो. तर मी रिपब्लिकन पक्षाकडून राजकारण कसे करू नये, हे शिकलो''. कांशिराम यांनी आपल्या मासिकात लिहिलेल्या एका लेखात लाँग मार्चचे वर्णन एक ''नेतृत्वहिन मार्च'', असे केले होते. कांशिराम यांच्या मते, भारतात नाव घ्यावे असे दलित नेतृत्व शिल्लक नव्हते.

या पार्श्वभूमीवर कांशिराम यांनी स्वतःची बॅकवर्ड अँड मायनॉरिटी कम्युनिटी एम्प्लॉइज फेडरेशन (बामसेफ) ही संघटना स्थापन केली. या संघटनेचा मुख्य आधार सरकारी खात्यातील मागास जातीतील कर्मचारी हा होता. या संघटनेची स्थापना मुख्यतः भविष्यातील दलित राजकीय चळवळीसाठी काम करणाऱ्या आणि नेतृत्व करणाऱ्या कार्यकर्त्यांना साधन संपत्तीचा स्रोत म्हणून करण्यात आली होती. त्यांनी दलित समाजातील विचारवंत एकत्र आणले. अनेक जात समूहांच्या सभा बैठका घेतल्या. आपले अंतिम उद्दिष्ट जातींचे निर्मूलन करणे असे असले, तरी त्याची सुरुवात जाती-जातींना संघटित करण्यापासूनच होणार आहे, याचे भान त्यांना होते. जातींना संघटित करून त्या माध्यमातून समाज जागृती हा मुख्य घटक होता. कांशिराम यांनी सुरुवातीला बामसेफच्या स्थापनेनंतर दलित शोषित समाज संघर्ष समिती म्हणजेच डीएस-फोर ही आघाडी स्थापन केली. पुढील टप्प्यात बहुजन समाज पक्ष उत्तर भारत आणि भारताच्या अन्य भागात संघटित केला गेला. या संघटनांच्या मार्फत त्यांनी भारतातील सामाजिक लोकशाहीचे मुख्य चार आधारस्तंभ म्हणजे, आंबेडकर,फुले, कोल्हापूरचे शाहू महाराज आणि पेरियार, हे आहेत हे सर्वत्र ठामपणे सांगितले.

कांशिराम यांनी डीएस-फोर ची स्थापना केली आणि १९८० च्या दशकात पहिल्यांदा निवडणुका लढविल्या. याच डीएस- फोर चे रूपांतर नंतरच्या काळात, म्हणजे १९८४ मध्ये त्यांनी बहुजन समाज पक्षात केले. या निवडणुकीत त्यांना अगदी अल्प प्रतिसाद मिळाला होता. परंतु या निवडणुकीमध्ये त्यांनी सर्वत्र आपले उमेदवार उभे केले होते. उमेदवारांची अनामत रक्कम गेली तरी चालेल, पण सर्वत्र, प्रत्येक मतदारसंघात आपले उमेदवार उभे करायचे असे ते डावपेच होते. यामुळे आपल्याला राष्ट्रीय पातळीवर राष्ट्रीय पक्ष म्हणून आवश्यक इतकी मते मिळू शकतात, असा त्यांचा होरा होता. हे उद्दिष्ट साध्य केल्यावर कांशिराम यांनी आपल्या बीएसपी या पक्षाचे चिन्ह हत्ती हे मान्य करून घेतले. पूर्वी हे पक्ष चिन्ह केवळ महाराष्ट्रात

पाया असलेल्या रिपब्लिकन पक्षाचे होते. हे पक्षाचे चिन्ह आणि रिपब्लिकन पक्ष हे नाव डॉक्टर बाबासाहेब आंबेडकर यांनी निवडले होते. अमेरिकेतील रिपब्लिकन पक्ष हा गुलामगिरी नष्ट करणाऱ्या अब्राहम लिंकन यांचा पक्ष होता.ते चिन्ह आंबेडकरांनी आपल्या पक्षासाठी निवडले होते.

१९९९ च्या लोकसभा निवडणुकीत बहुजन समाज पक्षाने राष्ट्रीय पातळीवर १३ जागी विजय मिळवला. तर २००९मध्ये १७ ठिकाणी बहुजन समाज पक्षाला विजय मिळाला. २००९मध्ये बसपाला अखिल भारतीय पातळीवर एकूण सात टक्के मत मिळाली होती. लक्षात घेण्याचा मुद्दा असा की त्या निवडणुकीमध्ये बसप हा भारतातील तिसऱ्या क्रमांकाचा सर्वात मोठा पक्ष ठरला. बसपाने अरिष्टग्रस्त डाव्या पक्षांपेक्षा अधिक मते मिळविली होती.

उत्तर प्रदेश हा बसपाचा बालेकिल्ला ठरला होता. या ठिकाणी कांशिराम यांनी एक तरुण दलित स्त्रीला म्हणजेच मायावतीला आपल्या मुख्य वारसदार म्हणून किंवा आपले सेनापती म्हणून पुढे आणली होती. मायावती यांच्या हातात पक्षाचे संपूर्ण नियंत्रण त्यांनी दिले होते. उत्तर प्रदेशमध्ये चर्मकार समाज हा बसपाचा मुख्य जनाधार होता. चर्मकार समाज उत्तर प्रदेशमध्ये सर्वात मोठा अनुसूचित जाती समाज होता. या समाजाची एकूण लोकसंख्या उत्तर प्रदेशात वीस टक्के इतकी होती. १९९३ मध्ये बहुजन समाज पक्षाने समाजवादी पक्षाशी आघाडी करून उत्तर प्रदेशमधील विधानसभा निवडणूक जिंकली होती. मायावती या उत्तर प्रदेशच्या मुख्यमंत्री झाल्या. त्यांनी याच काळात बहुजन समाज पक्षावरही पूर्ण कब्जा केला होता. आता बहुजन समाज पक्षातर्फे आंबेडकर, फुले, शाहू महाराज आणि पेरियार या चार आधारस्तंभांबरोबरच झालकरीबाई या १९५७ च्या स्वातंत्र्यलढ्यात उतरलेल्या ओबीसी समाजातील लढाऊ नेत्यांची प्रतिमा भारतीय सामाजिक लोकशाहीचे आधारस्तंभ म्हणून उभी केली होती.

कांशिराम यांनी याच काळात दक्षिणेतील आंध्र प्रदेश, गोवा, महाराष्ट्र या राज्यात पक्षाचा विस्तार करण्याचा प्रयत्न केला. त्यांनी या राज्यांमधील डाव्या पक्षांमधील कार्यकर्त्यांना आपल्या पक्षाकडे आकृष्ट केले. उत्तर प्रदेशात मिळालेल्या यशामुळे या नवीन कार्यकर्त्यांनी उत्साहाने बसपमध्ये प्रवेश केला होता. महाराष्ट्रात कांशिराम यांनी अशी घोषणा केली की मला महाराष्ट्रात एक मुलायम सिंह हवे आहेत. म्हणजेच बसप नियंत्रण करण्यासाठी एक बहुजन समाजातील नेता हवा आहे. त्यांना जुन्या जमान्यातील स्वातंत्र्यसैनिक असलेले नागनाथ नायकवडी हे मराठा समाजातील नेते या भूमिकेसाठी योग्य वाटले होते. त्यांनी महाराष्ट्रामध्ये अस्सल मराठा समाजाच्या अस्मितेला चुचकारणारा असा विषय हाती घेतला होता. पुणे विद्यापीठाला शाहू महाराज यांचे नाव द्यावे अशी मागणी या पक्षाने केली होती. कोल्हापूरचे शाहू महाराज यांना ब्राह्मणेत्तर आणि दलित समाजातील लोकांमध्ये विशेष आपुलकीचे

आणि प्रेमाचे स्थान होते. शाहू महाराजांनीच नोकरीमध्ये राखीव जागांचे धोरण प्रथम स्वीकारले होते. या धोरणामुळे पुणे हे आपले सांस्कृतिक वर्चस्वाचे केंद्र मानणाऱ्या ब्राह्मणांना त्यांनी मोठे आव्हान दिले होते. वरील मागणी घेऊन कांशिराम यांनी खऱ्या अर्थाने बहुजन समाज पक्षाला दलित नेतृत्व असणारा बहुजन पक्ष असे रूप दिले. या धोरणाचा एक परिणाम असा झाला, की प्रकाश आंबेडकर यांना आव्हान दिले गेले. रिपब्लिकन पक्षाचा एक गट जो बहुजन महासंघ या नावाने कार्यरत होता, त्याचे नेतृत्व प्रकाश आंबेडकर करत होते. त्यांनी या बहुजन महासंघ आघाडी मार्फत विदर्भामधील निवडणुकांमध्ये आपला प्रभाव काही प्रमाणात सिद्ध केला होता (तळटीप १)

बहुजन समाज पक्षाची राष्ट्रीय संसदीय निवडणुकीतील प्रगती

वर्ष	काँग्रेस	भाजप	बसप
१९५२	४५.००	०३.१०	---
१९५७	४७.८०	०५.९०	---
१९६२	४४.७०	०६.४०	---
१९६७	४०.८०	०९.४०	---
१९७१	४३.७०	०७.४०	---
१९७७	३४.५०	---	---
१९८०	४२.७०	---	---
१९८४	४८.१०	०७.४०	---
१९८९	३९.५०	११.५०	---
१९९१	३६.५०	२०.१०	---
१९९६	२८.८०	२०.२९	३.६४
१९९८	२५.७२	२५.३८	४.६६
१९९९	२८.३०	२३.७५	४.१६
२००४	२६.४४	२२.१६	---
२००९	२९.०२	१९.१२	६.९८

तळटीप १ : बहुजन या शब्दाचा शाब्दिक अर्थ बहुसंख्य नागरिक असा होतो. परंतु बहुजन समाज पक्षाने बहुजन हा शब्द दलित पूर्वाश्रमीचे शूद्र आदिवासी आणि धार्मिक अल्पसंख्यांक यांची एकजूट या अर्थाने वापरला आहे.

महाराष्ट्रामध्ये बहुजन समाज पक्षाने असे डावपेच लढवले असले तरीही पक्ष विस्तारासाठी याचा फारसा उपयोग झाला नाही. तिकडे उत्तर प्रदेशात बसप मुख्यमंत्री मायावती आणि मुलायम सिंह यांचा समाजवादी पक्ष यांच्यामधील तणाव वाढत गेले. याचा परिणाम म्हणजे मुलायम सिंह यांनी सरकारचा पाठिंबा काढून घेतला. अशा परिस्थितीत राजीनामा देऊन स्वतंत्रपणे परत बहुजन समाज पक्षाच्या राजकीय भूमिकेवर निवडणुका लढविणे, असे न करता मायावती यांनी भारतीय जनता पक्षाचा पाठिंबा घेऊन मुख्यमंत्रीपदी राहणे, हा पर्याय स्वीकारला. बहुजन समाज पक्षावर आपले नियंत्रण असल्याने मायावती यांनी पुढील काही वर्ष अशाच पद्धतीचे राजकारण केले. त्यांनी काँग्रेसबरोबर आघाडी करण्यास सातत्याने नकार दिला. याउलट भारतीय जनता पक्षाबरोबर कायमच प्रेमाचे आणि मैत्रीचे नाते राखले. या कालखंडात गुजरातमध्ये २००२ मध्ये हिंदुत्ववादी संघटनांनी मुस्लिमांचे मोठ्या प्रमाणावर शिरकाण केले होते. त्यामुळे नरेंद्र मोदी हे जगभरात बदनाम झाले होते. तरीसुद्धा नरेंद्र मोदी यांच्या बरोबर निवडणूक प्रचारात भाग घेऊन, मायावती यांनी मोदींना पाठिंबा दिला होता.

२००७मध्ये उत्तर प्रदेश मधील विधानसभा निवडणुकीत मायावती यांनी आपल्या राजकीय भूमिकेत आणि धोरणात मोठा बदल घडवून आणला. त्यांनी ब्राह्मणांना विरोध करण्याची भूमिका सोडून दिली. त्याऐवजी ब्राह्मणांना आपल्या पक्षांमध्ये आणण्यासाठी त्यांचे लांगुलचालन सुरू केले. या भूमिकेच्या माध्यमातून त्यांनी आपल्या बहुजन समाजाला सर्वसमाज बनविण्याचा प्रयत्न सुरू केला. असा प्रयत्न सुरू करण्यामागे उत्तर प्रदेश मधील निवडणुकीतील जातींचे वैशिष्ट्यपूर्ण गणित हा एक महत्त्वाचा घटक होता. उत्तर प्रदेशात ब्राह्मण लोकसंख्येच्या १२ टक्के आहेत. तर अन्य बारा टक्के जातसमूह उच्चवर्णीय आहेत. दलितांची लोकसंख्या २०टक्के आहे. उत्तर प्रदेशमधील यादवांसहित उर्वरित सर्व अन्य मागासवर्गीय हे मुलायम सिंग यादव यांच्या नेतृत्वाखाली होते. या अन्य मागासवर्गीय गटाचा मायावती यांना ठाम विरोध होता. त्यामुळेच मायावती यांनी ब्राह्मणांशी आघाडी करणे हा एक डावपेच होता. मात्र या भूमिकेत एक मोठी त्रुटी अशी होती, की मायावती ब्राह्मणांना बदलण्याचा आग्रह करत नव्हत्या. पूर्वी अमेरिकेतील काळ्या लोकांच्या आंदोलनाने अशी भूमिका घेतली होती, की गोऱ्यांनी आपला वर्ण विद्वेष सोडून द्यावा आणि आमच्या चळवळीत सहभागी व्हावे. मायावती यांनी अशी भूमिका न मानता केवळ ब्राह्मणांनी आपल्याला निवडणुकीत पाठिंबा द्यावा, अशी संधिसाधू भूमिका घेतली होती. त्यांनी या निवडणुकी साठी नवी घोषणा दिली 'होती हाथी नही गणेश है ब्रम्हा विष्णू महेश है.'

या भूमिकेमुळे दलित समाजातील अनेकांना आपला विश्वासघात झाल्याची भावना निर्माण झाली. परंतु या भूमिकेमुळे मायावती यांना मात्र निवडणुकीत यश

मिळाले होते. बहुजन समाज पक्षाला या निवडणुकीत इतर कोणत्याही पक्षाची मदत न घेता स्वतंत्रपणे सत्ता स्थापनेपुरते बहुमत स्पष्टपणे प्राप्त झाले होते. त्यामुळे मायावती यांची ब्राह्मणांच्या लांगुलचालनाची भूमिका मान्य नसलेल्या पक्षातील दलित गटाची बोलती बंद झाली. मायावती यांनी आपल्या पक्षातील अनेक निष्ठावान जुन्या कार्यकर्त्यांना या काळात बाजूला केले. परंतु तरीही मायावती यांचे पक्षावर पूर्णपणे नियंत्रण होते. सत्तेच्या राजकारणात हेच सगळ्यात महत्त्वाचे असते. त्याचबरोबर मायावती या कांशिराम यांच्या वारस होत्या. कांशिराम यांचे निधन झाले होते. त्यामुळे मायावती यांच्या पक्षांतर्गत वर्चस्वाला आव्हान देणारे कोणीही उरले नव्हते.

या संधिसाधू भूमिकेमुळे मायावती या भारतीय राजकारणातील 'बॅड गर्ल' ठरल्या होत्या. त्यांच्या तुलनेत सोनिया गांधी या गुड गर्ल मानल्या जाऊ लागल्या. सोनिया गांधी यांचे आपल्या पक्षावर पूर्णपणे नियंत्रण होते. सोनिया गांधी या स्वतः सत्ता नाकारणाऱ्या आणि आपल्या मुलासाठी सत्तेचा मार्ग दाखवून देणाऱ्या आदर्श विधवा स्त्री या भूमिकेत होत्या. सोनिया गांधी यांनी राहुल गांधी यांचा मार्ग प्रशस्त करण्यासाठीच मनमोहन सिंग यांना पंतप्रधान करण्यास पाठिंबा दिला होता. सोनिया गांधी या बहुतेक वेळा साडी परिधान करत असत. तसेच साडीचा पदर आपल्या डोक्यावर घेत असत. हळूहळू त्या अधिकाधिक चांगले हिंदी बोलू लागल्या होत्या. तर मायावती यांनी आता आपले केस छोटे केले होते. त्या अतिशय आकर्षक असे पांढऱ्या रंगाचे पंजाबी ड्रेस वापरू लागल्या होत्या. मायावती यांचे वाढदिवस मोठ्या धुमधडाक्यात साजरे केले जात असत. या समारंभात मायावती हिरे मोत्यांचे दागिने घालून मिरवत असत. एका अर्थाने, त्या सर्व प्रस्थापित नियम तोडत होत्या. त्यांच्या दलित सहकाऱ्यांना याविषयी कोणतेही आक्षेप नव्हते. त्यांच्या दृष्टीने मायावती या निवडणूक जिंकून देत होत्या, हेच सर्वात महत्त्वाचे होते.

यानंतर २००९मधल्या संसदीय निवडणुका आल्या. सर्व पक्षांनी निवडणुकांच्या तयारीची सुरुवात केली. देशातील वातावरण असे होते, की कोणतीही एक लाट दिसत नव्हती. काँग्रेस पक्ष बऱ्याच प्रमाणात बदनाम झाला होता. भारतीय जनता पक्षामध्ये कडवे हिंदुत्ववादी आणि मध्यममार्गी यांच्यामध्ये पक्ष विभागला गेला होता. पक्षातील मध्यममार्गी नेत्यांना असे वाटत होते, की कडवी हिंदुत्ववादी भूमिका आता लोकांना पटणार नाही. त्या ऐवजी पक्षाने विकासाचा अजेंडा पुढे करणे आवश्यक आहे. देशात या काळात बारा-पंधरा प्रादेशिक पक्षसुद्धा कार्यरत होते. याशिवाय अनेक प्रादेशिक पक्ष नव्याने तयारही होत होते. विशेषतः अन्य मागासवर्गीय जनतेच्या हितसंबंधांसाठी असे प्रादेशिक पक्ष आणि संघटना तयार होत होत्या. बिहारमध्ये नितेश कुमार यांना लालूप्रसाद यादव यांनी बाजूला सारले होते. लालूप्रसाद यादव यांनी विकासाची भूमिका पुढे रेटण्यास प्रारंभ केला होता. महाराष्ट्रामध्ये शरद पवार यांना पंतप्रधानपद

मिळावे, यासाठी राष्ट्रवादी काँग्रेस पक्षाने नव्याने मोर्चेबांधणीला सुरुवात केली होती. याशिवाय देशात डाव्या आणि उजव्या आघाड्याही तयार होत होत्या. यांच्यापैकी कोणालाही मनमोहन सिंग यांना पुन्हा एकदा पंतप्रधानपदी आणण्याची इच्छा नव्हती. या काळात मायावती यांनाही आपल्याला पंतप्रधान पद मिळावे अशी महत्त्वकांक्षा तयार झाली होती. या इच्छेनेच त्यांनी डाव्या पक्षांच्या तिसऱ्या आघाडीत प्रवेश केला होता. परंतु त्यांनी डाव्या आघाडीचा किमान समान कार्यक्रम स्वीकारला नाही किंवा डाव्या आघाडीच्या कोणत्याही नेत्याला पाठिंबा दिला नव्हता. याचे कारण मायावती यांना स्वतःलाच ब्राह्मण समाज गटाशी आघाडी करून राष्ट्रीय पातळीवर पंतप्रधानपद प्राप्त करायचे होते.

मायावती यांनी अतिशय झगमगाटी प्रचार केला. त्या स्वतंत्रपणे देशभर बहुजन समाज पक्षाचा प्रचार करत फिरल्या. आपल्या प्रचारात मायावती यांनी सामाजिक परिवर्तनाची भूमिका सर्वत्र मांडली. मायावती यांच्या या भूमिकेमुळे देशातील दलितांच्या आकांक्षा फुलल्या होत्या. त्यांना राष्ट्रीय पातळीवरील सत्तेची स्वप्ने पडू लागली होते. या प्रचारामुळे मायावतींना राष्ट्रीय आणि आंतरराष्ट्रीय पातळीवर मोठी प्रसिद्धी मिळाली. मायावती या एकमेव काँग्रेस आणि बीजेपीबाह्य राष्ट्रीय नेत्या आहेत, अशी प्रतिमा उभी राहिली. मायावती यांचा एकूण प्रचार आणि व्यक्तिमत्त्व इतके बहुरंगी होते, की त्यांच्याकडे दुर्लक्ष करणे शक्य नव्हते. या पार्श्वभूमीवर त्यांना न्यूज वीकसारख्या कार्यक्रमात मोठी प्रसिद्ध मिळाली. मायावती यांची भारताचे प्रतिओबामा अशी प्रतिमा तयार झाली. खास अमेरिकन पद्धतीच्या प्रचार विश्लेषणात त्यांनी मायावतीचे राजकारण म्हणजे वर्गीय राजकारण असे विश्लेषण केले. या काळात निवडणुकीच्या प्रचाराचा मुद्दा म्हणून भारतातील जाती आणि जातीय राजकारण याला जगभरात महत्त्वाचा मुद्दा म्हणून प्रसिद्धी मिळाली.

परंतु निवडणुका झाल्या. मतमोजणी झाल्यावर एक गोष्ट स्पष्ट झाली, की बहुजन समाज पक्षाला मोठे अपयश आलेले आहे. त्यातही धक्कादायक बाब अशी होती की उत्तर प्रदेशातील दलितसुद्धा मायावतींच्या या संधीसाधू राजकारणाला कंटाळले होते. उत्तर प्रदेशमधील एक राजकिय तज्ज्ञ पत्रकार, संपादक शिवम विज यांनी असे विश्लेषण मांडले, की उत्तर प्रदेशमधील दलितांची अशी भावना झाली, की मायावती या त्यांना गृहीत धरत आहेत. उत्तर प्रदेशमधील दलित इतर कोणाला मतदान करूच शकत नाहीत, असा समज मायावती यांनी करून घेतला. या नाराजीमुळे दलितांनी निवडणुकीत भागच घेतला नव्हता आणि मतदान केले नाही.

याचा अर्थ दलितांनी आपली नाराजी इतक्या स्पष्टपणे व्यक्त केली नसती तर बहुजन समाज पक्षाला उत्तर प्रदेश मध्ये ३५ पेक्षा अधिक जागा मिळणे शक्य होते. तसे झाले असते तर काँग्रेसला केंद्रामध्ये महत्त्वाचा राजकीय पक्ष म्हणून स्थान मिळणे अवघड होते.

परंतु उत्तर प्रदेशमधील दलितांना हे चांगले माहीत होते, की मायावती कुवतीपेक्षा खूप अधिक आणि खूप लवकर पुढे,पुढे झेपावण्याचा प्रयत्न करत आहे. दलितांना मायावतीने उत्तर प्रदेशातील त्यांची साथ सोडून दिल्लीत जावे मान्य नव्हते. (२)

या निवडणुकांमुळे काँग्रेस पुन्हा एकदा ठामपणे सत्तेत प्रस्थापित झाल्याचे देशातील बहुतेक विचारवंत आणि पत्रकारांनी रंगवले होते. याचा प्रतिनिधिक नमुना म्हणजे प्रताप भानू मेहता, यांच्या इंडियन एक्सप्रेस या वृत्तपत्रातील लेखाचे देता येईल.आपल्या लेखात ते म्हणतात '' देशातील संधिसाधू, गोंधळ माजवणाऱ्या....... आणि मतपेटीच्या राजकारणाचा एकदाचा शेवट झाला आहे''. प्रताप भानू मेहता यांच्या विश्लेषणाचा अर्थ असा होता, की जातीय राजकारण आणि प्रादेशिक भाषिक अस्मितांचे राजकारण आता मागे पडले आहे. या निवडणुकीमुळे जातीय आधारित आणि स्थानिक अपक्ष हे पराभूत झाले आहेत.

असे असले तरी काँग्रेस पक्षाला निवडणुकीत मिळालेले यश हे तितकेसे भक्कम नव्हते. त्यांना मिळालेली मतांची टक्केवारी पाहता आणि त्यांनी जिंकलेल्या जागांची संख्या याचा विचार करता, देशातील दलित आणि नव्या आकांक्षा जागृत झालेल्या अन्य मागासवर्गीय जाती या अजूनही गोंधळाच्या मन:स्थितीत होत्या. मायावती यांनी या समूहांना आपल्या राजकीय भूमिकांमुळे नाराज केले होते. मायावती अनेक वेळा सत्तेच्या केंद्रस्थानी होत्या. परंतु मायावती यांनी दलितांना सत्तेचे आत्मबळ देतानाच व्यापक दलित हितसंबंधांच्या दृष्टिकोनाचा बळी दिला होता.

***

तळ टीप २ : Shivam Vij:// katila.org/2009/05/21/ups-dalits-remind-mayawati-democracy-is-a-beautiful-thing/

निष्कर्ष
सीतेचे तळतळाट आणि शंबुकाचे मौन

भारत हे एक हिंदू राष्ट्र आहे. याविषयी या देशातील बहुसंख्य विचारवंत, पत्रकार (बहुसंख्य सर्वसाधारण नागरिकसुद्धा) यांचे जवळ जवळ एकमत आहे. या विषयावर मुख्य संघर्ष जातीयवादी आणि सेक्युलॅरिस्ट यांच्यात आहे. हा देश हिंदुराष्ट्र आहे का सेक्युलॅरिस्ट / धर्मनिरपेक्ष राष्ट्र आहे असा तो संघर्ष आहे. असे असले तरी आज भारत देश हा हिंदू राष्ट्र (किंवा हिंदू बहुल राष्ट्र) आहे, याविषयी व्यक्त होणारे एकमत हे अतिशय कच्च्या तार्किकतेवर आधारित आहे. 'इकॉनॉमिस्ट' या नियतकालिकात प्रसिद्ध झालेल्या एका लेखात याबाबतचे एक उदाहरण पाहायला मिळते. ते असे. या लेखाचे शीर्षक आहे 'द हिंदू अपसर्ज' (हिंदूंचा उठाव) :

हिंदू म्हणजे काय या प्रश्नाचे उत्तर अत्यंत गुंतागुंतीचे आहे. हजारो वर्षांपूर्वी आर्य हे मध्य आशियातून भारतीय उपखंडात स्थलांतरित झाले होते. त्यांनी या उपखंडातील स्थानिक जमातींवर विजय मिळवला आणि आपली सत्ता स्थापन केली.आर्यांचे पवित्र ग्रंथ वेद. या ग्रंथांमध्ये तत्वज्ञान, प्रार्थना आणि अनेक देवदेवतांच्या कथा यांचे मिश्रण होते. आर्य जसजसे स्थानिक मूळ रहिवाशांमध्ये मिसळू लागले तसे आर्यांच्या वेदांमध्ये स्थानिक देव स्थानिक लोकांच्या श्रद्धा यासुद्धा जोडल्या गेल्या. अशा देवता आणि श्रद्धा यांच्या अतिशय सैलसर मिश्रणाला हिंदुत्ववाद असे म्हटले गेले. हिंदू हा शब्द मुळात सिंधू नदीच्या आसपास राहणाऱ्या लोकांसाठी वापरला गेला होता. मुख्यतः हा शब्द एका समाजाच्या उल्लेखासाठी वापरला गेला होता. हिंदू हा शब्द धर्म श्रद्धेचा निदर्शक नव्हता .... (इकॉनॉमिक्स १९९३ २१)

वरील परिच्छेदातील वर्णन हे खरोखर वस्तुनिष्ठ वर्णन म्हणता येईल. केवळ या परिच्छेदात एक त्रुटी आहे. ती म्हणजे या वर्णनात केवळ स्थानिक जमातींचा उल्लेख आहे. परंतु भारतीय उपखंडात आणखीही काही संस्कृती होत्या, हे लक्षात ठेवायला हवे. या वर्णनात 'आर्य संस्कृती' हा मुख्य पायाभूत आधार धरला आहे. इतर धार्मिक प्रथा, परंपरा या त्याच्याशी नंतर जोडल्या गेल्या, असे गृहीत धरले गेले आहे. ते तितकेसे योग्य वर्णन नाही. परंतु असे असले तरी हिंदू विषयक वर्णनात लोक आणि काही धर्म श्रद्धा हे दोन्हीही एकत्रित जोडले आहेत, याचे महत्त्वाचे कारण हिंदू धर्माचे विश्लेषण करण्यामधील हा एक महत्त्वाचा वादग्रस्त मुद्दा आहे. हिंदू जर धर्म असेल, तर केवळ या उपखंडातील नागरिकांसाठीच या शब्दाचा वापर का बरं केला जातो? तर दुसरा प्रश्न असा, की हा धर्म असेल (ब्राह्मण्याशी जोडलेला, वेदांच्या अधिकाराला मान्यता देणारा आणि जाती व्यवस्थेला मान्यता देणारा), तर तो धर्म, या उपखंडाचा मूळचा किंवा राष्ट्रीय धर्म असू शकत नाही. याउलट बौद्धमत आणि जैन हे धर्म अधिक प्राचीन धर्म आहेत, असा दावा करता येतो. तसेच शिख, वीरशैव तसेच इतर आदिवासी परंपरा असा निश्चितपणे असा दावा करू शकतात की हिंदू धर्म या उपखंडाच्या परिघाबाहेरचा आहे. याचाच अर्थ धर्म म्हणून हिंदू धर्माची व्याख्या केली, तर तो येथील बहुसंख्य नागरिकांचा धर्म नाही.

याउलट हिंदू कोण? अशी व्याख्या करायची म्हटली किंवा वर्णन करायचे तर असा एक समाज किंवा अशा एका प्रदेशातील समाज ज्यांच्या सांस्कृतिक परंपरा या प्राचीन मोहनजोदडो आणि त्यापूर्वीच्याही ऐतिहासिक समाजाशी जोडलेल्या परंपरा आहेत, असे म्हणता येते. या प्राचीन समाजात विविध वंश, वर्ण आणि संस्कृतींचा समावेश होऊ शकतो. काश्मीरपासून कन्याकुमारीपर्यंत आणि दक्षिण पूर्व भारतापासून राजस्थानच्या वाळवंटापर्यंतचे सर्व समाज यात सामील करता येतात. या व्याख्येनुसार जगाच्या अन्य भागातून भारतीय उपखंडात आलेल्या अनेक लोकांचा समावेश होऊ शकतो. (भारतीय उपखंडात आलेल्या अशा स्थलांतराची सुरुवात द्रविड आणि आर्यापासून करता येते.) याचा अर्थ आपल्याला भारतीय मुस्लिम आणि भारतीय ख्रिश्चन यांना या समाजातून वगळता येत नाही किंवा राम आणि कृष्ण किंवा अन्य कोणतेही स्थानिक देव देवतांना राष्ट्रीय देव असे 'व्याख्यात्मक स्थान' बहाल करणे हे अशक्य बनते.

कोणत्याही वैदिक परंपरांना ऐतिहासिक किंवा तार्किक पाया आहे म्हणून प्राधान्य देता येत नाही. अशा प्रकारची 'हिंदू' अस्मिता (काही विचारवंत याला सिंधू-हिंदू अस्मिता म्हणतात. 'हिंदू' शब्दाचा मूळ उच्चार 'सिंधू' असाच आहे) किंवा ओळख सांगायची झाली, तर ती स्पष्टपणे समतावादी आणि ब्राह्मणेत्तर समाज गुणधर्म असलेली अस्मिता असेच सांगावे लागेल ,असे काही विचारवंतांचे मत आहे. (पाटणकर १९९३)

वेगळ्या शब्दात सांगायचे तर हिंदू राष्ट्रवादी प्रवाहाने आज हिंदुत्व म्हणून तयार केलेली आणि स्वतःला सेक्युलरवादी किंवा धर्मनिरपेक्ष/सर्वधर्मसमभाव पुरस्कर्ते म्हणवणाऱ्या लोकांनीही मान्य केलेली ओळख एक प्रकारे फसवी आहे. हिंदुत्व म्हणून आज व्यक्त होणारी ओळख ही दोन परस्परविरोधी कल्पनांच्या एकत्रीकरणातून तयार करण्यात आली आहे. व्यापक स्तरावर हिंदू म्हणजे एक व्यापक, प्रादेशिक, बहुतत्ववादी(Pluralistic)ऐतिहासिक ओळख असलेला समाज ही एक संकल्पना, तर 'हिंदू' म्हणजे आर्य/ वैदिक /सांस्कृतिक/ ब्राह्मणी अशी विशिष्ट धार्मिक, सांस्कृतिक ओळख असलेला समाज ही दुसरी संकल्पना. या दोन्ही संकल्पना एकत्रित करून 'हिंदुत्ववादी अस्मिता' तयार करण्यात आली आहे.

आधी उल्लेख केलेल्या इकॉनॉमिस्ट मधील लेखात पुढे असे विश्लेषण मांडले आहे, की '' हिंदू आणि मुस्लिम ही समस्या दोन धर्मांमधील समस्या नसून, या देशातील सेक्युलर आणि या देशातील धर्मांध हिंदू यांच्यातील मुस्लिम समाजाला कशा पद्धतीने वागवले जावे किंवा स्थान द्यावे या मुद्द्यावरील संघर्षाचे निदर्शक आहे''. परंतु हा मूळ संघर्ष वेगळा आहे. त्याचा अधिक सखोलपणे विचार करणे आवश्यक आहे. या यासंदर्भात एक मांडणी अशी केली जाते, की या देशातील सर्वात मोठा वर्ग आणि जात सांस्कृतिक संघर्ष हा 'हिंदू कोण' आणि 'भारतीय म्हणजे काय' या मुद्द्याभोवती आहे. हा मूलभूत वाद शेवटी ब्राह्मणी पितृसत्ताक परंपरा आणि खालच्या जातीतील शोषित समाज यांच्यातील संघर्षापर्यंत पोहोचतो.

या ठिकाणी आर्य अस्मितेचा मुद्दा महत्त्वाचा ठरतो. फुले यांनी आर्यांचे आक्रमण हा या देशातील समाजाच्या दडपणुकीच्या मुख्य पाया असल्याचा सिद्धांत मांडला होता. १९२० च्या दशकातील पुरोगाम्यांनी हा मुद्दा आणखी टोकाला नेला. परंतु आंबेडकरांनी हा आर्यांच्या आक्रमणाचा मुद्दा नाकारला होता. आर्य आक्रमणाविषयी उभी केलेली ही भूमिका म्हणजे दलितांच्या आर्यवाद-विरोधी भूमिका म्हणून जरी मांडली गेली असली, तरी अनेक विचारवंतांनी अशी भूमिका म्हणजे केवळ प्रतिवादासाठी मांडलेला उलटा वंशवाद आहे, अशी टीका केली होती. या प्रतिवादी पण वंशवादी भूमिकेत अनेक त्रुटी तर होत्याच, परंतु आर्यांनी सिंधूच्या खोऱ्यातील संस्कृती नष्ट केली या धारणेला कोणताही खरा आधार पुरावा नव्हता. त्याचप्रमाणे जाती व्यवस्था ही केवळ या आर्यांच्या आक्रमणाच्या काळात घडलेल्या घटनामुळे निर्माण झाली, ही भूमिकासुद्धा चुकीची किंवा अपुरी होती. असे असले तरी महात्मा फुलेंनी निर्माण केलेली प्रतिमासृष्टी नक्कीच टिकून राहिली. आर्य अस्मितेला असलेली प्रतिष्ठा आणि सर्व उच्च जातीतील हिंदूसाठी भारताच्या सर्व परंपरा म्हणजे वैदिक, उपनिषद आणि संबंधित सांस्कृतिक परंपरा याच मुख्य परंपरा यांना मान्यता मिळाली होती. त्याचप्रमाणे 'गौरवर्ण' हा 'कृष्णवर्णपेक्षा' श्रेष्ठ अशी उत्तर भारतीयांना श्रेष्ठ

ठरवणारी छुपी अहंकारी प्रवृत्ती टिकून राहिली होती. परिणामी दलित, शूद्र जनतेमध्ये याविषयी तीव्र संतापाची भावना कायम टिकून राहिली. या दलित शूद्र जनतेमध्ये अशा वांशिक आणि वर्णश्रेष्ठत्वाच्या अस्मितेविरुद्ध सतत शत्रुत्वाची भावना निर्माण होत होती. त्यामुळेच ''या देशात प्रथम कोण आले? आणि या देशात बाहेरून येणारे कोण? '' हा प्रश्न परत परत विचारला जातो.''

या पार्श्वभूमीवर आर्यवादाच्या केंद्रस्थानी मुख्य मुद्दा ब्राह्मण्यवादाचा आहे. ब्राह्मण्यवादाविरुद्ध असलेली आक्रमक भूमिका ब्राह्मण विरोधी नाही, ही भूमिका नक्कीच स्पष्ट करता येऊ शकते. परंतु तरीही जातीविषयक भूमिका घेताना या उच्च जातींना आपले जात म्हणून असलेले विशेष अधिकार धोक्यात येत आहेत, असे सतत वाटत राहते. त्यामुळेच मंडल आयोगाचा अहवाल इतका स्फोटक बनतो. या घटनांमधून एक गोष्ट स्पष्टपणे पुढे येते, की आजही जातीविषयक पूर्वग्रह आणि उतरंडीच्या सर्व स्तरांवर दलित आणि निम्न जातींना वगळण्याची मानसिकता उच्च जातींमध्ये टिकून आहे. या दृष्टिकोनाविरुद्ध संघर्ष करताना केवळ ब्राह्मण्यवादाला विरोध केल्यामुळे पर्यायी मानवी समाज निर्माण होऊ शकेल, याची काही दलित कार्यकर्त्यांना खात्री वाटत नाही. त्यामुळेच ब्राह्मण्यवाद हा एक मुख्य संघर्षाचा मुद्दा आहे. फुले आणि आंबेडकर यांच्यासारख्या अत्यंत आक्रमक अशा जाती विरोधी नेत्यांबरोबर त्यांचे ब्राह्मण सहकारी चळवळीत कार्यरत होते. फुले आणि आंबेडकर यांनी ब्राह्मण आणि उच्च जातीतील लोकांचा स्वीकार करण्यासाठी अतिशय कठोर अटी ठेवल्या होत्या. फुले यांनी असे म्हटले होते की, 'आर्यभटांनी आपले बोगस धर्मग्रंथ टाकून दिले तरच आमच्यामध्ये त्यांचे स्वागत केले जाईल.' तर आंबेडकर यांनी असे म्हटले होते की 'स्मृति आणि शास्त्रे टाकून दिली, तरच या उच्च जातीच्या लोकांचा स्वीकार करणे शक्य होईल.'

जातीविरोधी चळवळीने वर्चस्ववादी अभिजन वर्गासमोर केवळ ही एकमेव मागणी ठेवली होती. परंतु तसे घडले नाही. उलट कधी धर्मनिरपेक्षतेच्या भूमिकेच्या आड हा मुद्दा कायम दुर्लक्षित ठेवला गेला. धर्मनिरपेक्षतावादी भूमिकेमध्ये असे मानले गेले, की या सर्व प्रश्नांना राजकीय किंवा आर्थिक उत्तरे शोधली गेली पाहिजेत (यासाठी असा युक्तिवाद केला जातो, की शेवटी जातीयतेचा प्रश्न म्हणजे राजकीय हेतूंनी केलेला धर्माचा दुरुपयोग आहे. किंवा आर्थिक अरिष्टाच्या परिस्थितीमुळे जातीय अस्मितांमध्ये त्याचे उत्तर शोधले जाते); तर सुधारणावादी हिंदू भूमिकेमध्ये असे म्हटले जाते, की हिंदूंच्या धर्मग्रंथांचा नव्याने अन्वयार्थ लावणे आवश्यक आहे. असा नवा अन्वयार्थ मांडला गेला तर ब्राह्मण आणि शंकराचार्यांच्या भूमिकेला आव्हान देणे शक्य आहे. एक मात्र नक्की की अशा पद्धतीचे कोणतेही विश्लेषण मांडले अथवा नाकारले, तरी वास्तवात भारत प्रामुख्याने ब्राह्मणीच राहिला आहे. या ब्राह्मणी

प्रतिमेला दलित, अल्पसंख्य, जातीविरोधी गटांनी सातत्याने हादरे दिले आहेत.

हिंदुत्ववादाविषयी अनेक दलित एक प्रकारे निराशावादी आणि शून्यतावादी भूमिकेपर्यंत पोहोचले आहेत. बाबुराव बागुल आपल्या लेखात दाखवून देतात, की अनेक पुरोगामी दलितांना खात्री पटली होती की (ब्राह्मण्यवादी आणि रामाला दैवत मानणाऱ्या) बहुसंख्यांच्या हिंदू परंपरा अतिशय घट्ट आहेत; दलितांना त्या कोणतीही संधी देऊ शकत नाहीत. ब्राह्मण्यवादी साहित्य आणि पुराणकथा यामध्ये शूद्र आणि अतिशूद्र यांना पूर्णपणे वगळण्यात आले आहे; या ब्राह्मण्यवादी परंपरांमध्ये शूद्र आणि अतिशूद्रांना कसले स्थान असलेच तर ते उघडपणे दडपणूक करणारे आहे; या व्यवस्थेच्या विरोधातील दलितांचे आणि दडपलेल्या समूहांचे सर्व उठाव शोषून घेतले जातात याविषयी बागुल असे म्हणतात की :

आपल्या शत्रूंनी अर्थातच संपूर्ण भारतीयत्वच भ्रष्ट करून टाकले आहे. या व्यवस्थेतील आणि रचनेतील सर्व प्रथा परंपरा तसेच त्यांच्या धर्मग्रंथातील सर्व शब्द आणि त्यांची मनेसुद्धा पूर्णपणे भ्रष्ट आहेत..... जाती व्यवस्थेने सर्व समाजाचे जीवन भ्रष्ट केले आहे. देशातील बुद्धिवंत पूर्णतः धर्मनिष्ठ आहेत . ... त्यामुळेच विज्ञानवादी आणि विवेकवादी दृष्टिकोन बाळगणाऱ्या आंबेडकरवादी नायकांबरोबर जुळवून घेणे, समजून घेणे या देशातील हिंदू लेखकांना अतिशय अवघड होते. दुसऱ्या बाजूला कर्ण आणि एकलव्य यांच्यासारखे नायक हे हिंदुत्ववाद्यांनी उभ्या केलेल्या सांस्कृतिक आणि पौराणिक मूल्यरचनेला मान्यता देणारे ठरतात. या नायकांनी येथील वर्णव्यवस्थेला मान्यता दिली आहे. ते अतिशय धाडसी आहेत. परंतु त्यांना येथील व्यवस्थेत त्यांच्या योग्यतेचे स्थान नाकारले गेले असल्यामुळे त्यांचे जीवन म्हणजे केवळ यातनामय शोकांतिका ठरते. हे नायक म्हणजे नियतीच्या हातातील बाहुली बनतात. (बागुल १९९२ ,१२३ - २६)

परिणामी कर्ण, विदुर, एकलव्य (सर्व पुराणातील खालच्या जातीतील नायक) हे या व्यवस्थेचे बळी ठरले असले तरीही ते आपापल्या पद्धतीने येथील ब्राह्मणी आणि सरंजामी व्यवस्थेला पूरक अशाच भूमिका बजावत राहिले. शंबूक हा एक शूद्र मुलगा होता. त्याने ब्राह्मणी योगशास्त्र शिकण्याचा प्रयत्न केला या त्याच्या पापासाठी त्याची हत्या करण्यात आली. मात्र 'आक्रोश' या आदिवासींवरील अत्याचाराच्या कथेवर आधारित सिनेमात ज्याप्रमाणे चित्रपटाचा नायक सर्व अत्याचार सहन करतो आणि केवळ आपल्या रडण्यातून आपला निषेध व्यक्त करतो, त्याप्रमाणेच शंबूक आपल्या विरुद्ध असलेल्या सत्ताधाऱ्यांना कोणतेही आव्हान न देता शांतपणे हा अत्याचार सहन करतो. मात्र दलित आता हे अत्याचार सहन करणार नाहीत. ते त्याविरुद्ध उभे राहणार. एकलव्य त्यांच्यासाठी महत्त्वाचा आहे. कारण एकलव्याचे जीवन म्हणजे वर्णाश्रम धर्म म्हणजे काय याचे ठसठशीत उदाहरण आहे. आजचे दलित एकलव्याला म्हणतात तू त्यांना शरण जायला नको होते - तू बंड करायला हवे होते :

एकलव्या,
तू त्यांना अंगठा दिला नसतास
तर वेगळा इतिहास घडला असता.
परंतु. .. तू तुझा अंगठा त्यांना दिलास
आणि त्याबरोबरच इतिहाससुद्धा
त्यांचा झाला.
एकलव्या,
त्या दिवसापासून
त्यांनी तुझ्याकडे एक साधा कटाक्ष ही टाकला नाही.
माफ कर एकलव्य, पण त्यांच्या गोड शब्दांनी
मी असा फसणार नाही.
माझा अंगठा
त्यांना कधीही तोडता येणार नाही.
(हिंगोणेकर १९८९)

या सर्वंकष दडपणूक करणाऱ्या परंपरांना संपूर्ण नकार देऊनच
पुरोगामी दलित आपला विरोध प्रकट करू शकतात:
तुम्ही या देशात जन्म घेण्याची चूक केली आहे.
त्यामुळे तुम्हाला आता ती चूक दुरुस्त करणे भाग आहे; (तेव्हा)
एक तर हा देश सोडून जा किंवा युद्ध पुकारा !
(बागुल १९९२,७०)

परंतु भारतीय परंपरा संपूर्णपणे दडपणूक करणारी आहे का? या देशात समता आणि मुक्ती प्रस्थापित करू इच्छिणाऱ्या दलित किंवा उच्च जातीय पुरोगामी लोकांना भारतीय परंपरा पूर्णपणे नाकारणे आवश्यक आहे का? जोतिबा फुले आणि ताराबाई शिंदे यांच्यापासून,आंबेडकर,पेरियार आणि अन्य पुरोगामी विचारवंतांनी तशी भूमिका घेतलेली नाही. भारतीय इतिहास आणि परंपरा यांचे त्यांनी लावलेले अर्थ आणि त्यांनी मांडलेले सांस्कृतिक विश्लेषण याचा पाया जातीय उतरंड आणि वर्चस्वाला त्यांनी केलेला विरोध आहे. त्याचबरोबर या विचारवंतांनी या व्यवस्थेविरुद्ध वेळोवेळी खालच्या जातीच्या लोकांनी केलेले उठाव आणि काही प्रमाणात त्यांना मिळालेले विजय यांचाही स्पष्ट उल्लेख केलेला आहे. हिंदू मूलतत्ववादाला विरोध करणाऱ्या नेहरूवादी सेक्युलर दृष्टिकोनामध्ये मुख्य अडचण अशी आहे, की त्यांना खरोखर सेक्युलर आणि समतावादी समाज आणायचा आहे, त्यासाठी स्वातंत्र्य आणि समतेच्या मूल्यांचा ते जरूर पुरस्कार करतात. परंतु त्यांनी या देशातील ऐतिहासिक परंपरांचा

ब्राह्मण्यवादी अन्वयार्थ कोणतीही चिकित्सा न करता जशाचा तसा स्वीकारला आहे. वास्तविक भारतीय परंपरांतील मूळ परंपरांचा चिकित्सक पद्धतीने अभ्यास केला, तर स्वातंत्र्य आणि समता ही मूल्ये या परंपरांमध्ये खूप खोलवर रुजली आहेत, हे लक्षात येते.

यासाठी भारतीय परंपरांचा चिकित्सक पद्धतीने विश्लेषण करणे आवश्यक आहे. इतिहासात या देशातील खालच्या जाती, स्त्रिया, आदिवासी आणि अनार्य यांचे आवाज कायम दडपले गेले. या समाजांविषयीची मिथके सुरुवातीपासून त्यांच्यावर सत्ता गाजवणाऱ्या सत्ताधाऱ्यांनी आपाल्याला सोयीस्कर पद्धतीने बदलून, गाळून सादर केली. शंबूक गप्प बसला नव्हता किंवा त्याने मौन धारण केले नव्हते. त्याला गप्प बसवण्यात आले होते. त्याच्या आवाजाची दखलच घेण्यात आली नाही. कदाचित एकलव्यानेही संघर्ष केला असेल. परंतु त्याचा संघर्ष मिथकांच्या कथांमधून नष्ट करण्यात आला होता. परंतु अशाही अनेक कथा आहेत, जेथे दडपलेल्या लोकांनी केलेले संघर्ष किमान काही प्रमाणात तरी नोंदले गेले होते. कधी असे संघर्ष लोककथांमधून किंवा दंतकथांमधून शोधणे आवश्यक असते. त्यातून पुढे येणारे हे संघर्षांचे तपशील येथील वर्चस्ववादी व्यवस्थेचे पुरावे आहेत. लोकप्रिय पुराणकथांचे अभ्यासक, समाजशास्त्रज्ञ यांना अशा दाखल्यांचा योग्य अर्थ लावणे माहीत असते.अशा पुराणकथांमधून व्यक्त होणारे अर्थ मांडून त्यामागील वर्चस्ववादी सामाजिक प्रक्रिया याआधीही मांडण्यात आली आहे. त्यामुळेच आजकालच्या अधुनिकोत्तर परिस्थितीत अशा पुराणकथा किंवा दाखले नव्याने विश्लेषित करून त्यांचे अर्थ सांगण्याची आवश्यकता नाही. मात्र यातून पुढे येणारे मुद्दे भारतीय संस्कृतीच्या अभ्यासात संदर्भात परत परत ठामपणे निर्देशित करणे आवश्यक आहे. भारतीय संस्कृतीच्या ऐतिहासिक विश्लेषणामध्ये अजूनही अतिशय सफाईदारपणे उच्च जातींच्या मार्फत लोकप्रिय करण्यात आलेल्या मिथकांचा पुन्हा पुन्हा वापर केला जातो. ही मिथके म्हणजेच सत्य इतिहास आहेत, असे कोणत्याही चिकित्सेविना प्रस्थापित केले जाते.

मला वाटते, यासंदर्भात स्त्रीमुक्तीवादी अभ्सयासकांनी हिंदू धर्मातील पितृसत्ताक व्यवस्थेने लादलेल्या गुंतागुंतीच्या प्रक्रिया पुढे आणल्या आहेत. दलितांच्या हिंदुत्ववाद विरोधी भूमिकेला स्त्रीमुक्तीवादी अभ्यासकांच्या या अभ्यासाचा मोठा आधार मिळू शकतो. यातील एक अतिशय चांगले उदाहरण म्हणजे हिंदू पुरुषसत्ताकवादी व्यवस्थेने दडपून टाकलेल्या आणि काही प्रमाणात मूक नायिका ठरवलेल्या सीतेची प्रतिमा पतीपरायण आणि पतीशी एकनिष्ठ भक्तीभाव असलेली त्यागमूर्ती अशी करण्यात आली आहे. सीतेच्या इतिहासाचा नवा अभ्यास पुढे आणला गेला आहे.अलीकडच्या काळात सीता म्हणजे स्त्री दास्याचे प्रतिक मानले जाते. अगदी रामायणची वाल्मिकीकृत कथा वाचली, तरी सीता या प्रतिकाचा आणखी अर्थ लावला जाऊ शकतो. अशाच

प्रकारचा एक मुद्दा सीतेने राक्षसांच्या संदर्भात रामावर केलेल्या कठोर टीकेमध्ये ही पाहायला मिळतो सीता म्हणते :

(हे रामा) तू एक निर्ढावलेल्या आणि सराईत गुन्हेगाराच्या पातळीवर पोहोचला आहेस... तू आता कोणताही गुन्हा न केलेल्या निरपराध जीवांना सहजपणे ठार मारू शकतोस... हे माझ्या नाथा, माझी तुला विनंती आहे की तुझ्या हाती धनुष्यबाण घेऊन तू जेव्हा राक्षसांविरुद्ध युद्ध करतोस तेव्हा तू हे लक्षात ठेव, की या राक्षसांनीच हे जंगल आपले घर असल्यासारखे सांभाळले आहे. त्यांचे अशाप्रकारे अविवेकी पद्धतीने बेछूट हत्याकांड केले जाऊ नये. (किश्वर ,१९९३)

सीतेने केलेल्या या विनंतीला उत्तर देताना राम स्पष्टपणे असे म्हणतो, की राक्षसांना आणि त्यांची राणी ताटकेला ठार मारणे हा मी दंडकारण्य वनातील ब्राह्मणांना दिलेल्या वचनाचा भाग आहे. म्हणजेच जातीय उतरंड टिकवून ठेवण्यासाठी हे हत्याकांड करणे आवश्यक आहे.

वाल्मिकी रामायणातील सीतेच्या पितृसत्ताक व्यवस्थेतील दडपणुकीचा अधिक स्पष्ट अर्थ रामायणाच्या अन्य आवृत्यांमध्ये (उदाहरणार्थ, तुलसीदास रामायण. या रामायणात लक्ष्मण रेखा ही संकल्पना पुढे आणली गेली आहे.) पाहायला मिळतो.या रामायण कथांमध्ये सीतेची भूमिका अधिक बंडखोरीची दिसते. काही परंपरांमध्ये सीतेचे रावण विषयक प्रेम व्यक्त झालेले आढळते (रामायणाच्या अनेक पारंपरिक कथांमध्ये सीतेला रावणाविषयी वाटणारे प्रेम सूचक पद्धतीने व्यक्त झाले आहे. ते या कथेमध्ये अधिक स्पष्टपणे व्यक्त करण्यात आले आहे) भारतातील शेती प्रधान संस्कृतीत अनेक पारंपारिक रामायण कथांमध्ये रामाने सीतेचा त्याग केल्यानंतर सीतेने रामाची उघडपणे निर्भत्सना केल्याचे वर्णन आहे. रामाने तिच्यावर अन्याय केल्यामुळे सीता संतापली आहे. उदाहरणार्थ, उत्तर प्रदेशातील एका पारंपारिक लोकगीतात लक्ष्मण तिला परत आणण्यासाठी गेल्यावर सीता परत येण्यास नकार देते. सीता आपल्या मुलांना स्वतः वाढवते. त्यांना आपल्या वडिलांचे नाव देते. याचा अर्थ त्याकाळी काही प्रमाणात मातृसत्ताक व्यवस्था अस्तित्वात होती. तर थाई भाषेतील रामायणात कथेचा शेवट सीतेने लक्ष्मणाबरोबर परत जाण्यास नकार देणे आणि आपला कौटुंबिक मालमत्तेतील हिस्सा पुन्हा मिळवणे, असा केला जातो. (संदर्भ: कॅडेट १९७० ,२४२)

सीतेची एक अतिशय वेगळी प्रतिमा महाराष्ट्रातील रावेरी येथे आढळते. ही प्रतिमा शेतकरी संघटनेने पुढे आणली आहे. आनंदी रावेरी, हे एक यवतमाळ जिल्ह्यातील छोटेसे खेडेगाव आहे. यवतमाळमधील शेतकरी संघटनेच्या कार्यकर्त्यांना आपल्या प्रचारादरम्यान रावेरी येथे एक वेगळी प्रथा आढळली. या ठिकाणी शेतकऱ्यांनी आपल्या घरातील स्त्रियांच्या नावे काही जमिनी ठेवल्याचे दिसले. या गावात एक अत्यंत जुने आणि दुर्लक्षित असे सीतेचे देऊळ आहे. गावातील लोकांनी सांगितले, की हे देऊळ राक्षसांनी बांधले आहे. या देवळातील देवीची मूर्त एखाद्या

पारंपरिक देवतेसारखीच आहे. यामागची कथा अशी आहे, की सीतेला अयोध्येतून बाहेर पडण्यास भाग पाडल्यावर ती फिरत फिरत रावेरी येथे येऊन राहिली. तिला दोन लहान मुले असल्यामुळे तिला काम करणे शक्य नव्हते. त्यामुळे सीता गावातील घराघरातून भीक मागून पीठ आणत असे. परंतु गावातील लोकांनी सीतेला भीक देण्यास नकार दिला(सीतेला नवऱ्याने टाकून दिली असल्यामुळे ती वाईट चालीची स्त्री आहे असे मानले गेले). यामुळे संतापलेल्या सीतेने गावकऱ्यांना अशा शाप दिला की या गावात कधीही गहू पिकणार नाही. गावकरी सांगतात की तिचा शाप खरा झाला. या गावात कित्येक वर्षे गहू पिकत नव्हता.अलीकडे हायब्रीड गहू आल्यावर या भागात गहू पिकू लागला आहे. त्यामुळे आता गावकरी आपल्या पूर्वजांनी केलेल्या पापाचे निराकारण करण्यासाठी कुटुंबातील स्त्रियांच्या नावावर काही जमीन ठेवतात. या गावात हनुमानाचे मंदिरही आहे. हे मंदिर गावकऱ्यांना अलीकडेच सापडले आहे. हे धारातीर्थी पडलेल्या हनुमानाचे मंदिर आहे. सीतेला परत घेऊन जाण्यासाठी हनुमान जेव्हा येथे आला होता, तेव्हा या ठिकाणी सीतेच्या मुलांनी हनुमानाला ठार मारले, अशी कहाणी सांगितले जाते.

सीतेच्या अशा विविध प्रतिमा आढळतात. या प्रतिमांमध्ये सीता म्हणजे केवळ दडपलेल्या स्त्रीचे रूप नाही, तर अशा प्रतिमांमध्ये सीतेचा राक्षसांबरोबर संबंध येतो. सीतेचा शेतीशीसुद्धा संबंध असतो (हरितक्रांतीच्या शेतीशी हा संबंध नाही) सीतेच्या या प्रतिमा रामायणामध्ये रंगविलेल्या शेतीच्या पारंपारिक प्रतिमेपेक्षा अधिक अर्थवाही आहेत. या प्रतिमांमध्ये रामायणात दर्शविल्याप्रमाणे राम विजयाची कथा नाही किंवा रामाच्या आदर्श कुटुंबाचे उदात्तीकरण नाही. या प्रतिमांशी जोडलेल्या कथांमध्ये रामाने द्रविडांवर आणि स्थानिक आदिवासी रहिवाशांवर मिळवलेल्या विजयाचे चित्र आहे. याचा अर्थ, या कथा म्हणजे पितृसत्ताकतेने मातृसत्ताकतेवर मिळवलेल्या विजयाची कथा आहेत. स्थिर शेतीच्या आरंभानंतर स्त्रियांवरील दडपणुकीची सुरुवात कशी झाली, हे दर्शवणाऱ्या या कथा आहेत (सर्व रामायण कथांमध्ये सीता ही भूमिकन्या आहे. म्हणजे ती शेतजमिनीखाली सापडलेली कन्या होती.) एकंदरीने रामायणाच्या अशा विविध कथा म्हणजे वर्ग /जात/ लिंग संबंधी दीर्घकाळ सुरू असलेल्या संघर्षाचे विविध पैलू दर्शवणाऱ्या कथा आहेत. या कथांमध्ये अशा विविध पद्धतीच्या दडपणुकीला केला गेलेला विरोध आणि त्या विरुद्ध जेत्यांनी एकत्रितपणे केलेले आक्रमण दिसते. तसेच या संघर्षामुळे शेतकरी, दलित, स्त्रिया आणि आदिवासी यांच्या मुक्तीच्या शक्यतासुद्धा समोर येतात.

रामायणाच्या कथेत जातीय वर्चस्व, शोषण आणि पितृसत्ताकता हे तीनही घटक एकत्रितपणे दिसतात. शंबूक, सीता, ताटका आणि रावण हे सर्व ब्राह्मणी हिंदू व्यवस्थेला बळी पडलेले, एकत्र येतात. यापुढे रामायणाची कथा आणि त्यातील

रामाची प्रतिमा ही या संघर्षांची दखल न घेता सांगता येणार नाही. अशा प्रकारची रामाची निष्कलंक प्रतिमा आजवर उच्च जाती आणि सुशिक्षित अभिजन वर्गाने रंगविली होती. रामाच्या दडपणुकीला बळी पडलेले आणि त्याविरुद्ध झालेले उठाव असा विषय सांगणारे संदर्भ टाळता येणार नाहीत. कारण हे संघर्ष म्हणजे स्त्रिया, शेतकरी, दलित आणि आदिवासी यांच्या भौतिक जीवनाशी थेटपणे जोडलेले संघर्ष होते. या संघर्षांनी हिंदुत्व विचारप्रवाहातर्फे रामायण म्हणजे पारंपारिक एकसंध हिंदू धर्म अशी प्रतिमा यशस्वीपणे लादली जात होती. अशा काळात हिंदुत्ववादी सत्ताधाऱ्यांना तीव्र आवाहन उभे केले होते. गांधी आणि नेहरू यांच्याशी संबंधित वैचारिक परंपरा, त्याचप्रमाणे आंबेडकर, फुले आणि पेरियार यांच्या वैचारिक परंपरा यातील वैचारिक संघर्ष आणि वादविवाद यापुढेही चालू राहतील. परंतु भारतातील वासाहतिक सत्तेच्या काळापेक्षा आता परिस्थिती अमुलाग्र बदलली आहे. आता राम राज्य हे भारतातील आदर्श राज्य प्रारूप म्हणून नेहरूवादी समाजवादाच्या प्रारूपापुढे टिकू शकणार नाही.

या देशातील उच्चवर्णियांनी काल्पनिक भूतकाळाच्या उदात्ततेविषयी कितीही ढोल बडवले, तरी त्यांना दीर्घकालीन यश मिळणे शक्य नाही. नव्या समाजाच्या उभारणीसाठी जनतेच्या इतिहासाच्या आणि संघर्षाच्या आठवणी जागवाव्या लागतात. अशा आठवणीच दलित समाजाला आत्मविश्वास देतात. तसेच नव्या आकांक्षा निर्माण करतात. नवा सूर्य उगवणार आहे, हे दर्शवणाऱ्या अनेक प्रभावी प्रतिमा शाहीर वामन कर्डकांच्या पोवाड्यात व्यक्त होतात.

अंधाराचे सैन्य आता पळवून लावा रे,
शोधा आता आकाश,चंद्र आणि तारे,
तूच आहेस प्रकाश,तूच आहेस प्रकाश रे,
तूच हो रे रवी उद्याचा.
(कर्डक १९९२,९५)

''भारतीय भाषांमध्ये रवी याचा अर्थ सूर्य ; भक्ती परंपरेतील कवी रविदास यांनी कल्पना केलेल्या बे-गमपुरा दुःख नसलेले शहर आणि तशाच प्रकारच्या प्रतिमा तुकाराम आणि कबीर यांनीही वेगळ्या नावाने मांडल्या. तर फुले यांनी बळीच्या राज्याची कल्पना मांडली आणि आंबेडकरांनी प्रबुद्ध भारताचे स्वप्न पाहिले. या सर्व प्रतिमा आणि त्यामागील दृष्टिकोन हा दलित दृष्टिकोनाचा किंवा स्वप्नाचा मुख्य गाभा आहे. हे स्वप्न अजूनही खूप दूर आहे. बहुजन समाज पक्षातर्फे मांडल्या जाणाऱ्या दलित सक्षमीकरणाच्या काही प्रमाणात चुकीच्या वाटणाऱ्या कल्पना जरी आज समोर दिसत असल्या, तरीही त्यातूनच नव्या भारताच्या उत्थानाचा कार्यक्रम पुढे येणार आहे.

***

ग्रंथ सूची

आंबेडकर, बी .आर.१९७९, *ऍनिहिलेएशन ऑफ कास्ट. डॉक्टर बाबासाहेब आंबेडकर : रायटिंग अँड स्पीचेस खंड एक.* बॉम्बे : गव्हन्मेंट ऑफ महाराष्ट्र.

आंबेडकर, बी .आर. १९७९. फेडरेशन ऑर फ्रीडम. *डॉक्टर बाबासाहेब आंबेडकर : रायटिंग अँड स्पीचेस खंड एक.* बॉम्बे : गव्हन्मेंट ऑफ महाराष्ट्र.

आंबेडकर बी.आर. १९८७. रिव्होल्युशन ॲण्ड काऊंटर रिव्होल्युशन इन ॲन्शियंट इंडिया *डॉक्टर बाबासाहेब आंबेडकर : रायटिंग अँड स्पीचेस खंड तीन. बॉम्बे : गव्हन्मेंट ऑफ महाराष्ट्र.*

बागुल, बाबुराव . १९९२. यू हू मेड द मिस्टेक विलास सारंग यांनी त्यांच्या पॉयझंड ब्रेड : *मॉडर्न मराठी दलित लिटरेचर, संपादन अर्जून डांगळे या अनुवादित ग्रंथातून.न्यू दिल्ली ओरियंट लॉन्गमन.*

बागुल, बाबुराव.१९९२. दलित लिटरेचर इज बट ह्युमन लिटरेचर. पॉयझंड ब्रेड : मॉडर्न मराठी दलित लिटरेचर, संपादन अर्जून डांगळे या अनुवादित ग्रंथातून. न्यू दिल्ली ओरियंट लॉन्गमन .

बॅनर्जी,सुमंत.१९८९.वुमन्स पॉप्युलर कल्चर इन नाईन्टीन्थ सेंच्युरी बंगाल. *रिकास्टिंग वुमन : एसेज इन कलोनियल हिस्टरी,संपादन : कुमकुम संगारी आणि* सुदेश वैद. दिल्ली : काली फॉर वुमेन प्रेस.

भागवत,एम.ई.१९८०. विदर्भातील दलित विचारांचे नेतृत्व. *पोलिटीकल आयडियाच ॲन्ड लिडरशिप इन विदर्भ, संपादन पी.एल.जोशी. नागपूर :* डिपार्टमेंट ऑफ पोलिटीकल सायन्स, नागपूर विद्यापिठ.

भावे, सदाशिव. १९८८. भक्ती इन मॉडर्न मराठी पोएट्री. *दी एक्सपिरियान्स ऑफ हिंदुइझम. संपादन : एलेनॉर झेलिऑट आणि मॅक्सिन बर्न्टसन.* अल्बानि,न्यूयॉर्क : स्टेट युनिव्हर्सीटी ऑफ न्यू यॉर्क प्रेस.

दइल,अनिता. १९७७. *पेरियार इ.व्ही.रामस्वामी. बॉम्बे : बी.आय. पब्लिकेशन्स.*

कॅडेट,जे.एम.१९७०. *रामाकिन : दि स्टोन रबींग्ज ऑफ द थाई एपिक.* बॅंकॉक कोडन्शा इंटरनॅशनल.

सेन्सस ऑफ इंडिया, १९३१, *खंड तेवीस, हैद्राबाद स्टेट ;भाग एक : रिपोर्ट.* १९३३. हैद्राबाद-डेक्कन :गव्हर्नमेंट सेंट्रल प्रेस.

चक्रवर्ती, उमा. १९९८. *जेंडर क्लास अँण्ड नेशन : रमाबाई अँण्ड द क्रिटिक ऑफ ब्राम्हॅनिकल पॅट्रिअॅर्की.* नवी दिल्ली : काली फॉर वुमेन.

चक्रवर्ती, उमा. १९८३. *दि डेव्हलेपमेंट ऑफ द सीता मिथ : अ केस स्ट्डी.* साम्य शक्ती, खंड एक , अंक एक, जुलै.

चक्रवर्ती, उमा. १९९३. *कन्सेप्च्युअलायझिंग ब्रॅम्हॅनिकल पॅट्रियार्की इन अर्ली इंडिया : जेंडर क्लास अँण्ड स्टेट.* इकॉनॉमिक अँण्ड पोलिटीकल वीकली एप्रिल ३.

चक्रवर्ती, उमा. १९९१.*सीता हू रिफ्युस्ड फायर ऑर्डियल* मानुषी, अंक आठ.

अ समरी ऑफ द प्रोसिडिंग्ज १९९१, *जोतिबा फुले : अॅन इनकम्प्लीट रेनिसाँ, सेमिनार पेपर्स.* सुरत : सेंटर फॉर सोशल स्ट्डीज.

चटर्जी ,पार्था.१९८९. *दि नॅशनलिस्ट रिझोल्युशन ऑफ द वुमेन्स क्वेश्चन रिकास्टिंग वुमेन : एसेज इन कलोनियल हिस्ट्री.* संपादन कुमकुम संगारी आणि सुदेश वैद. दिल्ली : काली फॉर वुमेन प्रेस.

कलेक्टेड वर्क्स ऑफ महात्मा फुले, खंड दोन, निवडक अनुवाद पी.जी. पाटील.१९९१. बॉम्बे: गव्हर्नमेंट ऑफ महाराष्ट्र.

कॉवेल इ.बी. संपादन आणि अनुवाद १८९५. जातका ऑर स्टोरिज ऑफ बुद्धाज फॉर्मर बर्थस,खंड ६ , मूळ प्रसिद्धी केंब्रीज :केंब्रीज युनिव्हर्सीटी प्रेस. पुनर्मुद्रण : मोतिलाल बनारसीदास.

कॉवेल इ.बी. संपादन आणि अनुवाद १९०७. *जातका ऑर स्टोरिज ऑफ बुद्धाज फॉर्मर बर्थस,*खंड ६ इ.बी कॉवेल अँण्ड डब्ल्यू. एच.डी.राऊस. केंब्रीज युनिव्हर्सीटी प्रेस.

ढसाळ,नामदेव.१९९२. *सो दॅट माय मदर मे बी कन्व्हीन्सड.* अनुवाद जयंत कर्वे,विद्युत भागवत आणि एलेनॉर झेलिऑट. अॅन अॅन्थॉलॉजी ऑफ दलित लिटरेचर., संपादन मुल्कराज आनंद अँण्ड एलिनॉर झेलिऑट. नवी दिल्ली : ग्यान पब्लिशिंग हाऊस.

इकॉनॉमिस्ट : १९९३, ६ फेब्रुवारी.

एव्हरेट,जाना १९८१. *वुमेन अँण्ड सोशल चेंज इन इंडिया.* नवी दिल्ली : हेरिटेज.

गाडगीळ,माधव,आणि रामचंद्र गुहा.१९९२. *धिस फिश्चर्ड लँड : ॲन इकॉलॉजीकल हिस्ट्री ऑफ इंडिया.* न्यू दिल्ली :ऑक्सफोर्ड युनिव्हर्सीटी प्रेस.

गौतम,एम.जी.१९७६. *"दि अनटचेबल्स" "मुव्हमेंट इन आंध्र प्रदेश".* आध्र प्रदेश स्टेट हरीजन सॉवेनियर. हैद्राबाद : गव्हर्नमेंट प्रेस.

गीता,व्ही. आणि एस.व्ही. राजादुराई.१९९३. *निओब्रॅम्हॅनिजम : ॲन इंटर नॅशनल फॅलसी?* इकॉनॉमिक ॲण्ड पोलिटीकल वीकली. १६-२३ जानेवारी.

गुना. १९८४. एशियाटिक मोड : अ सोडा-कल्चरल पर्स्पेक्टिव्ह . दिल्ली : बूकवेल पब्लिकेशन्स.

हॉले,जॉन स्ट्रौघटन ॲण्ड मार्क युरगेंस्मेयर. १९८८. *सॉन्ज ऑफ द सेंटस ऑफ इंडिया. न्यू-यॉर्क : ऑक्सफोर्ड युनिव्हर्सीटी प्रेस.*

हिंगोणेकर,श्रीकांत. *एकलव्य अस्मितादर्श,* एप्रिल/मे/जून १९८९; अनुवाद गेल ऑम्व्हेट आणि भारत पाटणकर.

हंगर १९९२ : *सेकंड ॲन्यूअल रिपोर्ट ऑन द स्टेट ऑफ वर्ल्ड हंगर.* १९९२. वॉशंग्टन, डीसी,: ब्रेड फॉर द वर्ल्ड इंस्टिट्युट.

आयबीआर.डी, *दि वर्ल्ड डेव्हलपमेंट रिपोर्ट,*१९९२. न्यू दिल्ली : वर्ल्ड बँक.

इर्श्चिक,युजीन. १९६९. *पोलिटिक्स ॲण्ड सोशल कॉन्फ्लिक्ट इन साऊथ इंडिया. बर्कले : युनिव्हर्सीटी ऑफ कॅलिफोर्निया प्रेस.*

इर्श्चिक,युजीन. १९८६. *तमीळ रिव्हायवालिझम* इन द १९३०. मद्रास : सीआरई - ए.

अय्यर,राघवन. संपादन १९८६. दि मोरल ॲण्ड पोलिटीकल रायटींग्ज ऑफ महात्मा गांधी ,खंड एक . ऑक्सफोर्ड : क्लॅरेडॉन प्रेस.

युरगेंस्मेयर,मार्क. १९८२. *रिलिजन ॲज सोशल व्हिजन : द मुव्हमेंट अगेंस्ट अंटचेबिलीटी इन द २०एथ सेंच्युरी पंजाब. युनिव्हर्सीटी ऑफ कॅलिफोर्निया प्रेस.*

जोशी,बार्बरा. १९८४. *अनटचेबल ! व्हॉइसेस ऑफ दलित लिबरेशन.* लंडन :झेड बूक्स.

कबीर.१९९७. कबीर बिजक. *कॉमेंट्री बाय अभिलाश दास,* अनुवाद : प्रकाश प्रकाशक कबीर सनातन.

कर्डक,वामन. १९९२. *दि डार्कनेस विदिन मी, ॲन ॲन्थालॉजी ऑफ दलित लिटरेचर,* संपादन : मुल्कराज आनंद ॲण्ड एलिनॉर झेलिऑट. नवी दिल्ली : ग्यान पब्लिशिंग हाऊस.

कैलासपती,के.१९८७. *दि रायटींग्ज ऑफ तमीळ सिद्धाज . दि सेंटस : स्ट्डीज इन अ डिव्होशनल ट्रॅडिशन ऑफ इंडिया,* संपादन .करिन शोमर ॲण्ड डब्ल्यू. एच.मॅक्लिऑड.दिल्ली :मोतीलाल बनारसीदास.

खरे,आर.एस. १९८४. दि अनटचेबल ॲज हिमसेल्फ : आयडियोलॉजी,आयडेंडीटी ॲण्ड प्रॅग्मॅटिजम अमंग द लखनऊ चमार्स. लंडन : केंब्रीज युनिव्हर्सीटी प्रेस.

किश्वर,मधू.१९९३. *टाइम्स ऑफ इंडिया,* २८ जानेवारी.

कोसंबी, मीरा. १९९२ *इंडियन रिसपॉन्स टू ख्रिश्चॅनिटी,*चर्च ॲण्ड कलोनियालिझम *: केस ऑफ पंडिता रमाबाई,* इकॉनॉमिक ॲण्ड पोलिटीकल वीकली २४-३१ ऑक्टोबर.

कुमार,कपिल.१९८९. *रुरल वुमेन इन औध.,१९१७-१९४७. रिकास्टींग वुमेन : एसेज इन कोलोनियल हिस्ट्री,* संपादन *: कुमकुम संगरी ॲण्ड सुदेश वैद.* दिल्ली : काली फॉर वुमेन प्रेस.

लाल,दीपक.१९८८. *दि हिंदू इक्वीलिब्रियम, एक : कल्चरल स्टॅबिलीटी ॲण्ड इकॉनॉमिक स्टॅग्रेशन, इंडिया ख्रिस्तपूर्व १५०० ते इ.स. १९८०.* लंडन : ऑक्सफोर्ड युनिव्हर्सीटी प्रेस.

लिंच,ऑवेन.१९६९. *दि पॉलिटीक्स ऑफ अनटच्याबिलीटी.* न्यू यॉर्क : कोलंबिया *युनिव्हर्सीटी प्रेस.*

मेश्राम,केशव.१९९२. *अनटायटल पोएम.ॲन ॲन्थॉलॉजी ऑफ दलित लिटरेचर, संपादन : मुल्कराज आनंद ॲण्ड एलिनॉर झेलिऑट.* नवी दिल्ली : ग्यान पब्लिशिंग हाऊस.

मूर,आर.जे. १९९०. *जिन्हा ॲण्द द पाकिस्तान डिमांड. रिबेलियन टू रिपब्लिक, संपादन : रॉबिन जेफ्री आणि इतर.* नवी दिल्ली : स्टर्लिंग पब्लिशर्स प्रा.लिमीटेड.

मुरुगेसन, के.ॲण्ड सी .सुब्रमण्यम.१९७५. *सिंगावेलू, फर्स्ट कम्युनिस्ट इन साऊथ इंडिया. नवी दिली : पिपल्स पब्लिशींग हाऊस.*

नंबुद्रीपाद इ.एम.एस. १९८६. *अ हिस्ट्री ऑफ द इंडियन फ्रीडम मुव्हमेंट, त्रिवेंद्रम : सोशल सायंटिस्ट प्रेस.*

नामदेव.१९९९. *संत नामदेवाची अभंगगाथा.* सातारा : राष्ट्रीय समिती.

नेहरु,जवाहरलाल. *१९४१. टोवर्डस फ्रीडम : दि ऑटोबायोग्राफी ऑफ जवाहरलाल नेहरू.* न्यू यॉर्क : जॉन डे कंपनी.

नेहरु,जवाहरलाल. *दि डिस्कव्हरी ऑफ इंडिया, १९८२* : न्यू दिल्ली : ऑक्सफोर्ड युनिव्हर्सीटी प्रेस.

निंबाळकर, वामन. १९७६. *जस्ट पोएम अनुवाद : ग्रॅहम स्मीथ. वागार्थ ,१२ जानेवारी.*

ओहॅनलॉन, रोसालिंड.१९८८. *कास्ट,कॉन्फ्लिक्ट ॲण्ड आयडॉलॉजी :महात्मा जोतिबा फुले ॲण्ड लो-कास्ट सोशल प्रोटेस्ट इन नाईन्टीन सेंच्युरी वस्टर्न इंडिया, केंब्रीज :* केंब्रीज युनिव्हर्सीटी प्रेस.

ऑम्व्हेट, गेल.१९९४. *दलित्स ॲण्ड द देमोक्रॅटिक रिव्होल्यूशन : डॉ.आंबेडकर ॲण्ड द दलित मुव्हमेंट इन कलोनियल इंडिया .न्यू दिल्ली : सेज.*

पांडे,ग्यानेंद्र १९९१.हिंदूज ॲण्ड अदर्स : द मिलिटंट हिंदू कन्स्ट्रक्शन. इकॉनॉमिक ॲण्ड पोलिटीकल वीकली , २८ डिसेंबर.

पांडे,ग्यानेंद्र. १९९०. *दि कन्स्ट्रक्शन ऑफ कम्युनॅलिजम इन नॉर्थ इंडिया.* दिल्ली : ऑक्सफोर्ड युनिव्हर्सीटी प्रेस.

पाटणकर,भारत.१९९३. *हिंदू का सिंधू.* पुणे : सुगावा प्रकाशन,१९९३. संक्षिप्त इंग्रजी आवृत्ती हिंदू ऑर सिंधू . फ्रॉन्टीयर ,२७ फेब्रुवारी.

फुंकन, गिरिन.१९८६ *एथनिक नॅशनॅलिजम इन नॉर्थ-इस्ट इंडिया : अ ब्रिफ ओव्हरव्ह्यू ऑफ इटस लेगसी* .डेका नॉर्थ-इस्ट कार्टर्ली व्हॉल्यूम २ क्र.३.

फुले, जोतिबा १९९०. समग्र वांड.गमय. बॉम्बे : गव्हर्नमेंट ऑफ महाराष्ट्र.

रमाबाई, पंडिता.१९८२. *दि हाय कास्ट हिंदू वुमन. मूळ प्रकाशन १८८७.* पुनर्मुद्रण बॉम्बे : गव्हर्नमेंत ऑफ महाराष्ट्र.

रामानुजन,ए.के. अनुवाद १९७३. *स्पिकिंग ऑफ शिवा.* न्यू दिल्ली : पेंग्युईन .

रामटेके,कमलसिंग बळिराम.१९४१. शीर्षक नसलेली कविता. जनता, २१ जून.

रामटेके,कमलसिंग बळिराम.१९३८. शीर्षक नसलेली कविता. जनता, १५ जानेवारी.

रॉय.ए.के.१९८० *दि न्यू दलित रिव्होल्यूशन.*

रॉय असिम. १९९१. *दि हाय पोलिटिक्स ऑफ इंडियाज पार्टिशन : रिव्हिजनिस्ट पर्स्पेक्टीव्ह (रिव्ह्यू आर्टिकल्स).* मॉडर्न अशियन स्ट्डिज , खंड २४,क्र.२, मे.

सरकार,सुमीत. १९८३. *मॉडर्न इंडिया, १८८५-१९४७.* दिल्ली : मॅक्मिलन इंडिया लि.

शौटेन,जे. पी. १९९५. *रिव्होल्यूशन ऑफ द मिस्टिक्स : ऑन द सोशल अस्पेक्ट्स ऑफ वीरशैविजम.* नवी दिल्ली : मोतिलाल बनारसीदास.

शिंदे ताराबाई .१९९२.स्त्री-पुरुष तुलना. नागपूर : अशोका प्रकाशन

शिवा,वंदना.१९८९. *स्टेयिंग अलाईव्ह : वुनेन ॲण्ड इकॉलॉजी इन इंडिया.* दिल्ली : काली फॉर वुमेन प्रेस.

शिवय्या ,एम.१९९३. *बिहाईड हिंदू ग्रोथ रेट . इकॉनॉमिक ॲण्ड पोलिटिकल वीकली,* ३ अप्रिल.

दि चॅलेंज टू द साऊथ : रिपोर्ट ऑफ द साऊथ कमीशन. न्यू दिल्ली : ऑक्सफोर्ड युनिव्हर्सीटी प्रेस.

टाईम . १९९३, २५ जानेवारी .

तुकाराम. १९७३. *श्री तुकारामबोवाच्या अभंगाची गाथा. तुकारामंच्या अभंगाचे मराठी संकलन.* मुंबई : शासकीय मध्यवर्ती मुद्रणालय.

उप्रेती,जी.बी. १९९७. दि अर्ली बुद्धिस्ट वर्ल्ड आऊटलूक इन हिस्टॉरिकल पर्स्पेक्टीव्ह,नवी दिल्ली : मनोहर.

विठ्ठल, बी.पी.आर. १९९३. *रूट्स ऑफ हिंदू फंडामेंतिलीजम इकॉनॉमिक ॲण्ड पोलिटीकल वीकली,* २०-२७ फेब्रुवारी.

येचुरी,सीताराम.१९९३. *व्हॉट इज हिंदू राष्ट्र ॲन एक्स्पोजर ऑफ गोलवल्कर्स फासिस्ट आयडॉलॉजी ॲण्द द सॅफ्रॉन ब्रिगेड प्रॅक्टीस. फ्रंट्लाईन,* १२ मार्च.

पुरक वाचन शिफारस

अॅलॉयाशियस,जी.१९९७. नॅशनॅलिजम विदाऊट अ नेशन इंडिया. न्यू दिल्ली :ऑक्सफोर्ड युनिव्हर्सीटी प्रेस.

अॅलॉयशियस हे तामीळनाडू मधील ख्रिश्चन ओबीसी समाजातील आहेत.त्यांनी दहावर्षे झारखंडमध्ये कार्यकर्ता म्हणून काम केले. त्यानंतर ते दिल्लीला परतले आणि त्यांनी आपले पुढील शिक्षण घेतले. हा ग्रंथ म्हणजे त्यांचा पीएचडीचा प्रबंध आहे. आपल्या प्रबंधात त्यांनी सर्व प्रसिद्ध राष्ट्रीय नेत्यांवर तीव्र टीका केली असून वासाहतिक सत्तेच्या काळातील जातीविरोधी चळवळींचे सखोल सर्वेक्षण केले आहे.

आंबेडकर,बी.आर. २००५. ॲनिहिलेशन ऑफ कास्ट. पब्लिकेशन्स.न्यू दिल्ली : क्रिटिकल क्वेस्ट

डॉ. आंबेडकरांनी १९३६मध्ये लिहिलेल्या प्रबंधाचे हे पुनर्मुद्रण आहे. पंजाबमधील जात-पात तोडक मंडळाने आंबेडकरांना या विषयावर व्याख्यान देण्यासाठी आमंत्रित केले होते.परंतु त्या प्रबंधात आंबेडकरांनी केलेल्या अत्यंत तीव्र टीकेमुळे जात-पात तोडक मंडळाने आंबेडकरांचा हा प्रबंध आहे तसा प्रसिद्ध करण्यास नकार दिला होता.त्यामुळे आंबेडकरांनी स्वत:च हा प्रबंध आणि त्यावर गांधींनी दिलेले उत्तर आणि त्यावरील आपला अभिप्राय अशा स्वरुपात हे पुस्तक प्रसिद्ध केले. हे पुस्तक म्हणजे हिंदुत्ववादावरील अत्यंत प्रभावी टीकाभाष्य आहे.

आंबेडकर,बी.आर.२००६. दि फिलॉसॉफी ऑफ हिंदुईझम. न्यू दिल्ली : क्रिटिकल क्वेस्ट पब्लिकेशन्स.

या पुस्तकात आंबेडकरांनी तत्त्वज्ञानाचे महत्त्व काय आणि आजच्या आधुनिकतेच्या पार्श्वभूमीवर(आज एक मानवी समूह असा विचार न करता, व्यक्ती केंद्रस्थानी ठेऊन नैतिकतेचा विचार केला जातो) समाजाच्या विकासाच्या विविध टप्प्यावर वेगवेगळी तत्त्वज्ञाने आणि धर्मांचा कसा उदय झाला, हे समजाऊन सांगितले आहे. आपल्या मांडणीत आंबेडकरांनी हिंदुत्ववादावर आणि मनूच्या तत्त्वज्ञानावर ठोस पुरावे आणि दाखले देत कठोर टीका केली आहे.

चक्रवर्ती,उमा. १९९८. रिरायटिंग हिस्ट्री : द लाईफ अ‍ॅण्ड टाईम्स ऑफ पंडिता रमाबाई. न्यू दिल्ली :काली फॉर वुमेन.
पंडिता रमाबाईच्या जीवनावरील हा सर्वंकष संशोधनात्मक अभ्यास आहे (या अभ्यासात अत्यंत खात्रीलायक माहिती स्रोत नोंदले गेले आहेत) त्याचबरोबर या अभ्यासात रमाबाईच्या काळातील समकालीन फुले,रानडे आणि पेशवा आणि इतरांच्या काळाबद्दल महत्त्वाचे विश्लेषण वाचायला मिळते.उमा चक्रवर्ती या प्राचीन भारतावरील अतिशय महत्त्वाच्या अभ्यासक आहेत.त्यांनी प्रथमच ब्राम्हणी पितृसत्ताकता ही संकल्पना मांडली.

गीता, व्ही. आणि एसव्ही राजादुराई. १९९८ टोवर्ड्स अ नॉन–ब्राम्हिन मिलिनियम : फ्रॉम इयोथी थास टू पेरियार कलकत्ता : साम्य.
भारतातील बौद्धधर्माच्या पहिल्या पुनरुज्जीवनापासून तमीळनाडूमधील जाती–विरोधी चळवळींचे उत्तम विश्लेषण.तसेच दलित चळवळीतील नेते इयोथी थास यांच्या कार्याचे विश्लेषण.गीता आणि राजादुराई यांनी दलित चळवळीत स्त्रीवादाचा प्रश्न कसा हाताळला गेला, या विषयाचाही धांडोळा घेतला आहे.

हॉले,जॉन स्ट्राउघग्टन आणि मार्क युर्गेस्मायर.१९८८. सॉंगज ऑफ सेंट्स ऑफ इंडिया. न्यू यॉर्क : ऑक्सफोर्ड युनिव्हर्सीटी प्रेस.
दोन अमेरिकन विचारवंतांनी केलेल्या काही महत्त्वाच्या संताच्या गीतांचे उत्तम सर्वेक्षण आणि अनुवाद (यात रविदास,कबीर,तुलसीदास,सुरदास यांचा समावेश आहे)या अभ्यासामुळे या संतांच्या प्रतिकांशी निगडीत सध्याच्या काळातील चळवळींचीही माहिती मिळते.

लिंडा हेस आणि सुखदेव सिंग.अनुवाद. १९८६. दि बिजक ऑफ कबीर. दिल्ली : मोतिलाल बनारसीदास.
सर्वात प्रसिद्ध आणि प्रभावी भक्ती पंथातील कवीच्या रचनांचा हा सर्वोत्तम अनुवाद म्हणता यईल.या अनुवादात लिंडा हेस यांनी केलेल्या नोंदी आणि काही उअपयुक्त अशा संक्षिप्त चरित्रात्मक नोंदी आणि अन्वयार्थक माह्‍तीही देण्यात आली आहे.

कान्चा, इलय्या. १९९६. व्हाय आय अ‍ॅम नॉट अ हिंदू. कोलकता : साम्य.
दलित बहूजन चळवळीतील एका आघाडीच्या विचारवंताचे स्वघोषित कथन. या कथनात त्यांनी ब्राम्हण आणि उच्च जातीतील लोक आणि आज ओबीसी आणि दलित म्हणून वर्गवारी केल्या जाणाऱ्या लोकांच्या सांस्कृतिक,धार्मिक आणि

उत्पादक जीवनातील फरक ठळकपणे दाखवून दिला आहे. कन्च्या इल्लय्या आपल्या मांडणीत असे दाखवून देतात, की ओबीसी, दलित समाज हे भारतातील (पूर्वापार) उत्पादक आणि विज्ञानवादी समाज आहेत.

मणी, ब्रज रंजन, २००९. डिब्राम्हनायझिंग हिस्ट्री . न्यू दिल्ली : मनोहर.
दडपलेल्या जातींच्या जाती विरोधी चळवळींच्या दृष्टिकोनातून भारताच्या चार हजार वर्षांचा आढावा. ब्रज रंजन मणी हे प्रसिद्ध पत्रकार आणि कार्यकर्ते असून त्यांनी मुख्यत: जाती निर्मूलनाच्या उद्दिष्टाने लेखन केले आहे.

ऑम्व्हेट, गेल. २००३. बुद्दीजम इन इंडिया :चॅलेंजिंग ब्रॅम्हनीजम अॅण्ड कास्ट. न्यू दिल्ली : सेज.
आंबडकरी दृष्टिकोनातून गेल्या २५०० वर्षातील बौद्धवादाचा आढावा. या आढावा विश्लेषणात बौद्धवादाची पार्श्वभूमी, तत्त्वज्ञान. त्यातून निर्माण झालेली सामाजिक रचना याची मांडणी करण्यात आली आहे. तसेच थेरवाद ते महायान आणि वज्रयान आणि पुढे आधुनिक काळात आंबेडकरांनी मांडलेल्या नवयानाच्या तत्त्वज्ञानाचा विकास कसा झाला याचे विश्लेषण करण्यात आले आहे.

फुले, जोतिराव. २००७. स्लेव्हरी . न्यू दिल्ली : क्रिटिकल क्वेस्ट पब्लिकेशन्स .
स्लेव्हरी म्हणजे फुले यांच्या पहिल्या महत्त्वाच्या गुलामगीरी ग्रंथाचे भाषांतर होय. हा ग्रंथ म्हणजे फुले यांनी पारंपरिक हिंदुत्ववादातील अवतारांच्या कल्पनेचे अत्यंत कठोर उपहासात्मक भाषेतील टिकाग्रंथ आहे. या ग्रंथात ते दाखवून देतात की या आर्यांनी भारतावर केलेल्या आक्रमण दाखवणारे टप्पे म्हणजे हे अवतार आहेत.या ग्रथंची प्रस्तावना फुले यांनी स्वत: इंग्रजी भाषेतही लिहिली आहे. त्यावरून लक्षात येते की फुले अतिशय प्रभावी इंग्रजी भाषेतही लिखाण करू शकत.या पुस्तकात फुल्यांची वैचारिक बैठक समजते. लेफ्टवर्डने प्रसिद्ध केलेल्या या इंग्रजी ग्रंथाचे संपादन जी.पी.देशपांडे यांनी केले आहे.याच ग्रंथात फुले यांच्या शेतकऱ्यांचा आसूड या पुतकाचाही (व्हीपकॉर्ड ऑफ द कल्टीव्हेटर) समावेश आहे.या पुस्तकात फुले यांनी मानवी विकासाची कल्पना आणि भारतातील ब्रिटीश राजवटीविषयी आपले संपूर्ण विश्लेषण मांडले आहे.

झेलिऑट, एलेनॉर. २००२. डॉ.बाबासाहेब आंबेडकर ॲण्ड द अनटचेबल मुव्हमेंट. न्यू दिल्ली :ब्लूमून बूक्स.

हे पुस्तक म्हणजे आंबेडकरांविषयी अत्यंत सखोल अभ्यास केलेल्या एका प्रसिद्ध विदुषी झेलिऑट एलेनॉर यांच्या पिएचडी शोध प्रबंध आहे. या पुस्तकाची दीर्घकाळ प्रतिक्षा होती. हे पुस्तक प्रत्यक्ष प्रसिद्ध होण्यापूर्वीच हा प्रबंध बहुसंख्य वाचकांनी वाचला होता. किंबहुना प्रसिद्धपूर्व सर्वाधिक वाचलेले गेलेले हे पुस्तक आहे. या पुस्तकात आंबेडकर आणि त्यांच्या चळवळीचे अतिशय महत्त्वाचे विश्लेषण मांडले आहे.